நித்யமல்லி

ஒரு பயங்கரம்

ஸ்ரீஜா வெங்கடேஷ்

அறம்
பதிப்பகம்

நித்யமல்லி ஒரு பயங்கரம் (நாவல்)

ஸ்ரீஜா வெங்கடேஷ் ©

முதல் பதிப்பு - செப்டம்பர் 2022

வெளியீட்டு எண்: 67
வெளியீடு: அறம் பதிப்பகம்,
3/582, முல்லைத் தெரு, கஸ்தூரிபாய் நகர்,
TNHB *எதிரில், முள்ளிப்பட்டு கிராமம் - அஞ்சல்,*
ஆரணி வட்டம், திருவண்ணாமலை மாவட்டம் - 632316
தொடர்புக்கு: 9150724997
மின்னஞ்சல்: arampublication50@gmail.com

நூல் வடிவமைப்பு: ஜீ. முருகன்
அட்டை ஓவியம்: இளையராஜா

அச்சிட்டோர்: துர்கா பிரிண்டர்ஸ், சென்னை-14

பக்கங்கள்: 256, விலை: ரூ. 320

ISBN: 978-93-91480-05-9

Nithyamalli Oru Bayankaram (Novel)
Author: Srija Venkatesh

First Edition: September, 2022

Published by: Aram Publication
Address: No. 3/582, Mullai street,
Kasthuribai nagar, Mullipattu village & post
Arani Taluk - 632 316
Tiruvannamalai Dt, Tamil nadu

Contact Cell No: 9150724997
e-mail: arampublication50@gmail.com

Printed at: Durga printers, Chennai-14

Pages: 256,

ஸ்ரீஜா வெங்கடேஷ்

முந்தைய நெல்லை, இன்றைய தென்காசி மாவட்டத்தில் உள்ள ஒரு சிற்றூரில் பிறந்தவர் ஸ்ரீஜா வெங்கடேஷ். சிறு வயதிலிருந்தே தமிழின் மீதும், தமிழ் எழுத்துக்களின் மீதும் மிகுந்த பற்றும் ஆர்வமும் கொண்டவர். அப்போது பிரபலமாக இருந்த வார, மாத இதழ்களை வாசித்து, வாசித்துத் தானும் எழுத வேண்டும் என்ற ஆர்வம் ஏற்பட்டது. பள்ளியில் படிக்கும் போதே சிறு நாடகம் ஒன்றை தானே எழுதி, இயக்கி தோழிகளோடு நடித்து மேடையேற்றி இருக்கிறார். பிறகு திருமணமானதும், புவனேஸ்வர் தமிழ்ச் சங்கத்தின் சார்பில் 5 மேடை நாடகங்களை எழுதி இயக்கி இருக்கிறார். இவரது கணவர் திரு செ. வெங்கடேஷ் அவர்கள் அளிக்கும் ஊக்கத்தால் இன்று வரை நூற்றுக்கும் மேற்பட்ட நாவல்கள், 40-க்கும் மேற்பட்ட சிறுகதைகள், கட்டுரைகள் எழுதி தமிழுக்குத் தொண்டாற்றி வருகிறார்.

‘நித்யமல்லி’ என்ற இந்த நாவல் மிகவும் வேறுபட்ட உலகத்துக்கு உங்களை அழைத்துச் செல்லும். அஷ்ட கிரகச் சேர்க்கை என்ற ஒரு விஷயத்தை கையாண்டு இந்த நாவலைப் படைத்துள்ளார் ஆசிரியர். முதல் பக்கத்தில் சூடு பிடிக்கும் இந்த நாவல் படித்து முடிக்கும் வரை விறுவிறுப்பு சற்றும் குறையாமல் எழுதப்பட்டுள்ளது. வாங்கிப் படித்து உங்கள் கருத்துக்களை அறம் பதிப்பத் தோடு பகிர்ந்துகொள்ளுங்கள்.

ஸ்ரீஜா வெங்கடேஷ்

முந்தைய நெல்லை, இன்றைய தென்காசி மாவட்டத்தில் உள்ள ஒரு சிற்றூரில் பிறந்தவர் ஸ்ரீஜா வெங்கடேஷ். சிறு வயதிலிருந்தே தமிழின் மீதும், தமிழ் எழுத்துக்களின் மீதும் மிகுந்த பற்றும் ஆர்வமும் கொண்டவர். அப்போது பிரபலமாக இருந்த வார, மாத இதழ்களை வாசித்து, வாசித்துத் தானும் எழுத வேண்டும் என்ற ஆர்வம் ஏற்பட்டது. பள்ளியில் படிக்கும் போதே சிறு நாடகம் ஒன்றை தானே எழுதி, இயக்கி தோழிகளோடு நடித்து மேடையேற்றி இருக்கிறார். பிறகு திருமணமானதும், புவனேஸ்வர் தமிழ்ச் சங்கத்தின் சார்பில் 5 மேடை நாடகங்களை எழுதி இயக்கி இருக்கிறார். இவரது கணவர் திரு செ. வெங்கடேஷ் அவர்கள் அளிக்கும் ஊக்கத்தால் இன்று வரை நூற்றுக்கும் மேற்பட்ட நாவல்கள், 40-க்கும் மேற்பட்ட சிறுகதைகள், கட்டுரைகள் எழுதி தமிழுக்குத் தொண்டாற்றி வருகிறார்.

'நித்யமல்லி' என்ற இந்த நாவல் மிகவும் வேறுபட்ட உலகத்துக்கு உங்களை அழைத்துச் செல்லும். அஷ்ட கிரகச் சேர்க்கை என்ற ஒரு விஷயத்தை கையாண்டு இந்த நாவலைப் படைத்துள்ளார் ஆசிரியர். முதல் பக்கத்தில் சூடு பிடிக்கும் இந்த நாவல் படித்து முடிக்கும் வரை விறுவிறுப்பு சற்றும் குறையாமல் எழுதப்பட்டுள்ளது. வாங்கிப் படித்து உங்கள் கருத்துக்களை அறம் பதிப்பத் தோடு பகிர்ந்துகொள்ளுங்கள்.

அத்தியாயம் 1

நல்ல வெயில் காயும் மதிய நேரம். டிசம்பர் மாதம் என்பதால் சூரியனின் சீற்றம் சற்றே குறைவாக இருந்தது. பாவநாச மலைப் பகுதியின் அந்தக் காட்டின் மையப்பகுதியில் நால்வர் இளைஞர் குழாம் விடுமுறையைக் கொண்டாடிக் கொண்டிருந்தது. அவர்கள் வந்த ஜீப் சற்றே ஓரமாக நிறுத்தி வைக்கப்பட்டிருந்தது. இளைஞர்கள் என்றாலும் பொறுப்பும், திறமையும் உள்ளவர்கள் நால்வரும். அதோ அந்தப் பாறை மேல் அமர்ந்து குளிர் பானத்தைச் சுவைத்துக்கொண்டிருக்கிறானே அவன் தான் வெங்கடேஷ். வெங்கி என்று அழைப்பார்கள் நண்பர்கள், ரீல் மன்னன் என்று அழைப்பார்கள் ஒரு சிலர். அவனுக்குப் பக்கத்தில் அமர்ந்து பிரியாணியை ஒரு கை பார்த்துக்கொண்டிருக்கிறானே அவன் தான் பாலா என்கிற பாலகிருஷ்ணன். வெங்கியின் உயிர் நண்பன். இருவரும் 5ஆம் வகுப்பிலிருந்து கல்லூரி வரை ஒன்றாகவே படித்தார்கள். பின்னர் வேலையும் ஒரே அலுவலகத்தில் கிடைக்கவே இணை பிரியவேயில்லை இருவரும்.

"டேய்! வினோ, குப்பையை அப்படிப் போடாதே! நம்ம காடுகளை நாமளே காப்பாத்தலைன்னா எப்படி? இதோ இந்த பிளாஸ்டிக் கவர்ல போடு! போற வழியில தூக்கிப் போட்டுட்டுப் போயி டலாம்" என்றான் வெங்கி.

"சாரிடா!" என்று சொல்லிவிட்டு நண்பன் சொன்னதைப் போலவே செய்தான் வினோ என்கிற வினோதன். அவன் ராணுவத்தில் சேர இருக்கிறான். அவனும் அவன் நண்பன் மிக்கேலும் நல்ல கேடரில் ராணுவத்தில் சேர அழைக்கப்பட்டிருக்கிறார்கள். அதற்குத்தான் இந்த பார்ட்டி.

"என்னடா இது? கொண்டு வந்த சாப்பாடு எல்லாமே தீர்ந்திருச்சே?" என்றான் மிக்கேல். அவனுக்கு அவன் கவலை. பாவம் ஒரு நாளைக்கு ஆறு வேளை சாப்பிடுபவனை கொஞ்சம் போல பிரியாணி சாப்பிடு என்றால் என்ன செய்வான்?

"இதுக்குத்தான் சொன்னேன்! நிறைய வாங்கிக்கலாம்னு! கேட்டியா நீ?" என்றான் பாலா.

“எதுக்கு இப்ப டென்ஷனாகுறீங்க? நல்ல ஹோட்டலாப் பார்த்து சிக்கன் ஃபிரை, மட்டன் சாப்ஸ் இப்படி வாங்கிக்கிட்டா போச்சு” என்றான் வெங்கி. அவன் எதற்குமே அசருபவன் அல்ல.

“ஆமா! பக்கத்துல தான் தாஜ் ஹோட்டல் இருக்கு. போயி வாங்கிட்டு வா” என்றான் வினோ.

சற்று நேரம் அமைதியாக நின்றிருந்தார்கள். பக்கத்தில் இருந்த ஒரு பாறை மேல் ஏறி நின்று பார்த்தான் வெங்கி. தூரத்தில் எங்கிருந்தோ புகை வருவது போலத் தெரிந்தது.

“கொஞ்சம் தள்ளி ஏதோ வீடு இருக்கு போல. அவங்க கிட்ட காசு குடுத்து சமைச்சுத் தரச் சொல்லுவோமா?” என்றான் வெங்கி ஆர்வமாக. அவனுக்கு இது போலச் செய்வதென்றால் விருப்பம் அதிகம்.

“இங்கே ஏதுடா வீடு? இது காட்டுப்பகுதியாச்சே?” என்றபடி தானும் அந்தப் பாறையில் ஏறிபார்த்தான் மிக்கேல். அவன் கண்களுக்கு ஒன்றும் புலப்படவில்லை.

“என்னடா கதை விடுற? மனுஷன் பசியோட இருக்கும் போது கூடவா நீ கதை விடுவ?” என்றான் எரிச்சலோடு.

“மிக்கேல்! எப்படி உன்னை ராணுவத்துல் எடுத்தாங்க. அதோ பாரு! கொஞ்சம் தள்ளி நிறைய தேக்கு மரம் தெரியுதா?”

“ஆமா தெரியுது”

“அதுக்கு நடுவுல ஒரு சின்ன கட்டிடம் மாதிரி...கட்டிடம்னு கூடச் சொல்ல முடியாது, குடிசை மாதிரி தெரியுதா? அதுல இருந்து தாண்டா புகை வருது” என்றான் உறுதியாக.

மூவரும் ஏறிப்பார்த்தனர். தேக்கு மரம் தெரிந்தது ஆனால் வெங்கி சொன்ன குடிசையும் புகையும் மட்டும் தென்படவே இல்லை.

“டேய்! இவன் தன் வேலையை ஆரம்பிச்சுட்டாண்டா! இப்படித்தான் போன மாசம் சினிமா பார்த்துட்டு வரும் போது பேயைப் பார்த்தேன். அது எங்கிட்ட டயம் கேட்டுதுன்னு சொன்னான்” என்றான் வினோ.

“ஹூம்! இதை விட்டுட்டியே? நாம காலேஜ்ல படிக்கும் போது பேய்க் கதையெல்லாம் சொல்லி ஆட்களை ஏற்பாடு பண்ணி நடிக்க வெச்சு ஒரு ரூமையே யாரும் போக முடியாதபடி செஞ்சானே? நினைவு இருக்கா?” என்றான் மிக்கேல் தன் பங்குக்கு.

“எனக்கு இருக்குற ஆத்திரத்துக்கு டெல்லிக்குப் போய்த் துப்பாக்கி வாங்கிட்டு வந்து உன்னை சுட்டுருவேன். விளையாடாதே வெங்கி” என்றான் வினோ கோபமாக.

திகைத்துப் போனான் வெங்கி. உண்மை தான். அவன் நிறையக்கட்டுக் கதைகள் கட்டுவான் தான். ஆனால் இம்முறை அப்படி இல்லையே? அதோ நிஜமாகவே குடிசை தெரிகிறதே? அதிலிருந்து புகையும் வருகிறதே? இவர்கள் மூவரும் ஏன் இப்படிச் சொல்கிறார்கள்? அவர்கள் கண்ணில் தான் கோளாறு. என எண்ணிக் கொண்டான்.

“சத்தியமாச் சொல்றேண்டா! அதோ அங்க குடிசை இருக்கு. உங்க கண்ணுக்கு என்ன ஆச்சு?” என்றான் அழுத்தமாக.

“உனக்கு சத்தியம் செய்யுறது என்ன பெரிய காரியமா? நம்ம ஸ்கூல் வேப்ப மரத்துல முனி இருக்குன்னு வாத்தியார் சுந்தரம் மேல சத்தியம் செஞ்ச. என்ன ஆச்சு? அவருக்கு ஹார்ட் அட்டாக் வந்து எப்படியோ கடவுள் கிருபையில பொழைச்சுக்கிட்டாரு.” என்றான் மிக்கேல்.

சிரித்தனர் மூவரும்.

“சே! இந்த தடவை அப்படி இல்லடா! உண்மையாத்தான் சொல்றேன். வேணும்னா எங்க அம்மா மேல சத்தியம் பண்ணட்டுமா?”

அவசரமாகத் தடுத்தான் பாலா.

“வேண்டாண்டா! உங்க அம்மா மேல மட்டும் வேண்டாம். அவங்க தான் நமக்கு அப்பப்ப வாய்க்கு ருசியா செஞ்சு குடுக்கறாங்க. அதையும் கெடுத்துராதே” என மற்றவர்கள் இன்னும் பலமாகச் சிரித்தனர்.

அந்தச் சிரிப்பு சத்தத்தில் பறவைகள் சிறகடித்துப் பறந்தன.

“சரி! நாம நாலு பேரும் சேர்ந்து போவோம். அந்தக் குடிசை இருக்குன்னு கிட்டப் பார்த்தாலாவது நம்புவீங்க இல்ல?” என்றான். அவனது குரல் சீரியசாக இருந்தது.

“என்னால முடியாது மச்சான்! பசியில காது ஞொய்னு சொல்லுது. நீங்க போயிட்டு வாங்க” என்று என்று நீட்டி அமர்ந்து விட்டான் மிக்கேல். அவனுக்குத் துணையாகத் தான் இருக்கப் போவதாகச் சொன்னான் வினோ. வாக்குவாதங்களுக்குப் பிறகு பாலாவும், வெங்கியும் போய்ப் பார்ப்பது. அப்படிக் குடிசை வீடும் ஆட்களும்

இருந்தால் உணவு வாங்கி வருவது. இல்லையென்றால் வெங்கி அம்பாசமுத்திரத்தில் அனைவருக்கும் பிரியாணி வாங்கித்தர வேண்டும் என்ற ஒப்பந்தம் போடப்பட்டது.

பாலாவும், வெங்கியும் புறப்பட்டனர். சற்று தூரம் நடந்திருப்பார்கள் கறுப்பாக ஏதோ ஒன்று குறுக்கே போனது போலத் தோன்ற அப்படியே நின்றான் வெங்கி. பாலாவும் தான்.

“என்னடா அது?” என்றான் பாலா குரல் நடுங்க.

“பயப்படாதே! ஏதாவது காட்டுப்பன்னியா இருக்கும்” என்று சமாதானம் சொல்லியவன் மேலும் நடந்தான். சற்றே பயத்தோடு அவனைத் தொடர்ந்தான் பாலா.

“வெங்கி! நீ சொன்ன குடிசை, புகை எல்லாம் சும்மா வினோவையும், மிக்கேலையும் பயமுறுத்தத்தானே? என்றான்.

பேசியவனைத் திரும்பிப் பார்த்தான் வெங்கி.

“இல்லடா! நிஜமாவே நான் பார்த்தேன். உன் கண்ணுக்குத் தெரியல்ல?” என்றான்.

பாலாவுக்கு உடல் நடுங்கியது. அது காட்டின் குளிர்காற்றிலா? இல்லை பயத்தாலா எனச் சொல்வது கடினம்.

“எனக்கு என்னவோ பிடிக்கல்ல! பேசாமத் திரும்பிப் போயிருவோமா? வர வர சூரிய வெளிச்சமே இல்லாத மாதிரி இருக்கு” என்றான் பாலா மெல்லிய குரலில்.

“சே! கோழை மாதிரிப் பேசாத! பட்டப்பகல்ல என்ன ஆயிரும்? பேசாம வா” என்றான் வெங்கி.

மௌனமாக மேலும் நடந்தார்கள். நடக்க நடக்க காடு வளர்ந்து கொண்டே போவது போலத் தோன்றியது. சட்டெனத் திரும்பிப் பார்த்தான் பாலா. பகீரென்றது. காரணம் அவர்கள் வந்த பாதை மூடியிருந்தது. அது மட்டுமல்ல வினோவும், மிக்கேலும் தெரியவே இல்லை. அவ்வளவு தூரமா வந்து விட்டோம்? என நடுக்கமாக இருந்தது பாலாவுக்கு. ஆனால் வெங்கியோ செலுத்தப்பட்டவன் போல நிற்காமல் போய்க் கொண்டிருந்தான்.

“வெங்கி! தயவு செஞ்சு நில்லுடா! எனக்கென்னவோ பயம்மா இருக்கு! திரும்பிப் போயிரலாம்டா! பாரு! நாம வந்த பாதை கூடத் தெரியல்ல! இப்ப நிக்கப் போறியா இல்லியா நீ?” என்று

கத்தினான். அந்த அமைதியான சூழலில் அவன் குரல் அவனுக்கே பயங்கரமாகக் கேட்டது. இல்லியா நீ...இல்லியா நீ...இல்லியா நீ... என எதிரொலித்தது. நின்று விட்டான் வெங்கி.

சுற்று முற்றும் பார்த்தான். மாலை 7 மணி போலக் காட்சியளித்தது அந்தப் பகுதி. செல்ஃபோனை எடுத்தான். சுத்தமாக சிக்னலே இல்லை. நேரம் 2 மணி எனக் காட்டியது அது. மதியம் இரண்டு மணிக்கு இப்படி இருட்டுமா? பாலா வேறு பாதை மூடுகிறது.. இப்படி என்னென்னவோ சொல்கிறானே? என எண்ணித் திரும்பிப் பார்த்தான்.

நண்பன் சொன்னது உண்மை தான். அவர்கள் வந்த பாதை சுமார் பத்தடி தான் தெரிந்தது. பிறகு மரங்கள் தன் தெரிந்தன. முதல் முதலாக பயம் வந்து அமர்ந்து கொண்டது வெங்கியின் நெஞ் சுக்குழியில்.

“என்ன பாலா இது? எனக்கே கொஞ்சம் பயமாத்தான் இருக்கு. பேசாம திரும்பிருவோமா?” என்றான் மிக மெல்லிய குரலில்.

அதற்காகவே காத்திருந்தது போல நண்பனின் கைகளைப் பிடித்து திருப்பி வந்த பாதையிலேயே செல்ல ஆரம்பித்தான் பாலா. சுமார் பத்து நிமிடம் நடந்திருப்பார்கள். முன்னிலும் இருட்டாகவே இருந்தது அந்த இடம்.

“என்ன இது? கா மணி நேரமா நடக்குறோம்? இன்னமும் கன்னிமார் துறை வரலியே?” என்றான் பாலா. குரலில் அச்சம். குளிர் காற்றில் கூட அவன் முகத்தில் வியர்வை வழிந்தது.

“இன்னொண்ணு கவனிச்சியா? காட்டுல சில் வண்டு சத்தம், பறவைகள் சத்தம் இதெல்லாம் இருக்கும். ஆனா இங்கே ஒரு நிசப்தமா இருக்கே?” என்றான் வெங்கி முனகலாக.

நெஞ்சை அடைப்பது போல உணர்ந்தான் பாலா. நண்பன் சொல்வது உண்மை தான். இலை ஆடும் சத்தம் கூட இல்லை. அவ்வளவு ஏன்? ஏதேனும் உயிரினங்களோ, ஆறோ இருக்கும் எந்த ஓசையுமே இல்லை. முன்னிலும் வேகமாக நடந்தனர். இன்னமும் அவர்கள் கேம்ப் செய்த இடமான கன்னிமார் துறை வரவில்லை.

“வழி மாறி வந்துட்டோமோ? எங்கே பார்த்தாலும் காடாத்தானே இருக்கு? ஃபோன்ல கொஞ்சம் மிக்கைலைக் கூப்பிடு! அவங்க ஜீப்பை எடுத்துக்கிட்டு வரட்டும்“ என்றான் பாலா.

மீண்டும் ஃபோனைப் பார்த்தான். ம்ஹூம்! சிக்னல் ஒரு கோடு கூட இல்லை. அதோடு செல்லின் சார்ஜ் வேறு மிகவும் கம்மியாக இருந்தது.

“பாலா! காலையில தான் ஃபுல் சார்ஜ் போட்டேன். இப்ப இப்படி இருக்கே?” என்றான் வெங்கி. அவன் குரலில் சற்றே கவலை, கலவரம் எல்லாம் இருந்தது.

“இரு, என் ஃபோனைப் பார்க்குறேன்” என எடுத்தான் பாலா. அவனது ஃபோனில் லைட்டே வரவில்லை. சுத்தமாக செத்துக் கிடந்தது அது. வியர்வை பொங்க நிமிர்ந்து பார்த்தான் அவன்.

“என்ன செய்ய? எப்படித் திரும்பிப் போக?” என்றான் வெங்கி.

மௌனமாக சில நிமிடங்கள் கழிந்தன.

“இதுக்கு மேலயும் நாம நடக்க வேண்டாம். காட்டுக்குள்ளேயே தான் நாம போயிக்கிட்டு இருக்கா மாதிரி இருக்கு. கொஞ்ச நேரம் அமைதியா உக்காந்து யோசிப்போம். என்ன?” என்றான் வெங்கி. வெறுமே தலையசைத்தான் பாலா.

“இந்நேரம் மிக்கேலும், வினோவும் நம்மைக் காணலைன்னு தேடி வருவாங்க இல்ல?” என்றான் பாலா நம்பிக்கையாக.

ஏனோ அந்த நம்பிக்கை சுத்தமாக இல்லை வெங்கிக்கு. தேடி வருவார்கள் தான். ஆனால் அவர்களால் இந்த இடத்தைக் கண்டு பிடிக்க இயலுமா? தெரியவில்லை. குரல் கொடுத்துப் பார்க்கலாமா? என எண்ணினான்.

“மிக்கேல்! வினோ! நாங்க இங்கே இருக்கோம்“ எனக் குரல் கொடுத்தான் வெங்கி. எதிரொலி கூட இல்லாமல் அசாதாரண அமைதி நிலவியது அந்த இடத்தில். அழுகையே வந்து விட்டது இருவருக்கும்.

“உன்னால தாண்டா நாம இப்படி மாட்டிக்கிட்டோம். குடிசையாம், புகையாம். எல்லாமே பொய் தானே? எதுக்குடா என்னையும் சேர்த்துக் கூட்டிக்கிட்டு வந்த? நாம காட்டுல இப்படியே கத்திக் கத்தி தொண்டை வறண்டு சாகப் போறோம். இன்னும் கொஞ்ச நேரத்துல இருட்டிடும். அப்புறம் புலிக்கு நாம தான் டின்னர்.” என அழுதான் பாலா.

“நமக்குள்ள சண்டை போட்டுக்குற நேரம் இது இல்ல! வழி தவறி வந்துட்டோம். திக்கு திசை தெரியல்ல. அமைதியா இருப்போம்.

எப்படியும் வினோவும், மிக்கேலும் ஆட்களைக் கூட்டிக்கிட்டு வருவாங்க. அது வரைக்கும் பொறுமையா இருப்போம்'' என்றான்.

சொல்லிய நண்பனைப் பிடித்துத் தள்ளினான் பாலா.

''பொறுமையாவா இருக்கணும்? நீ ஏன் சொல்ல மாட்ட? உனக்கு எந்தப் பொறுப்பும் கிடையாது.ஆனா என்னை நம்பி எங்கம்மா இருக்காங்க, என் தங்கச்சிக்குக் கல்யாணம் பேசியிருக்கேன். எனக்கு ஏதாவது ஒண்ணு ஆச்சுன்னா உன்னை நான் சும்மா விட மாட்டேன்'' என்றான் கோபமாக.

''தயவு செஞ்சு பொறுமையா இருடா...'' என ஆரம்பித்தவன் சட்டென நிறுத்தினான்.

''யாரோ பாடுற சத்தம் கேக்கல்ல?'' என்றான் வெங்கி. அவன் குரலில் மகிழ்ச்சி. ஊன்றிக் கவனித்தான் பாலா. ஆம் யாரோ பாடும் சத்தம் கேட்கத்தான் செய்தது. பெண் குரல். கல்யாணம் தான் கட்டிக்கிட்டு ஓடிப்போலாமா? என ஒலித்தது.

''டேய்! பாட்டுச் சத்தம் கேக்குது. அப்போ யாரோ ஒரு பொண்ணு இருக்காங்க! வயசானவங்களா இருப்பாங்கன்னு நினைக்கிறேன்'' என்றான் வெங்கி.

''உம்! எனக்கும் கேக்குது. ஆனா குரல் இளமையா இருக்கே?''

''நல்லா யோசி பாலா! நம்மை மாதிரி யூத், இந்தப் பழைய பாட்டைப் பாடுவாங்களா?'' என்றான். வெறுமே தலையாட்டினான் பாலா. அவனுக்கு இன்னமும் தயக்கமாகவே இருந்தது.

''என்னடா யோசிக்குற? ஒரு பொண்ணே இங்க தனியா இருக்காங்க! நாம ரெண்டு ஆம்பிளைங்க! நாம பயந்தோம்னா வெக்கக் கேடு'' என்றான் வெங்கி.

எதுவும் பேசாமல் குரல் வந்த திசையை நோக்கி நடந்தனர். பத்தடி கூட சென்றிருக்க மாட்டார்கள், சட்டென அந்தக் காட்சி அவர்கள் கண் முன்னே விரிந்தது. ஒரு பழைமையான வீடு. அதை வீடு என்று சொல்வதை விட பங்களா என்றே சொல்லலாம். சுற்றிலும் ஆளுயரத்திற்கு காம்பவுண்ட் சுவர் இருந்தது. ஆனால் அவைகள் பல இடங்களில் உடைந்தும், இடிந்தும் காணப்பட்டன. சுற்றிலும் பல விதமான மரங்கள் இருந்தன. வீட்டில் வாயிலை நோக்கிச் செல்லும் பாதை அழகாக செம்மண்ணில் போடப்பட்டு விளங்கியது. சிறு குப்பை கூட இல்லை. அந்த செம்மண் சாலையில் இரு மருங்கிலும்

விசிறி வாழைகள் ஒரே சீராக நடப்பட்டு அழகாகக் காட்சியளித்தன. வண்டிகள் நிற்கவென ஒரு போர்ட்டிகோ. அதிலும் பல விதமான வேலைப்பாடுகள்.

“வா! போகலாம்” என கையைப் பிடித்து இழுத்தான் வெங்கி. அவனது கைகளை பிடித்துத் தன் பக்கம் இழுத்தான் பாலா.

“என்னடா?”

“நல்லா யோசி வெங்கி! இவ்வளவு பெரிய வீடு. இதுல இந்த வாச போர்டிக்கோவில இருந்து பாடினாக் கூட பத்தடி தள்ளிக் கேக்காது. ஆனா நமக்குக் கேட்டது. இதுக்கு என்ன அர்த்தம்?” என்றான் திக்கியபடி.

“உனக்கு பயம்னு அர்த்தம். இத்தனை பெரிய வீட்டுல ஒரு மைக் இருக்காதா? என்னடா நீ?” என்றான் வெங்கி. இருந்தாலும் அடுத்த அடி எடுத்து வைக்கவில்லை.

“இப்ப நீ என்ன யோசிக்குற?” என்றான் பாலா.

“இல்ல...இந்த மதில் சுவர்களைப் பாரேன். பாழடஞ்சு இருக்கு. ஆனா பங்களா சும்மா புதுசா ஜொலிக்குது. எங்கேயோ இடிக்கல்ல?”

“யப்பா! வெங்கி! தெய்வமே! இது ஒண்ணு தானா இடிக்குது? நாம காட்டுக்குள்ள வந்ததுல இருந்து நடக்குறது எதுவும் சரியாவே இல்ல. பேசாமத் திரும்பிருவோமா? போயி மிக்கேல் கிட்டயும் வினோ கிட்டயும் நீ என்ன வேணா ரீல் விட்டுக்க. நான் கண்டுக்க மாட்டேன். உசுரோட வெளிய போவோம்டா” என்றான் பாலா. விட்டால் அழுது விடுவான் போலத் தோன்றியது.

தைரியசாலியான வெங்கிக்கே கொஞ்சம் யோசனையாகத்தான் இருந்தது. அஞ்சுவது அஞ்சாமை பேதமை என்று எங்கோ எதிலோ படித்ததாக நினைவு. பாலாவின் கைகளைப் பற்றிக் கொண்டு அப்படியே திரும்பி மீண்டும் கன்னிமார் துறையை நோக்கி நடந்தான். பாலா வேகமாக முன்னல் சென்றான். ஏறத்தாழ அரை கி மீ சென்றிருப்பார்கள். இப்போதும் அதே போல காட்சி கண்களில் அறைந்தது. அதே பங்களா. ஆனால் இம்முறை மதில் சுவர்கள் கூட பளிங்கு போலக் காட்சியளித்தன. யானையின் தந்த நிறத்தில் பெயிண்ட் அடிக்கப்பட்டு பளபளவெனக் காட்சியளித்தது. திகைத்து நின்றார்கள் நண்பர்கள் இருவரும்.

அத்தியாயம் 2

இத்தனை நேரம் சுற்றியும் மீண்டும் வந்த இடத்துக்கே வந்து விட்டோமே? என்ற திகைப்பு ஒரு புறம். சற்று முன்னால் இடிந்து கிடந்த மதில்சுவர்கள் அரை மணிக்குள் புதிதாகக் கட்டப்பட்டு, பெயிண்ட் அடிக்கப்பட்டு இருக்கிறதே என்ற பயம் ஒருபுறம் எனத் தவித்தார்கள் நண்பர்கள். அந்தக் குளிரிலும் வியர்வை வழிந்தது.

“இப்ப என்ன செய்ய?” என்றான் பாலா கிசுகிசுப்பாக.

இதைத்தான் வெங்கியும் யோசித்துக்கொண்டிருந்தான். வெகுவாக இருட்டி விட்டது. சூரியன் மறையும் திசையை வைத்து கணக்கிடலாம் என்றால் சூரியனே கண்ணுக்குத் தெரியவில்லை. தெரிந்ததெல்லாம் மரங்கள், கொடிகள் அந்தக் கட்டிடம் அவ்வளவு தான். இன்னும் சற்று நேரத்தில் முழுவதுமாக இருட்டி விடும். அப்போது என்ன செய்ய? என்ற பயம் வேறு சேர்ந்து கொள்ள மூளையே வேலை செய்யவில்லை.

“என்னடா மரம் மாதிரி நிக்குற? என்னை எப்படியாவது வெளிய கூட்டிக்கிட்டுப் போடா! இல்லன்னா நான் உன்னைக் கொன்னிருவேன்” என்றான் பாலா. மெலிதாக யாரோ சிரிக்கும் சத்தம் கேட்க உறைந்தார்கள்.

பயத்தை உதறினான் வெங்கி.

“யாரு? யாரு இருக்கீங்க உள்ள? நீங்க தான் பாடுனீங்களா?” என்றான் சற்றே உரத்த குரலில்.

அவன் பேசவும் பல ஆயிரம் விளக்குகள் உயிர் பெற்றதைப் போல அந்த இடமே வெளிச்சமாக ஆனது. பல வண்ண பல்புகளால் அந்த இடம் அலங்கரிக்கப்பட்டு அழகாகக் காட்சியளித்தது. மிகப்பெரிய ஹால் இருந்தது. அதன் ஒரு ஓரத்தில் தான் வெங்கியும் பாலாவும் நின்றிருந்தார்கள். அந்த இடத்தை ஊன்றிக் கவனித்தான் வெங்கி. பழைய கால மாளிகை போல இல்லை. இன்றைய மாடர்ன் வீடுகள் போலத்தான் இருந்தது. ஆனால் மிகவும் பெரிது. ஹாலை ஒட்டி ஒரு மாடிப்படி ஏறியது. முற்றிலும் மரத்தால் ஆன படிகள். கைப்பிடிகளில் தேக்கு பளபளத்தது. ஆனால் படிகளில் சற்றே தூசி படிந்திருந்தது. யாரும் மாடிக்குச் சென்றதன் அடையாளமாக காலடித் தடங்களையே காணோம். மாடிப்படிகளை அடுத்து மூன்று

அறைகளின் வாயில் தெரிந்தது. எல்லாவற்றிலுமே திரைச் சீலைகள் தொங்க விடப்பட்டு அழகாகக் காட்சியளித்தது. ஒவ்வொரு வாயிலின் இரு புறத்திலும் பூஜாடிகள் வைக்கப்பட்டு அதில் பெயர் தெரியாத காய்ந்த மலர்கள் கொண்டு அலங்கரிக்கப்பட்டிருந்தன. குரல் மறு ஓரத்தில் இருந்து வந்தது.

வெளிச்சம் வந்ததாலோ என்னவோ பயம் குறைந்தது.

“இது என்ன மாய வேலை? நீங்க யாரு? உங்களுக்கு என்ன வேணும்?” என்றான் வெங்கி. இருந்த இடத்தை விட்டு அசையாமல். அந்த நேரத்திலும் நண்பனின் தைரியத்தைப் பாராட்டினான் பாலா.

“தயவு செஞ்சு உள்ளே வாங்க! அப்பத்தான் உங்களால என்னைப் பார்க்க முடியும்“ என்றது ஒரு இனிமையான பெண் குரல். பாட்டுப் பாடிய அதே குரல்.

“நாங்க ஏன் உள்ள வரணும்? நீங்க வெளிய வாங்க! இங்க எல்லாமே மர்மமா இருக்கே?” என்றான் வெங்கி பிடித்த பிடியை விடாமல்.

“ரெண்டு பேரும் ஆம்பிளை சிங்கங்க தான். ஒரு பொண்ணு கிட்டப் போயி இப்படி பயப்படுறீங்களே?” என்றது குரல் மீண்டும்.

அதற்கு மேலும் போகாமல் இருந்தால் ஆண்மைக்கே இழுக்கு என எண்ணிய வெங்கி எட்டு வைத்தான். நல்லவேளையாக எதுவும் நடக்கவில்லை. துணிந்து ஹாலில் எல்லையில் இருந்த குரல் வந்த அறையை நோக்கி நடந்தான். விருப்பமே இல்லாமல் பாலா பின் தொடர்ந்தான். அவனுக்கு அங்கே தனியாக நிற்க அச்சம். ஹாலில் மறு ஓரத்தில் இருந்த அறையிலிருந்து தான் குரல் வருகிறது எனக் கணித்துக்கொண்டு அதை நோக்கி நடந்தான். காலடிகள் பெரிதாக கேட்டன. பயத்தில் சட்டென நின்று விட்டான். இப்போது ஓரத்தில் இருந்த அறையின் வாயிலில் அழகே உருவான சுடிதார் அணிந்த பெண் ஒருத்தி நின்றிருந்தாள்.

“வாங்க! பயப்படாதீங்க. இது எங்க பாட்டி வீடு தான்” என்றாள்.

“பாட்டி வீடா? இல்லை மர்ம வீடா?” என்றான் பாலா.

“சும்மா சும்மா மர்மம்னு பேசாதீங்க! நான் ரொம்ப பயந்த சுபாவம்“ என்றாள் அந்தப் பெண்.

மேலும் அவளை நோக்கி முன்னேறினார்கள். வைத்த கண் வாங்காமல் பார்த்துக்கொண்டிருந்தாள் அந்தப் பெண். அதுவே

என்னவோ போலிருந்தது. அவசரமாக அவளது காலைப் பார்த்தான் பாலா. தரையில் தான் இருந்தது. இப்போது அவர்கள் அந்தப் பெண்ணின் முன்னால் நின்றிருந்தார்கள்.

"இப்ப சொல்லு! நீ யாரு? எதுக்கு எங்களை இங்கே வரவெச்சே?" என்றான் வெங்கி.

"என்னது? நான் உங்களை வர வெச்சேனா? நீங்களா தானே வந்தீங்க?" என்றாள் எகத்தாளமாக.

"இல்ல! தள்ளி இருந்து பார்க்கும் போது இங்க குடிசை தெரிஞ் சது. ஆனா அது என் கண்ணுக்கு மட்டும் தான் தெரிஞ்சது. கிட்ட வந்தா பெரிய பங்களா, அடுத்த நிமிஷமே பாழடஞ்ச மதில் சுவர் தானா சரியாகுது. எந்தப் பக்கம் திரும்பினாலும் இங்க தான் வந்து சேருரோம். உண்மையைச் சொல்லு! நீ யாரு? பேயா? இல்லை மந்திரவாதியா?" என்றான் வெங்கி.

கலகலவெனச் சிரித்தாள் அந்தப் பெண்.

"படிச்ச உங்களை நான் என்னன்னு சொல்றது? குடிசையாம், கிட்ட வந்த மாளிகை ஆயிருச்சாம்" என்று சொல்லி மீண்டும் சிரித்தாள்.

"சிரிக்காதே! இது தான் நடந்தது. இதுக்கு உன்னால விளக்கம் சொல்ல முடியுமா?" என்றான் பாலா.

"ஏன் முடியாது? உங்க நாலு பேர்ல உங்களுக்குக் கண் பார்வை ரொம்ப ஷார்ப்பா இருக்கு. அதனால குடிசை உங்க கண்ணுக்குத் தெரிஞ்சது."

"சரி! அப்படியே வெச்சுப்போம்! ஆனா கிட்ட வர வர குடிசை மாளிகை ஆச்சே?" என்றான் வெங்கி.

"ஹையோ! ஹையோ! பாருங்க! நீங்க வந்ததுக்கு எதிர் திசையில ஒரு குடிசை இருக்கு. அதுல இந்த வீட்டுல வேலை செய்யுற ரெண்டு பேர் இருக்காங்க. அதைத்தான் பார்த்துருக்கீங்க" என்றாள் புன்னகைத்தபடி.

கேவலமாக உணர்ந்தார்கள் நண்பர்கள் இருவரும். ஆனாலும் சந்தேகம் போகவில்லை.

"ஓகே! அதையும் உண்மைன்னே வெச்சுக்குவோம். ஆனா எங்க திரும்புனாலும் இந்த வீடு வந்தது, மதில் சுவர் புதுசானது...?" என்றான் வெங்கி விடாமல்.

“என்ன நீங்க இப்படி இருக்கீங்க? இந்த பங்களாவோட சுற்றுச் சுவர் ரொம்பப் பெரிசு. காட்டுல திக்கு திசை தெரியாம எங்கியோ சுத்தி இருக்கீங்க. பங்களாவோட முன் பக்கத்துக்கு வந்துட்டீங்க. நீங்க சொன்ன இடிஞ்ச மதில் சுவர் பின் பக்கம் இருக்கு. வேணும்னாப் போய்ப் பாருங்க” என்றாள்.

“இவ்வளவு தானா? நான் கூட என்னவோன்னு நெனச்சேன்.” என்றான் வெங்கி.

“பொண்ணைப் பார்த்தாப் போதுமே! உடனே நம்பிடுவியே? ஏங்க? வெங்கி பேசின உடனே லைட் எரிஞ்சதே எப்படி?” என்றான் பாலா விடாமல்.

“சரியாப் போச்சு! அவரு பேசவும் கரண்டு வரவும் சரியா இருந்தது சார்!” என்றாள் சிறு எரிச்சலுடன்.

இதற்கு மேலும் சந்தேகப்பட்டால் நாம் கோழைகள் ஆகிவிடுவோம் என நினைத்தான் வெங்கி. ஆனாலும் எங்கேயோ என்னவோ இடறுகிறதே என்று யோசித்தான்.

“சரி! உள்ள வாங்க” என்றாள் அந்தப் பெண் மீண்டும்.

“இல்லங்க! நாங்க வரல்ல! உங்களுக்கு கன்னிமார் துறைக்கு வழி தெரியும்னா சொல்லுங்க. போயிட்டே இருக்கோம். அங்க எங்க நண்பர்கள் வெயிட் பண்ணிக்கிட்டு இருப்பாங்க! கவலை வேற படுவாங்க. ஏன்னா செல் எடுக்கவே இல்ல” என்றான் வெங்கி.

“அவங்க ரெண்டு பேரும் அப்பவே போயிட்டாங்க. கவலைப் படாதீங்க” என்றாள் அமைதியாக.

தூக்கி வாரிப் போட்டது இருவருக்கும்.

“என்ன? என்ன? ரெண்டு பேரா? போயிட்டாங்களா? உங்களுக்கு எப்படித் தெரியும்?” என்றான் பாலா. பயத்தில் இருவர் முகங்களும் வெளிறிக் கிடந்தது.

“அட! உத்தேசமா சொன்னேன். இப்ப என்ன? நீங்க கன்னிமார் துறைக்குப் போகணும். அவ்ள தானே? நானே கொண்டு போய் விடறேன். ஆனா நீங்க எனக்கு ஒரு உதவி செய்யணும்.” என்றாள்.

“என்ன உதவின்னு தெரியாம செய்யறேன்னு சொல்ல முடியாதுங்க” என்றான் பாலா. அவனை முறைத்தான் வெங்கி. “போடா லூசு” என்றான் பாலா வெறும் வாயசைப்பில்.

“என் பேரு நித்யா! பக்கத்துல இருக்குற கிராமம் தான் என் ஊரு. இதோ தெரியுதே காஞ்ச பூ! அதை எரிக்கணும். அது தான் நீங்க எனக்கு செய்யுற உதவி.” என்றாள்.

“ஏன்? அதை நீங்க செய்ய முடியாதா? நாங்க ஏன் செய்யணும்?” என்றான் வெங்கி. அவனுக்கும் ஏதோ சந்தேகம்.

“நான் அதைச் செய்யக் கூடாது! உங்களால முடியுமா முடியாதா?” என்றாள் நித்யா. அவளது முகம் கோபத்தில் சற்றே பயங்கரமாகக் காட்சியளித்தது.

“தாயே! நீ யாரு? என்ன? எதுவும் தெரியல்ல! நீ சொல்றபடியே செய்யுறோம்! எங்களை வெளிய விட்டாப் போதும்“ என்றான் வெங்கி. இப்போது பாலாவுக்கு உடல் தந்தியடிக்கத் தொடங்கி விட்டது. வியர்வையில் நைனைந்து தொப்பலாக இருந்தது உடை. நித்யாவின் முகம் சாதாரணமானது.

“நானே கூட வரேன்னு சொன்னேனே?” என்றாள்.

பூ ஜாடிகளில் இருந்த காய்ந்த பூக்களை கீழே தட்டினான். பூக்கள் தட்டென்ற பெரும் ஓசையோடு கீழே விழுந்தன. பூக்கள் இத்தனை சத்தம் போடுமா? என அவர்கள் திகைத்து நிற்கும் போதே அந்தப் பெண் கத்தினாள்.

“எல்லா ஜாடியிலயும் இருக்குற பூவைப் போடுங்க. சீக்கிரம் எரிங்க” என்றாள். அவளது கண்கள் ஹாலில் எதிர்ப்புறமிருந்த ஒரு வாளில் நிலைத்திருந்தது. அந்த வாள் வெள்ளியால் செய்யப்பட்டது போல பளபளப்பாக இருந்தது.

“அதை எடுக்கணுமா?” என்றான் வெங்கி. அவனை முறைத்தாள் நித்யா.

“சொன்னதை மட்டும் செய்ங்க” என்ற அவளது குரலில் அதிகாரம் இருந்தது.

ஆத்திரம் வந்தாலும் வேறு வழி இல்லாத நிலையில் அத்தனை ஜாடியிலும் இருந்த பூக்களை கீழே கொட்டினான். ஒவ்வொன்றும் ஒவ்வொரு ஓசையோடு கீழே விழுந்தன. இதெல்லாம் என்ன? என்று கூட யோசிக்க முடியாமல் மூளை மரத்துப் போயிருந்தது இருவருக்கும்.

ஹாலின் நடுவே காய்ந்த பூக்கள் அம்பாரமாகக் குவித்து வைக்கப்பட்டிருக்க அவற்றை பற்ற வைக்க லைட்டரை எடுத்தான் பாலா.

"இவரு தான் செய்யணும் அதை" என்றாள் நித்யா. அவள் கண்களில் நெருப்பு தெரிந்ததோ என ஒரு வினாடி ஐயப்பட்டான் பாலா.

மௌனமாக லைட்டரை வெங்கியின் கையில் கொடுத்தான் அவன். பற்ற வைக்க சற்றே தயங்கினான் வெங்கி.

"உம்! சீக்கிரம்!" என்றாள் நித்யா. இம்முறை அவள் குரலில் கட்டளை.

நடுங்கும் கைகளோடு பற்றவைத்தான் வெங்கி. காய்ந்த பூவாக இருந்தாலும் சட்டென பற்றிக்கொள்ளவில்லை அவைகள். பக்கெட்டுகளில் இருந்த காகித பில்களை வைத்து எரித்தான். காகிதம் பற்றிக்கொள்ள அதன் அருகில் இருந்த பூ எரிய ஆரம்பித்தது.

வினாடிக்கும் குறைவான நேரம் ஓவென பெரும் சத்ததோடு காற்றடித்து சட்டென எல்லாம் நின்றது. நெருப்பு பூக்களைப் பற்றிக்கொண்டு நின்று எரிய ஆரம்பித்தது. மெல்லிய துர்நாற்றம் பரவ ஆரம்பித்தது. நித்யாவின் முகத்தில் மகிழ்ச்சியின் சாயல். பட்டென வெடித்துச் சிதறியது ஒரு பூ. அதிலிருந்து நீல நிற திரவம் வடிந்து மேலும் எரிய ஆரம்பித்தது. மூக்கை மூடிக் கொண்டார்கள் இரு நண்பர்களும். கண்கள் பளபளக்க பூக்கள் எரிவதை குரூர சந்தோசத்தோடு பார்த்துக்கொண்டிருந்தாள் நித்யா.

"போகலாமா?" என்றான் வெங்கி. சட்டெனத் திரும்பினாள் அவள். ஒரு வினாடி அவள் கண்கள் நீலமாகத் தெரிந்தது. நாக்கு இழுத்துக்கொள்ள கால்கள் தொய்ந்தன.

"முழுசா எரிஞ்சு முடியட்டும். அப்புறம் போகலாம்" என்றாள் நித்யா. இப்போது அவள் குரல் சாதாரணமாக இருந்தது.

கிட்டத்தட்ட பத்து நிமிடம் பூக்கள் முழுவதும் எரிந்து சாம்பலாகின. அவற்றை கவனமாக ஒரு கவரில் சேகரித்துக்கொண்டு எழுந்து நின்றாள்.

"ரொம்ப நன்றி! உங்களுக்கு" என்றாள்.

"உங்க நன்றியெல்லாம் இருக்கட்டும். நீங்க சொன்னபடி நாங்க் செஞ்சோம் இல்ல? இப்ப எங்களை கொண்டு போய் விடுங்க" என்றான் பாலா.

சிரித்தபடியே இருவரையும் நெருங்கி வந்தாள் நித்யா. அவளது கரங்களில் சாம்பல் அடங்கிய பொட்டலம். கண்ணிமைக்கும் நேரத்தில் தலையை யாரோ சம்மட்டியால் அடிப்பது போல இருக்க வலி தாங்காமல் இருவரும் ஆ என அலறியபடி சாய்ந்தார்கள். மெல்ல நினைவு தப்பியது இருவருக்கும்.

அத்தியாயம் 3

கண் விழித்தபோது ஒரே வெளிச்சமாக இருந்தது வெங்கிக்கு. அந்த மாயப் பெண் நம்மைக் கொன்று விட்டாள். இதோ சொர்க்கத்தில் இருக்கிறோம் போல என நினைத்துக்கொண்டான். ஆனால் சற்று நேரம் பொறுத்து பறவையின் ஒலிகள், காற்றுச் சத்தம் இவை கேட்டன. அதோடு நண்பர்கள் மிக்கேல் மற்றும் வினோவின் குரல் கேட்டது. என்னவோ கவலையோடு பேசிக்கொள்வது போல இருந்தது. ஆனால்...பாலா எங்கே? அவன் இருக்கிறானா இல்லையா? சட்டென முழு உணர்வும் வர எழுந்து அமர்ந்தான்.

"டேய்! பாலாவுக்கு என்ன ஆச்சுடா? அவன் எங்கே?" என்று கத்தினான்.

மிக்கேல் அருகில் வந்தான்.

"அப்பா! நீ முழுச்சுக்கிட்டியா? பயந்தே போயிட்டோம்" என்றான்.

"என்னடா உளறுற? நான் எப்படி இங்கே வந்தேன்? பாலா எங்கே?" என்றான் மீண்டும்.

"உன் பக்கத்துல தானே இருக்கான். ஏன் இப்படிக் கத்துற?" என்றான் வினோ.

அருகில் ஒரு மாதிரியான கோணத்தில் படுத்திருந்தான் பாலா. மூச்சு வந்து கொண்டிருந்தது. சற்றே நிம்மதியானது வெங்கிக்கு. ஆனால் அவர்கள் காட்டு பங்களாவில் அல்லவா இருந்தார்கள்? எங்களை இங்கே பத்திரமாகக் கொண்டு சேர்ந்த அந்தப் பெண் எங்கே?

"அந்தப் பொண்ணு எங்கே?" என்றான் அவசரமாக.

"எந்தப் பொண்ணு? இங்கே ஏதுடா பொண்ணு?" என்றான் வினோ. அவனது பார்வையே துளைத்தது.

"எங்களை இங்க யாரு கொண்டு வந்து சேர்ந்தாங்க?" என்றான் வெங்கி. இப்போது பாலாவிடமும் மெல்ல அசைவு தெரிந்தது. அவனும் எழுந்து அமர்ந்து கொண்டு சுற்றுமுற்றும் பார்த்தான். விழிகளில் குழப்பம்.

"நாம இங்கே எப்படி வந்தோம் வெங்கி?" என்றான்.

“அதாண்டா எனக்கும் புரியல்ல. இவங்களைக் கேட்டுக்கிட்டு இருந்தேன்.” என்று வினோவையும், மிக்கேலையும் கை காட்டினான்.

“நித்யா?” என்றான் பாலா.

“தெரியல்ல”

“டேய்! என்னடா? ரெண்டு பேரும் சேர்ந்துக்கிட்டு டிராமா போடுறீங்களா? யாரு நித்யா? என்ன விஷயம்?” என்றான் மிக்கேல் எரிச்சலாக.

“நித்யாவை விடு. முதல்ல நாங்க இங்கே எப்படி வந்தோம்? எங்களை கூட்டிக்கிட்டு வந்தது யாரு?” என்றான் பாலா.

மிக்கேலும் வினோவும் ஒருவரை ஒருவர் பார்த்துக்கொண்டனர்.

“உங்களை நாங்க தானே கூட்டிக்கிட்டு வந்தோம். அதோ நிக்குதே அந்த வண்டியில தானே நாம பிக்னிக் வந்தோம் . மறந்து போயிரிச்சா உங்களுக்கு?” என்றான் வினோ பரிகாசமாக.

“ம்ச்! நாம பாவநாசம் கன்னிமார் துறைக்கு எப்படி வந்தோம்னு கேக்கல்ல. கன்னிமார் துறைக்கு எப்படி வந்தோம்னு தன் கேக்கறேன்” என்றான் பாலா.

“உனக்கு என்ன லூசாடா? கன்னிமார் துறைக்கு எப்படி வந்தோம்னு கேக்கல்ல, கன்னிமார் துறைக்கு எப்படி வந்தோம்னு கேட்டா என்னடா அர்த்தம்? என்றான் மிக்கேல் கோபமாக.

சற்று நேரம் அமைதியாக இருந்தான் வெங்கி. எங்கோ குழப்பம் இருக்கிறது. ஒரு கண்ணி விடுபட்டிருக்கிறது. நாங்கள் இப்போது பத்திரமாக கன்னிமார் துறையில் தான் இருக்கிறோம். ஆனால்? காட்டு பங்களாவில் நடந்தது? எங்களைக் காப்பாற்றிய பெண் நித்யா? முதலிலிருந்து தான் கேட்க வேண்டும்.

“வினோ! நான் விளக்கமாச் சொல்றேன். நாம இங்க வந்தோமா? சாப்பாடு பத்தல்லன்னு மிக்கேலும் நீயும் சொன்னீங்களா? நாங்க தள்ளித் தெரியுற ஒரு குடிசையை நோக்கிப் போனோமா?”

“ஆங்! இங்க தான் குழப்பம் ஆரம்பிக்குது. தலையில அடிபட்டதுல உங்களுக்கு கொஞ்சம் சரியா நினைவு இல்லேன்னு நினைக்கிறேன்” என்றான் மிக்கேல்.

தலையில் அடிபட்டதா? இது என்ன புது குண்டு?

“தயவு செஞ்சு என்ன நடந்ததுன்னு சொல்லேன்” என்றான் பாலா கெஞ்சலாக.

“சரி சொல்றேன். நீயும் வெங்கியும் தூரத்துல இருக்குற குடிசையை நோக்கிப் போறேன்னு சொல்லிட்டு போனீங்க. நானும் மிக்கேலும் தாமிரபரணியில மீன் பிடிக்கலாம்னு தூண்டிலை எடுக்க கார் கிட்டப் போனோம். அப்ப திடீர்னு பெரிய சத்தம் தொம்முன்னு யாரோ கீழே விழுறா மாதிரி கேட்டது. ஓடி வந்து பார்த்தோம். நீயும், வெங்கியும் மயக்கமா இருந்தீங்க. கல்லுல அடி பட்டு காயம் வேற. நாங்க பயந்து போயிட்டோம். “ வினோ நிறுத்த மிக்கேல் தொடர்ந்தான்.

“ஆனா நல்லவேளை மூச்சு வந்துக்கிட்டு இருந்தது. தண்ணி தெளிச்சுப் பார்த்தோம். ம்ஹூம் பிரயோஜனமில்லை. அப்ப அந்த வழியா ஒரு வயசான அம்மா வந்தாங்க. இது வெறும் மயக்கம் தான் தம்பி. கவலைப் பட ஒண்ணுமில்ல. அவங்களே கொஞ்ச நேரத்துல எழுந்துருவாங்கன்னு சொன்னாங்க”

“யாரு அந்த அம்மா?” என்றான் வெங்கி ஆர்வமாக.

“தெரியல்ல! இங்க இருக்குற காணிங்கள்ல ஒருத்தங்களா இருக்கலாம். நாடி பிடிச்சுப் பார்த்துட்டு தான் சொன்னாங்க. உங்க தலையில சில பச்சிலையை கூட வெச்சாங்க.” என்றான்.

“அப்படீன்னா? நாங்க இங்க இருந்து போகவே இல்லியா?” என்றான் வெங்கி. அவனுக்கு குழப்பம், வியப்பு என எல்லாம் கலந்திருந்தது.

“ஆமாடா! கடந்த மூணு மணி நேரமா நீங்க மயக்கமா இருந்தீங்க. இப்ப மணி அஞ்சு. முதல்ல வீட்டுக்குக் கிளம்பலாம்” என்றான் மிக்கேல்.

மனதுக்குள் பயம் தோன்றியது வெங்கிக்கு. இவர்கள் என்ன சொல்கிறர்கள்? நாங்கள் மூன்று மணி நேரமாக மயங்கிக் கிடந்தோமா? அப்படியானால் நான் அங்கே பார்த்தது? பேசியது? எல்லாமே கனவா? மயக்கத்தில் தோன்றிய மாயமா?

“என்ன யோசிக்குற வெங்கி? இந்த மலையே சரியில்ல. வந்ததுல இருந்து என்னவோ மாதிரி இருக்கு. அந்த வயசான அம்மா சொன்னா மாதிரி கீழே இறங்கிருவோம். இனிமே இந்தப்பக்கமே வரக் கூடாது” என்றான் வினோ.

“இன்னும் அந்த அம்மா என்னென்ன சொன்னாங்கடா?” என்றான் வெங்கி. அவனுக்கு எப்படியாவது தனது மர்மத்துக்கு விடை தெரிய வராதா என்ற வேகம்.

“வேற ஒண்ணும் சொல்லல்ல! அவங்க இங்க எதேச்சையா வந்தா மாதிரி தெரியல்லடா! எங்களைப் பார்த்து தான் வந்தாங்க. அதுவும் நீயும் பாலாவும் மயக்கமா இருக்குறதை எதிர்பார்த்தது போலவே தான் பேசினாங்க” என்றான் மிக்கேல்.

எழுந்து நண்பர்கள் அருகே சென்றான் வெங்கி. இன்னமும் எழுந்திருக்கும் தெம்பு இல்லாதவனைப் போல அப்படியே அமர்ந்திருந்தான் பாலா.

“மிக்கேல்! தயவு செஞ்சு முழுசாச் சொல்லு! அந்த அம்மா எப்போ? எப்படி? எந்த வழியா வந்தாங்க? என்ன சொன்னாங்க? ஒரு வார்த்தை விடாமச் சொல்லுடா” என்றான் வெங்கி. அவன் குரலில் ஆர்வம்.

“சொல்றோம்டா! ஆனா நீங்க சொல்லி முடிச்சதும் அவங்களைத் தேடிக்கிட்டுக் கிளம்பக் கூடாது. எங்க கூட கீழே இறங்கிரணும். சம்மதமா?” என்றான் மிக்கேல்.

பாலாவைப் பார்க்க அவன் தலையாட்டினான். அப்படியே செய்வதாக வெங்கியும் ஒப்புக்கொண்டான்.

“நாங்க தூண்டிலை எடுக்க கார் கிட்டப் போனோம்னு சொன்னேன் இல்ல? அப்பத்தான் ஏதோ சத்தம் கேட்டது. நாங்க பயந்து போயி நீங்க போன வழியில ஓடினோம். அப்ப நீயும் பாலாவும் பைத்தியம் பிடிச்சவங்க மாதிரி எங்கேயோ பார்த்துக்கிட்டு எதையோ பேசிக்கிட்டு உக்காந்திருந்தீங்க. எனக்கு ரொம்ப பயமாப் போச்சிடா” என்று கண்களில் நீரோடு பேசினான் மிக்கேல்.

தொடர்ந்தான் வினோ.

“உங்களை அந்த நிலையில பார்த்ததும் எங்களுக்கு என்ன செய்யன்னு தெரியல்ல. கூப்பிட்டுப் பார்த்தோம், தட்டிப் பார்த்தோம். ஏன் மிக்கேல் உன்னை முதுகுல அடிக்கக் கூடச் செய்தான். ஆனா நீங்க எங்களைப் பார்க்கவும் இல்ல, பேசவும் இல்ல. எதையோ பார்த்து பேசிக்கிட்டு இருந்தீங்க” என்றான். அவனது குரலிலிருந்து எவ்வளவு பயந்திருக்கிறார்கள் எனப் புரிந்தது.

“ஒரு நிமிஷம் வினோ. நாங்க பேசினதுல ஏதாவது உங்களுக்குப் புரிஞ்சதா?”

“ம்ஹூம்! வார்த்தைகளே குழறலாத்தான் இருந்தது. ஆனால் ஒரு சில வார்த்தைகள் மட்டும் ஓரளவு தெளிவா இருந்தது. காஞ்ச பூ, மதில் சுவர், எரிக்கணும்னு இப்படி ஒரு சில வார்த்தைகள் ஒண்ணுக்கொண்ணு சம்பந்தமில்லாம இருந்தது.

“உம்! அப்புறம்?”

“மிக்கேல் சொன்னபடி பேசாம உங்களை வண்டியில ஏத்தி ஊருக்குக் கூட்டிக்கிட்டுப் போயிரலாம்னு தான் நெனச்சோம். ஆனா உங்களை அசைக்கக் கூட முடியல்ல. நீங்க ஒத்துழைக்கவும் இல்ல. அப்பத்தான் அந்த அம்மா வந்தாங்க.” என்றான் வினோ.

“அவங்க பார்க்குறதுக்கு எப்படி இருந்தாங்க?”

“சாதாரணமாத்தான் இருந்தாங்க. புடவை மட்டும் கொஞ்சம் பழங்கால டைப்புல கட்டியிருந்தாங்க. நெத்தியில பொட்டு, கழுத்துல கருப்பா ஏதோ செயின். அவ்வளவு தான். மத்தபடி குறிப்பிட்டுச் சொல்லும்படியாக இல்லை. இந்த மலையில இருக்குற சாதாரணக் கிழவியைப் போலத்தான் இருந்தாங்க. ஆனா அவங்க கிட்ட இருக்கும் போது மனசுக்கு ரொம்ப நிம்மதியா இருந்தது. அவங்களைப் பார்த்ததுமே அவங்க உங்களை சரி பண்ணிருவாங்கன்னு நம்பிக்கை வந்தது” என்றான் மிக்கேல்.

“உம் அப்புறம் அவங்க என்ன செஞ்சாங்க?” என்றான் பாலா. அவனும் எழுந்து இப்போது அருகில் வந்து விட்டான்.

“உங்களைக் கூப்பிட்டாங்க. உன்னைக் குறிப்பா கூப்பிட்டாங்க. வெங்கடேசான்னாங்க. எங்களுக்கு ஒரே ஆச்சரியம். உன் பேர் இவங்களுக்கு எப்படித் தெரியும்னு. அதை வினோ கேட்டான். ஆனா அவங்க ஒண்ணும் பதில் சொல்லல்ல.”

திகைப்புக்கு மேல் திகைப்பு வெங்கிக்கும் பாலாவுக்கும். எங்கோ காட்டில் இருக்கும் ஒரு வயோதிகப் பெண்மணிக்கு என் பெயர் எப்படித் தெரியும்? என.

“உம்“ என்றான் பாலா. ஏனோ அவனுக்கு இப்போது பயம் போய் விட்டது.

“அவங்க வாய்க்குள்ள பேசினது எங்களுக்குக் கொஞ்சம் கேட்டது. நித்யமல்லி முந்திக்கிட்டா. இவங்கள்ல ஒருத்தனை

பிடிச்சிருவா. எப்படியாவது மீட்கணும். அப்புறமா நித்தியமல்லியைப் பார்த்துக்கலாம்னு சொன்னாங்க. எங்களுக்கு எதுவும் புரியல்லன்னாலும் சரின்னு தலையாட்டினோம். உங்க தலையில ஏதோ ஒரு மூலிகை வெச்சு மந்திரம் சொன்னாங்க. அப்பத்தான் திரும்பவும் பயங்கரமான சத்தம் கேட்டுது. கறுப்பா ஏதோ ஒண்ணு புகை மாதிரிப் போச்சு. அந்த அம்மாவே கொஞ்சம் ஆடிப் போயிட்டாங்க. கீழே விழப்பார்த்தவங்களை மிக்கேல் தான் பிடிச்சுக்கிட்டான்.

"ஆமாண்டா! அப்ப அந்தம்மா என்னை ஆசீர்வதிச்சாங்க. சரியான நேரத்துல எனக்கு உதவுனப்பா. உன்னை நான் ஆசீர்வதிக்கிறேன்னு சொல்லி என் தலையில கை வெச்சாங்க. அப்படியே மனசுக்குள்ள உற்சாகமும், மகிழ்ச்சியும் பொங்குச்சு எனக்கு." என்றான் மிக்கேல். அவன் குரலில் இன்னமும் பரவசம்.

"அப்புறம்தான் நாங்க சத்தம் வந்த திசையை பார்த்தோம். நீயும் பாலாவும் ஒரு மரத்தடியில மயங்கிக் கிடந்தீங்க. உங்க கிட்ட ஒரே புகை வாடை. கிட்ட வந்தா நீங்க உயிரோட இருக்கீங்களா? இல்லையா? எதுவும் தெரியல்ல. நாங்க அந்த அம்மா கிட்ட என்னம்மா செய்யன்னு கேட்டோம். அதுக்கு அந்தம்மா, கவலைப் படாதீங்க தம்பிங்களா! உங்க நண்பர்கள் பிழைச்சுட்டாங்க. ஆனா இனிமே அவங்களை இங்க வர விடாதீங்க. மயக்கம் தெளிஞ்சதும் கீழே கூட்டிக்கிட்டுப் போயிருங்க. கவனமாப் பார்த்துக்குங்கன்னு சொன்னாங்க"

பேச்சே வரவில்லை இரு நண்பர்களுக்கும். இது என்ன அதிசயம்? நாங்கள் பைத்தியம் பிடித்தவர்களைப் போல இருந்தோமா? மிக்கேல் சொல்வதை வைத்துப் பார்க்கும் போது நாங்கள் செய்ததற்கும் உளறியதற்கும் கட்டாயம் சம்பந்தம் இருக்கிறது. ஆனால் நாங்கள் பங்களாவுக்குள் இல்லையா? அங்கே தான் இருந்தோம் என்றால், இங்கயும் எப்படி எங்களால் இருக்க முடியும்? எல்லாம் ஒரே மாயமாக இருக்கிறதே?

"ரொம்ப யோசிக்காதீங்கடா! முதல்ல மலை இறங்கிருவோம். அப்புறம் எவ்வளவு வேணும்னாலும் பேசுவோம்" என்று அவசரப்பட்டான் வினோ. சூரியன் வேறு இறங்கிக் கொண்டே இருக்க நண்பன் சொல்வது தான் சரி என்று முடிவு செய்து தலையாட்டினான் வெங்கி. பொருட்களை ஒவ்வொன்றாக காரில்

எடுத்து வைத்தனர். அப்போது மீண்டும் புகை நாற்றம் வருவதைப் போலிருக்க சற்றே நிதானித்தான் வெங்கி.

"டேய்! எல்லாரும் கொஞ்சம் கவனிங்க. திடீர்னு புகை நாத்தம் வரா மாதிரி இல்ல?" என்றான் வெங்கி. அதைக் கேட்டதும் மிக்கேலும் வினோவும் அதிர்வது வெளிப்படையாகத் தெரிந்தது.

"ஆமாடா! அந்தம்மா சொன்னபடியே தான் நடக்குது. முதல்ல உன் கையில இருக்குற அந்த பாட்டிலைத் தூக்கிப் போடு. தயவு செஞ்சு கேள்வி கேக்காம தூக்கிப் போடுடா" என்று கத்தினான் மிக்கேல்.

கல்லாய் நின்றிருந்த வெங்கியின் கரங்களிலிருந்து பாட்டிலைப் பிடுங்கி தூர எறிந்தான் பாலா. பக்கத்தில் ஒரு பாறையில் மோதியது அது. ஆனால் கண்ணாடி சிதறாமல் ரப்பர் பந்தைப் போல துள்ளி ஒரு புதரின் மேல் விழுந்தது. ஏதோ ஒரு பெரிய மிருகம் கீழே விழுவதைப் போன்ற சத்தம் கேட்டது. அதைக் கேட்டதும் மிக்கேலும், வினோவும் மின்னல் வேகத்தில் செயல் பட்டு வெங்கியை அப்படியே தூக்கி குண்டுக்கட்டாக வண்டியில் ஏற்றினர். பாலா சொல்லவே தேவையில்லாதபடி பின்னால் தாவி அமர்ந்து கொண்டான். டிரைவர் சீட்டில் அமர்ந்த வினோ கை நடுக்கத்தையும் பொருட்படுத்தாமல் வண்டியை ஓட்டினான். ரிவர்ஸ் எடுத்து பாதையில் வண்டி வருவதற்குள் ஏதோ ஒரு பயங்கர மிருகம் வண்டியைத் துரத்துவது போலிருக்க பின்னால் பார்த்தான் வெங்கி. கண்களுக்கு எதுவும் தெரியவில்லை என்றாலும் ஏதோ ஒன்று ஓடி வரும் சத்தம் மட்டும் கேட்டுக்கொண்டே இருந்தது. வேகத்தை அதிகப்படுத்தினான் வினோ. யாரோ பலமாக பின்னால் இருந்து இழுப்பதைப் போல வண்டி மிகவும் கஷ்டப்பட்டுத்தான் ஓடியது. வனப்பேச்சி அம்மன் கோயில் பகுதிக்கு வந்த உடன் எல்லாம் நிசப்தமானது.

கோயிலைக் கடக்கும் போது தன்னையும் அறியாமல் கை கூப்பி வணங்கினான் வெங்கி. அவனைத் தொடர்ந்து பாலாவும் வணங்கினான். கோயிலில் இருந்த தூண்டா மணி விளக்கு எரிந்து அவர்களுக்கு வழி காட்டியது. ஆனாலும் ஆபத்து வர இருக்குறது என்பதாலோ என்னவோ காற்றே இல்லாத நேரத்தில் கூட தீபத்தின் சுடர் ஆடிக் கொண்டிருந்தது.

அத்தியாயம் 4

வெங்கியும் பாலாவும் வழக்கம் போல அலுவலகத்துக்கு செல்வதும், மாலை நேரங்களில் பேசிக்கொண்டும் இருந்தார்கள். கவனமாக காட்டில் நடந்த அந்த சம்பவத்தை மறக்க விரும்பினார்கள் இருவரும். வினோவும், மிக்கேலும் டெல்லிக்குப் பயணப்பட்டு விட்டார்கள். போய் சேர்ந்து ஃபோனும் வந்து விட்டது. வாரம் ஒன்று ஓடியதே தெரியவில்லை.வெங்கி பயந்ததைப் போல எந்த எதிர்பாராத நிகழ்ச்சியும் நடக்கவில்லை. ஒருவாறு மனம் இயல்பு நிலைக்கு வந்து நிம்மதிப் பெருமூச்சு விடத் தொடங்கினர் நண்பர்கள் இருவரும்.

அன்று அலுவலகத்தில் யாரோ புதிதாக வந்து சேரப் போகிறாகள், அதிலும் இரு பெண்கள் என வெங்கியும் பாலாவும் வேலை பார்த்த அலுவலகத்தில் இருந்த இளைஞர்கள் அனைவரும் மிகவும் எதிர்பார்ப்பில் இருந்தனர். அதிலும் ராகேஷ், வருபவர்களில் ஒருத்தி தான் என் வருங்கால மனைவி, அதற்காகத்தான் கடவுள் அந்தப் பெண்களை இங்கே அனுப்புகிறார் என்ற லெவலுக்குப் போய் விட்டான். வெங்கிக்குமே கொஞ்சம் எதிர்பார்ப்பு இருக்கத்தான் செய்தது. அவனுக்கும் காதலிக்க, ஊர் சுற்ற பிறகு கல்யாணம் செய்து கொள்ள ஆசை உண்டு. பாலாவுக்கும் அதே நிலை தான்.

"அப்படி யாருடா வரப் போறாங்க? எல்லாப் பசங்களும் இப்படி ஈன்னு இளிச்சுக்கிட்டு இருக்காங்களே?" என்றான் வெங்கி.

"ரெண்டு பேராம் வெங்கி. அழகுன்னா அழகாம் அப்படி ஒரு அழகாம். ரெண்டு பேருக்குமே இன்னமும் கல்யாணம் ஆகலையாம். வயசு 22க்குள்ள தானாம்" என்றான் பாலா. முகத்தில் அப்படி ஒரு மலர்ச்சி.

"இத்தனை விவரம் உனக்கு எப்படிடா தெரியும்?" என்றான் வெங்கி.

"நம்ப மாட்டியா நீ? நம்ம ராகேஷ் தான் அவங்களை இண்டெர்வியூவுல வெச்சுப் பார்த்தானாம். அப்படியே மயங்கிட்டான்னா பார்த்துக்கயேன். அவன் தான் சொன்னான்" என்றான் பாலா பதிலுக்கு.

"சரி வரட்டும் பார்ப்போம்" என வேலையில் ஆழ்ந்து விட்டான். வெங்கியின் காதருகே ஏதோ குரல் கேட்க திடுக்கிட்டு நிமிர்ந்தான்.

யாருமே இல்லை. சரி ஏதோ வண்டோ கொசுவோ ரீங்காரம் செய்திருக்கும் என மீண்டும் வேலையில் ஆழ்ந்தான்.

"நித்யமல்லி வர்றா! எச்சரிக்கையா இரு! மயங்கிடாதே" என்றொரு குரல் தெளிவாகக் கேட்டது.

திடுக்கிட்டுப் போய் சுற்றுமுற்றும் பார்த்தான். பக்கத்து இருக்கையில் பாலா நிச்சலனமாக வேலை செய்து கொண்டிருந்தான்.

"பாலா! டேய் பாலா"

"என்ன?"

"இப்ப என் காதுக்கிட்ட யாரோ பேசுனாங்கடா" என்றான் பயந்த குரலில்.

"அந்தப் பொண்ணுங்களைப் பார்க்கக் கூட இல்லை! உளற ஆரம்பிச்சுட்டியா?" என்றான் பாலா கிண்டலாக.

"பாலா ப்ளீஸ்! நான் சீரியசாச் சொல்றேண்டா! என் காதுகிட்ட நித்யமல்லி வரா! மயங்கிடாதேன்னு சொன்னாங்கடா" என்றான்.

நித்யமல்லி என்ற பெயரைக் கேட்டதும் முகம் சீரியசானது பாலாவுக்கு.

"வெங்கி! இந்தப் பேரைத்தானே அன்னைக்கு அந்த அம்மா சொன்னாதா மிக்கேல் சொன்னான்?" என்றான் அவசரமாக. மெல்ல வியர்க்கத் தொடங்கியது அவனுக்கு.

"உம்! அதான் எனக்கும் கொஞ்சம் குழப்பமா இருக்கு"

"இப்ப என்னடா செய்ய?" என்றான் பாலா.

"எனக்கும் தெரியல்ல! இதுல யாரு நல்லவங்க? யாரு கெட்டவங்கன்னே தெரியலியேடா?" என்றான் பயந்த குரலில்.

"இதுல என்ன குழப்பம்? கண்டிப்பா அந்த அம்மா தான் நல்லவங்க. அவங்க தானே நம்மைக் காப்பாத்தினாங்க?" என்றான் பாலா.

"உம்! இருக்கலாம்! ஆனா நம்மை அந்த பங்களாவுல இருந்து உயிரோட வெளிய கொண்டு வந்தது நித்யா தானே? அதை யோசிச்சாத்தான் குழப்பமா இருக்கு. நம்மைச் சுத்தி என்னவோ நடக்குது. ஆனா நமக்கு எதுவுமே தெரியலையேன்னு இருக்குடா" என்றான் வெங்கி.

அவன் சொல்வது முற்றிலும் உண்மை எனப்பட்டது பாலாவுக்கு. காட்டுக்குப் போனோம். அங்கே ஒரு பெண்ணைப் பார்த்தோம். அவள் எதையோ எரிக்கச் சொன்னாள். திடீரெனப் பார்த்தால் நாங்கள் மீண்டும் நண்பர்களிடம் வந்து விட்டோம். இவையெல்லாம் எதற்காக? ஏன்? நடக்கின்றன? யாராவது விளக்கமாகச் சொன்னால் எவ்வளவு நன்றாக இருக்கும்? என நினைத்துக்கொண்டான் பாலா.

"ஏண்டா! நீயும் தானே எங்கூட வந்த? உன் காதுல மட்டும் குரல் கேக்கலையா?" என்றான் வெங்கி.

உதட்டைப் பிதுக்கினான் பாலா.

"அப்ப! இது எல்லாமே என்னைக் குறி வெச்சு தான் நடக்குதா? எனக்கு ஒண்ணுமே புரியலையே? தலையைப் பிய்ச்சுக்கலாம் போலிருக்கே" என்றான் வெங்கி. மேனேஜர் வரவே பேச்சு அத்தோடு நின்றது. சற்று நேரத்தில் குளிர் காற்று வந்து தன் மீது மோதுவது போல உணர்ந்தான். அலுவலகம் முழுக்க ஏசி தான் என்றாலும் இந்தக் காற்று முற்றிலும் வேறாக இருந்தது. கடுமையான குளிர் அதோடு விரும்பத்தக்கதாகவும் இல்லை. ஏதோ முடை நாற்றம் வருவதாக உணர்ந்தான். நிமிர்ந்து பர்த்த போது ஒரு இளம் பெண் இவனையே பார்த்தபடி நின்றிருந்தாள்.

அவளது பார்வை முதுகுத்தண்டில் ஜிவ்வென்றது.

"யார் நீங்க?" என்றான் நடுக்கத்தை மறைத்துக்கொண்டு.

"உங்களைத் தேடித்தான் வந்தேன். நீங்க தானே வெங்கடேஷ்?"

"ஆமா!"

"என் பேரு மல்லிகா! இன்னைக்குத்தான் புதுசா சேர்ந்திருக்கேன். உங்க கிட்ட வேலை கத்துக்கச் சொல்லி மேனேஜர் அனுப்புனாரு" என்றாள்.

சுற்று முற்றும் பார்த்தான். ராகேஷ், சரவணன் என எல்லாரும் இவனையே பார்த்துக்கொண்டிருந்தனர். அடிப்படையாக ஒரு சந்தேகம் வந்தது வெங்கிக்கு. இந்தப் பெண் தன் கண்களுக்கு மட்டும் தான் தெரிகிறாளா? இல்லை மற்றவர்களும் பார்க்கிறார்களா? என்பதே அது.

"என்னடா பர்க்கறீங்க?" என்றான் சரவணனிடம்.

“ஊம்! உனக்கு எங்கியோ மச்சம்டா! இந்தப் பொண்ணு உங்கிட்டத்தான் கத்துப்பேன்னு சொல்லிடிச்சே? உம்! நடத்து! நடத்து” என்றான் சரவணன்.

அப்போது தான் மூச்சே வந்தது வெங்கிக்கு. “அப்பாடா! அனைவருக்கும் இவள் தெரிகிறாள்! சாதாரணப் பெண் தான்” என ஆசுவாசம் அடைந்தான்.

“ஹலோ! வெங்கி! நான் உக்காரலாமா?” என்றாள் அந்தப் பெண் உரிமையாக.

விழித்தான் வெங்கி.

“உங்களை வெங்கின்னு தானே உங்க ஃபிரெண்ட்ஸ் கூப்பிடுவாங்க? அதான் நானும் அப்படிக் கூப்பிட்டேன்” என்றாள் அசராமல்.

“இதைப் பாருங்க மேடம்! நீங்க என்னை வெங்கடேஷ் சார்னு கூப்பிடுங்க. அது தான் நல்லது.” என்றான்.

சிரித்தாள் அந்தப் பெண். சங்கீதம் போல ஒலித்தது அது. அவளது அழகு கோடி முறை பெருகியது போல இருக்க ஆவெனப் பார்த்தான் வெங்கடேஷ்.

“என்ன அப்படிப் பார்க்கறீங்க சார்! வெக்கமா இருக்கு” என்றாள்.

ஆனால் அவளைப் பார்த்தால் வெட்கப்படும் பெண்ணாகத் தெரியவில்லை.

வேறு எதுவும் பேசாமல் அவளுக்கு அடிப்படை வேலைகளைச் சொல்லிக் கொடுத்தான். சட்டெனப் பிடித்துக்கொண்டாள். எதையும் ஒரு முறை சொன்னாலே போதும். ஒரு வேளை அவளுக்கு எல்லாமே முதலிலேயே தெரியுமோ என சந்தேகப்பட்டான்.

“நீங்க இதுக்கு முன்னாடி எங்கே வேலை பார்த்தீங்க?” என்றான் வெங்கி.

“எங்கேயுமே இல்ல! இதான் என் முதல் ஜாப்” என்றாள். அதன் பிறகு அவளும் எதுவும் அதிகமாகப் பேசவில்லை. மாலை அலுவலகம் முடிந்து பாலாவிடம் நிறையப் பேச வேண்டும் என நினைத்தவாறே பார்க்கிங்கில் நின்றிருந்தான் வெங்கடேஷ். தூரத்தில் பாலா யாரோ ஒரு பெண்ணுடன் நடந்து வருவது தெரிந்தது. எப்போதும் இருவரும் சேர்ந்து தான் வீட்டுக்குச் செல்வார்கள். ஒரு நாள் பாலா வண்டி கொண்டு வந்தால் மறு நாள் வெங்கி பைக்கை

எடுத்து வருவான். இது அவர்களுக்குள் எழுதப்படாத ஒப்பந்தம். நிறையப் பணமும் சேமிக்க முடியும் அதோடு பேசுவதற்கும் நேரம் கிடைக்கும் என அவர்கள் பேசி முடிவெடுத்திருந்தார்கள். ஆனால் இன்று ஒரு பெண்ணுடன் வருகிறானே? ஒரு வேளை மல்லிகாவாக இருக்குமோ? என அஞ்சினான்.

நெருங்கி வரும் போது தான் தெரிந்தது அது மல்லிகா இல்லை என. நிம்மதிப் பெருமூச்சு விடுமுன் மல்லிகா தெரிந்தாள்.

“என்ன பாலா? யார் இவங்க?” என்றான் வெங்கி நண்பனிடம். அந்தப் பெண் நேராக வெங்கடேஷைப் பார்த்தது. அவளது கண்கள் வயலட் நிறமாக இருக்க அதிந்து போனான் வெங்கடேஷ். ஆனால் அடுத்த கணம் சாதாரணமாக மாறியதோ எனத் தோன்றியது.

“வெங்கி! இவங்க பேரு ரக்ஷிதா! புதுசா இன்னிக்குத்தான் ஜாயின் பண்ணினாங்க.” என்றான் இளித்தபடி.

“ஹலோ! நீங்களும் பாலாவும் ரொம்ப ஃபிரெண்ட்ஸ் இல்ல?” என்றாள் ரக்ஷிதா. இப்போது எதற்கு இந்தக் கேள்வி எனத் தோன்றியதை மறைத்துக்கொண்டு வெறுமே தலையாட்டினான்.

நடந்து வந்து கொண்டிருந்த மல்லிகா இப்போது இவர்களை நெருங்கி விட்டாள். இரு பெண்களும் சிரித்துக்கொண்டனர். அதில் ஏதோ விஷம் இருப்பதாகப் பட்டது வெங்கிக்கு.

“சரி! நாங்க கிளம்புறோம். நாளைக்குப் பார்க்கலாம்“ என்று சொல்லி விட்டு பைக்கை உதைத்தான் வெங்கி. ஆனால் பாலா பின்னால் உட்கார முயற்சி கூடச் செய்யவில்லை.

“இல்லடா வெங்கி! நான் வந்து....ரக்ஷிதாவோட ...” என இழுத்தான்.“பரவாயில்ல பாலா! நீங்க என் ஃபிரெண்டைக் கூட்டிக்கிட்டுப் போங்க! நான் உங்க ஃபிரெண்டைக் கூட்டிக்குப் போறேன். என்ன சரிதானே வெங்கி?” என்றாள். அவளை வெறுப்புடன் பார்த்தான் வெங்கடேஷ்.

“எப்பவுமே நீயும் நானும் சேர்ந்து தானே போவோம்? இன்னிக்கு என்ன புதுசா?” என்றான் பாலாவிடம் சண்டைக்குப் போவது போல.

நண்பனைத் தனியே அழைத்தான் பாலா.

“புரிஞ்சுக்கோ வெங்கி! ரக்ஷிதா வலிய வந்து எங்கிட்டப் பேசுறாடா மச்சான். இந்த சான்சை நான் விட்டுட்டேன்னா எனக்கு அப்புறம் பொண்ணே கிடைக்காது. நமக்கும் வயசாகுது இல்ல? காலாகாலத்துல கல்யாணம் செஞ்சாத்தானே நல்லது?'' என்றான்.

“அதுக்கு உங்கம்மா கிட்ட பொண்ணு பார்க்கச் சொல்லுடா! இல்லை வேற நல்ல பொண்ணாப்பாரேன். இவளைப் பார்த்தாலே நல்லா இல்லையே?'' என்றான் வெங்கி அவசரமாக.

“வாயை மூடு! ஒரு பொண்ணே வலிய வந்து பேசுனா நீங்கள்லாம் தப்பாத்தாண்டா நினைப்பீங்க. அந்தப் பொண்ணோட அழகுக்கும், அந்தஸ்துக்கும் என்னை அவ பார்க்கணும்னே அவசியம் இல்ல. ஆனா அவளே வரும் போது நீ ஏன் கெடுக்கப் பார்க்குற?'' என்றான் கோபமாக.

எதுவும் செய்ய இயலாத நிலையில் வெறுமே மௌனமானான் வெங்கடேஷ்.

“ஓகே! வா ரக்ஷிதா! நான் மாலுக்குப் போயிட்டு அப்புறமா நான் உன்னை வீட்டுல விட்டுடறேன். இன்னைக்கு ஒரு நாள் அட்ஜஸ்ட் செஞ்சுக்க. நாளையில இருந்து நான் பைக்கை எடுத்துட்டு வந்துடறேன்'' என்றான்.

பேசியபடியே நடந்து செல்லும் நண்பனை வருத்ததோடு பார்த்திருந்தான் வெங்கடேஷ்.

“அவரு போனா என்ன? உங்களுக்கு நான் இருக்கேனே?'' என்றபடி வந்தாள் மல்லிகா.

“சொல்லுங்க மல்லிகா'' என்றான் வெங்கி மரியாதை கருதி.

“சொல்லுறதுக்கு ஒண்ணுமில்ல! உங்களுக்கு என்னை ஏன் பிடிக்கல்லன்னு புரியல்ல. என்னடா? ஒரு பொண்ணா இருந்துக்கிட்டு இப்படி வலிய வலிய வர்ராளேன்னு நீங்க நினைக்கறீங்களோ என்னவோ?'' என்றாள்.

“சேசே! அப்படி நினைக்கல்ல! உங்களை நான் ஏன் வெறுக்கணும். இன்னுக்குத்தானே பார்த்தோம்? உங்களைப் பத்தி எனக்கு எதுவுமே தெரியாத போது, உங்க மேல வெறுப்போ, விருப்பமோ வரதுக்கு வாய்ப்பே இல்லியயே?'' என்றான். பைக்கின் கைப்பிடியில் கை வைத்தாள்.

“அப்பப் பழகுனா என்னைப் பிடிக்குமா?” என்றாள்.

“இது என்னங்க தொல்லையா இருக்கு? எனக்கு ஏற்கனவே கேர்ள்ஃபிரெண்டு இருக்காங்க. அவங்களைப் பார்க்கத்தான் நான் போயிட்டு இருக்கேன். போதுமா? வழியை விடுங்க” என்றான்.

மீண்டும் சிரித்தாள். அதே சிரிப்பு.

“உங்களைப் பத்தி எல்லாமே தெரிஞ்சுக்கிட்டு தான் வந்திருக்கேன். உங்க அம்மா அப்பாவொட மூத்த மகன் நீங்க! உங்களுக்கு ஒரு தம்பி இருக்காரு. அவரு இப்பப் படிச்சுக்கிட்டு இருக்காரு. உங்க அப்பா அரசு வேலையில இருக்காரு. அம்மா இல்லத்தரசி. இன்னும் ஒரு வருஷம் கழிச்சுத்தான் உங்களுக்கு வீட்டுல பொண்ணு பார்க்கப் போறாங்க. முறைப்பொண்ணு யாரும் இல்ல! நீங்களும் யாரையும் காதலிக்கல்ல! இதெல்லாம் தெரிஞ்சுக்கிட்டு தான் வந்தேன். பொய் சொல்லித் தப்பிக்கப் பார்க்காதீங்க” என்றாள்.

மீண்டும் முதுகுத்தண்டு ஜிலீரென்றது.

“இவ்வளவு விவரம் சேகரிச்சீங்களே? நான் முன்ன பின்ன தெரியாதவங்களோட வெளிய போக மாட்டேன்னு தெரியாதா?” என்று சொல்லி விட்டு பைக்கை உதைத்துப் பறந்து விட்டான். மீண்டும் யாரோ பின்னாலிருந்து வண்டியை இழுக்க முயற்சி செய்வது போல இருக்க, வனப்பேச்சியை நினைத்துக்கொண்டான் வண்டி சிட்டாகப் பறந்தது.

“எங்கே போயிருவே? இந்த மல்லிகாவைத் தேடி நீ வந்து தானே ஆகணும்” என எக்காளச் சிரிப்புடன் நின்றிருந்தாள் மல்லிகா. அவளது கைகளில் ஏதோ சாம்பல்.

அத்தியாயம் 5

பார்க்கிங் இடத்தில் நடந்த அந்த நிகழ்ச்சி வெங்கியை பயத்திலும் குழப்பத்திலும் ஆழ்த்தியது. அவன் பயந்தாங்கொள்ளி இல்லை என்றாலும் கடந்த சில நாட்களாக அவனது வாழ்க்கையில் நடந்த சில நிகழ்வுகள் அவனைக் குழப்பின. இதை எப்படி எடுத்துக்கொள்வது? அன்று பாவநாசத்தில் பார்த்த அந்தப் பெண்ணுக்கும் மல்லிகாவுக்கும் தொடர்பு இருக்குமா? ஆனால் அவள் முற்றிலும் வேறு மாதிரி இருந்தாளே? நித்யமல்லியிடம் நெருங்கும் போது ஏற்பட்ட அதே பயம் மல்லிகா நெருங்கும் போதும் ஏற்படுகிறது. ஆனால் பாலா இதனால் பாதிக்கபட்டிருப்பது போலத் தெரியவில்லை. அவள் ஏன் என்னை மட்டும் நெருங்கி வருகிறாள்? இப்படிப் பலப்பல சிந்தனைகளால் அலைக்கழிக்கப்பட்டான்.

பாலாவுக்கு இப்போதெல்லாம் வெங்கியோடு பேச நேரமே கிடைப்பதில்லை. எந்நேரமும் ரக்ஷிதா தான். வெங்கியும் அதை கவனிக்கும் மன நிலையில் இல்லை. இனம் புரியாத பயம் அவ்வப்போது எட்டிப் பார்த்தது.

அந்த ஞாயிற்றுக்கிழமை வீட்டில் தனியாக இருந்தான் வெங்கி. அம்மாவும் அப்பாவும் திருப்பதி போயிருந்தார்கள். இது போன்ற சமயங்களில் பாலா எப்போதும் உடன் இருப்பான். ஆனால் அன்று ரக்ஷிதாவோடு எங்கோ போய் விட்டான். தனியாக இருந்த வெங்கி அம்மா வைத்து விட்டுப் போயிருந்த இட்லியை சாப்பிட்டு விட்டுக் கையில் டீக்கோப்பையோடு டீவி பார்த்தபடி இருந்தான். வாசற் கதவை யாரோ தட்டும் சத்தம் கேட்டது.

யாரது? காலிங்க் பெல் இருக்கும் போது அனாவசியமாக கதவை தட்டுறாங்க?'' என்று எண்ணியவன் போய்க் கதவைத் திறந்தான்.

வயதான பெண் ஒருத்தி நின்று கொண்டிருந்தாள். கதவைத் திறந்ததும் சுதந்திரமாக உள்ளே வந்து அமர்ந்து கொண்டாள்.

''வாப்பா! இப்படி வந்து உக்காரு'' என்றாள் உரிமையாக.

''யார் நீங்க? எங்க வீட்டுக்கு வந்து என்னை உக்காரச் சொல்றீங்க?'' என்றான் கோபமாக.

''நான் யாருன்னு உனக்கு நேரம் வரும் போது தெரிய வரும். முதல்ல நீ இதை வாங்கிக்கோ'' என்றபடி ஏதோ ஒரு சிறு துணிப்

பொட்டலத்தைக் கொடுத்தாள். கறுப்பு நிறத்துணி சிறு பை போல தைக்கப்பட்டியோருந்தது. அதன் வாய் நூலால் கட்டப்பட்டிருந்தது. தானாக நீண்ட கையை கட்டுப்படுத்திக்கொண்டான்.

''முதல்ல நீங்க யாரு? உங்களுக்கு என்ன வேணும்னு சொல்லுங்க! எனக்கு இந்த மாதிரி மந்திரம் தந்திரம் இதெல்லாம் பிடிக்காது'' என்றான் கண்டிப்பாக.

''தெரியும்ப்பா! ஆனா உன் விதி வேற மாதிரி இருக்கே? உன் மூலமாத்தான் சில விஷயங்கள் நடக்கணும்னு இருக்கேப்பா! அதை மாத்த முடியுமா?'' என்றாள் அந்தப் பெண்மணி.

''இதைப் பாருங்கம்மா! உங்களுக்குக் காசு வேணும்னா கேட்டு வாங்கிக்கங்க! அதை விட்டுட்டு இப்படி மந்திரிச்ச தாயத்து தரேன், தகடு தரேன்னு பொய் சொல்லி ஏமாத்தாதீங்க! உங்கள மாதிரி ஆட்களால தான் மூட நம்பிக்கை வளருது'' என்றான்.

''எனக்கு எதுக்குப்பா உங்க காசு? நான் நெனச்சா என்னால கோடி கோடியா பணம் பண்ண முடியும். ஆனா என் நோக்கம் அது இல்ல'' என்றாள்.

''அதெல்லாம் சும்மா! உங்களை மாதிரி இருக்குறவங்க மக்கள் குடுக்குற பணத்தில தான் வாழுறீங்க. ஆனா பேச்சு மட்டும் வேற மாதிரி இருக்கும்'' என்றான் கிண்டலாக.

''உண்மை தான்ப்பா! சில பேரு மக்களை ஏமாத்துறாங்க தான். ஆனா நான் அந்த ரகத்தைச் சேர்ந்தவ இல்ல. என்னை நம்புனா உனக்குத்தான் நல்லது. இந்தா இந்த பொதியை எப்பவும் கூடவே வெச்சுக்கோ. நித்யமல்லியால எந்தப் பிரச்சனையும் வராது'' என்றாள் அந்தப் பெண்மணி.

நரம்பில் ஊசி போட்டது போல அதிர்ந்தான் வெங்கி. நித்யமல்லியைப் பற்றி இந்தக் கிழவிக்கு எப்படித் தெரியும்?

''எனக்கு எப்படி அவளைப் பத்தித் தெரியும்னு யோசிக்குறியா? அன்னைக்கு உன்னையும் உன் நண்பனையும் காப்பாத்தினதே நான் தானே?'' என்றாள் அதிரடியாக..

என்ன சொல்வது என்றே தெரியாமல் விழித்தான் வெங்கி. அவனுக்கு நம்பவும் முடியவில்லை நம்பாமல் இருக்கவும் முடியவில்லை.

''என்னப்பா நம்ப முடியலையா?'' என்றாள்.

மிடறு விழுங்கினான். மனதில் நினைப்பதையெல்லாம் சொல்கிறாளே? பெரும் மாயக்காரியாக இருப்பாளோ? என யோசித்தான்.

“இதைப் பாருப்பா! உனக்கும் உன் நண்பனுக்கு மிகப்பெரிய ஆபத்து வர இருக்கு. அதுல இருந்து நீங்க தப்பிச்சே ஆகணும். அது தான் எல்லாருக்கும் நல்லது. இல்லேன்னா மிகப்பெரிய அனர்த்தங்கள் விளையும்.” என்றாள் அந்தப் பெண்மணி.

“என்ன ஆபத்து?”

“அதைச் சொல்ல எனக்கு அதிகாரம் இல்லையப்பா! ஆனா நீ எப்பவும் ஜாக்கிரதையா இருக்கணும். யாரையும் நம்பிடாதே! இந்தப் பொதியை எப்பவும் கூடவே வெச்சுக்கோ என்ன?” என்றாள் மீண்டும்.

அப்போது காலிங் பெல் அடிக்கும் சத்தம் கேட்க வெளிறியது கிழவியின் முகம்.

“முதல்ல இதை வாங்கிக்கிட்டுப் போய்க் கதவைத் திற” என்றாள் அதிகாரமான குரலில். வாங்கக் கை நீட்டிய அதே நேரம் எங்கிருந்தோ வந்த வண்டு அந்தக் கிழவியின் கைகளைக் கொட்ட அந்தப் பொதியை கீழே போட்டு விட்டாள். கீழே விழுந்ததும் அந்தப் பை பச்சை நிறமாக எரிய ஆரம்பித்தது. கால்கள் வேரோடியது போல உணர்ந்தான் வெங்கி. காலின் பெல்லோ விடாமல் அலறியது.

சட்டென அந்த நெருப்பைச் சுற்றிக்கொண்டு போய்க் கதவைத் திறந்தான். திறந்தவனுக்கு மூச்சே நின்று விடும் போலாகி விட்டது. அச்சு அசல் உள்ளிருக்கும் கிழவியைப் போலவே ஒருத்தி நின்றிருந்தாள். நாக்கு இழுத்துக்கொண்டு விட்டது வெங்கிக்கு. இதெல்லாம் நிஜமாக நடக்கிறதா? இல்லை கெட்ட கனவு காண்கிறோமா? என்ற சந்தேகம் வந்து விட்டது அவனுக்கு. அவன் பார்த்துக்கொண்டிருக்கும் போதே கரும்புகை ஒன்று வெளியேறியது. ஆனால் அது கடக்கும் போது ஜிலீரென உணர்ந்தான்.

“உன் பேரு வெங்கடேசன் தானே?” என்றாள் வெளியில் நின்றிருந்த பெண்மணி.

“ஆ...ஆமா...இல்லை வெங்கடேஷ்”

“பாவநாசத்துல நித்யமல்லிகிட்ட இருந்து உன்னையும் உன் நண்பனையும் காப்பாத்தினது நான் தான். என் பேரு வள்ளி

நாச்சியார். நாச்சியாரம்மான்னு கூப்பிடுவாங்க. உள்ளே வரலாமா தம்பி?'' என்றாள்.

தலை சுற்றியது வெங்கிக்கு. இப்போது தான் ஒரு கிழவி வந்து நான் தான் உன்னைக் காப்பாற்றினேன் என்கிறாள். அவளைப் போலவே இன்னொருத்தி வந்து நான் தான் காப்பாற்றினேன் என்கிறாள். இதில் யார் சொல்வது உண்மை?'' என யோசித்தான்.

''தம்பி! உள்ளே போனா உங்க குழப்பம் தீர்ந்துடும். வீட்டுக்குள்ள போங்க'' என்றாள் அந்தப் பெண்மணி.

அது தான் சரி! இருவரையும் நேருக்கு நேராக நிற்க வைத்து யார் அசல்? யார் போலி? என முடிவு செய்து விடுவோம் என எண்ணிக் கொண்டு நாச்சியாரம்மாவை உள்ளே அழைத்துச் சென்றான்.

ஹால் காலியாக இருந்தது.

''பாட்டி! எங்கே போயிட்டீங்க?'' என்று குரல் கொடுத்தான். குரலே எழும்பவில்லை.

''அவ போயிட்டாப்பா! நீ எனக்காக கதவைத் திறக்கும் போதே அவ போயிட்டா'' என்றாள் நாச்சியாரம்மா.

தலையைக் கையில் பிடித்தபடி அமர்ந்து விட்டான் வெங்கி.

''அம்மா! என்னைச் சுத்தி என்ன நடக்குதுன்னே தெரியல்ல! யாரை நம்புறது? யாரை நம்பக் கூடாது ஒண்ணும் புரியல்ல. நீங்க யாரு? உங்களுக்கு என்னை எப்படித் தெரியும்? கொஞ்சம் முன்னாடி வந்தாங்களே? அவங்க யாரு? அவங்க ஏன் உங்களை மாதிரியே இருக்காங்க? ரெண்டு பேரும் ரெட்டைப் பிறவிங்களா?'' என்றான்.

''நீ யாரையும் நம்பாதே வெங்கடேசா! உன்னோட உள்ளுணர்வை நம்பு! கடவுளை நம்பு!'' என்றாள் அந்த அம்மாள்.

''நான் என்ன தப்பு செஞ்சேன்? சாதாரணமாப் போயிட்டிருந்த என் வாழ்க்கையில ஏன் இத்தனை குழப்பம்? என்னைச் சுத்தி என்ன நடக்குது? ஒண்ணுமே புரியல்லம்மா'' என்றான் மெல்லிய குரலில்.

''தெரியும்பா! உன்னோட குழப்பத்தை என்னால புரிஞ்சிக்க முடியுது. நித்யமல்லி உன்னைக் கண்டுக்கிட்டா. இனிமே விட மாட்டா! அதனால ரொம்ப எச்சரிக்கையா இருக்கணும் நீ'' என்றாள் நாச்சியாரம்மா.

''யாரும்மா நித்யமல்லி?''

"நல்ல கேள்வி தான்! ஆனா அதுக்கு பதில் நான் சொல்லக் கூடாது. நான் சொல்ற இடத்துக்குப் போ! அங்க போனா உனக்கு நித்யமல்லி யாரு? அவளுக்கும் உனக்கும் என்ன சம்பந்தம்? ஏன் அவ உன்னைத் தேடுறா? இந்தக் கேள்விக்கெல்லாம் பதில் கிடைக்கும். அது தெரிஞ்ச பிறகு நீ யாரு பக்கம்ன்றதை முடிவு செஞ்சிக்கோ. ஆனா அது வரைக்கும் ரொம்ப எச்சரிக்கையா இருக்கணும். யாரு என்ன பொருள் குடுத்தாலும் வாங்காதே'' என்றாள்.

மூச்சு முட்டி வாந்தி வரும் போல ஆகிவிட்டது வெங்கிக்கு.

"நான் இப்ப என்ன செய்யணும்?'' என்றான் கஷ்டப்பட்டு.

"முதல்ல நீ களக்காடு மலை மேல இருக்குற பெருமாள் கோயிலுக்குப் போ! அங்க உனக்கு அடுத்து என்னன்னு தெரிய வரும். தனியாப் போகாதே! உன் நண்பன் பாலகிருஷ்ணனையும் கூட்டிக்கிட்டுப் போ'' என்றாள் வயதான அம்மாள்.

"இல்லம்மா! நான் தனியாத்தான் போவேன். அங்க எனக்கு என்ன நடக்கும்னு தெரியாது. என்ன ஆபத்து வேணும்னாலும் வரலாம். அவனைக் கூட்டிக்கிட்டுப் போய் அவன் வாழ்க்கையையும் நான் பாழடிக்கவா செய்வேன்? மாட்டேன்மா! அவனாவது நிம்மதியா இருக்கட்டும்'' என்றான்.

"நீ ரொம்ப நல்லவன் தம்பி! எப்போதும் வனப் பேச்சியை நினைச்சுக்கோ. உனக்கு எந்த ஆபத்தும் வராது'' என்றாள் மென்மையாக.

"அப்ப நான் தனியாப் போகலாம் தானே?''

"இல்லப்பா! தெரிஞ்சோ தெரியாமலோ நீ உன் நண்பனை நித்யமல்லி கண்ணுல காட்டிட்ட. எப்படின்னாலும் அவனுக்கும் ஆபத்து இருக்கு. அதனால எப்போதும் அவன் உன் கூட வரது நல்லது.''

"உம்! சரி ! நாளைக்கே ஆபீசுக்கு ஒரு மாசம் லீவு போட்டுட்டு என்னோட குழப்பத்துக்கு விடை தேடப் போறேன்.'' என்றான் வெங்கி முடிவாக.

"ரொம்ப நல்லதுப்பா! சிவனை சித்தத்தில் வை! வனப்பேச்சியை மனதில் வை! மனதைத் தடுமாற விடாதே! எல்லாமே நல்லபடியா நடக்கும்'' என்று சொல்லிவிட்டு அந்த அம்மாள் போய் விட்டாள்.

இனி என்ன செய்ய? எப்படி களக்காடு மலை மேல் இருக்கும் பெருமாள் கோயிலைக் கண்டு பிடிப்பது? பாலாவை என்ன சொல்லி அழைப்பது? அம்மா அப்பாவிடம் என்ன சொல்வது? என யோசித்தபடி அமர்ந்திருந்தான் வெங்கி.

அத்தியாயம் 6

வெங்கியின் குழப்பம் அதிகமானதே தவிர குறையவில்லை. பாலாவிடம் எல்லாவற்றையும் சொல்லி விட வேண்டும் என நினைத்தான். ஆனால் அவனைப் பிடிக்கவே முடியவில்லை. எப்போதும் அந்தப் பெண் கூடவே இருந்தாள். அன்று இரவு எப்படியாவது அவனிடம் பேசி விட வேண்டும் எனத் தீர்மானித்துக்கொண்டு பதினொரு மணிக்கு ஃபோன் செய்தான் வெங்கி.

“என்னடா?” தூக்கக் கலக்கத்தில் பாலாவின் குரல் கேட்டது.

“பாலா! நீ செய்யுறது உனக்கே நல்லா இருக்காடா? எப்பப் பார்த்தாலும் அந்தப் பொண்ணு கூடவே சுத்திக்கிட்டு இருக்கியே? நீயும் நானும் பேசியே நிறைய நாளாச்சு தெரியுமா?” என்றான் வெங்கி.

ஓவென அழுது விட்டான் பாலா.

“நானே சொல்லணும்னு நெனச்சேன் மச்சான். அவ தொல்லை தாங்க முடியல்ல. என்னால அவளை விடவும் முடியல்ல. அவளை விடணும்னு நெனச்சாலே எனக்கு ஏதாவது ஆகுது. என்னைச் சுத்தி என்னென்னவோ நடக்குதுடா மச்சான். “ என்றான். அவன் குரலில் பயம் கலக்கம் இரண்டும் இருந்தது.

அப்போது தான் முதல் முதலாக பாலாவின் காதலியும் ஒரு வேளை நித்யமல்லியின் ஆளாக இருக்கலாமோ என்ற சந்தேகம் உதித்தது வெங்கிக்கு. இதை நிதானமாக அணுக வேண்டும். அவசரப்பட்டால் எங்கள் உயிருக்கே கூட ஆபத்து ஏற்படலாம். முதலில் பாலாவை அந்தப் பெண்ணின் பிடியிருந்து மீட்க வேண்டும். சரியான நேரத்தில் அந்த வயதான அம்மாள் வந்து எச்சரித்தாள். ஆனால் அவள் நல்லதுக்குச் சொன்னாளா? இல்லை அவளும் சதிகாரியா?” எண்ணங்கள் அலைக்கழித்தன.

“என்னடா ஒண்ணுமே பேச மாட்டேங்குற?” என்றான் பாலா.

“மச்சான்! ஃபோன்ல எதுவும் பேச வேண்டாம். வர ஞாயிற்றுக் கிழமை நேரா சிவன் கோயிலுக்கு வந்துரு. அங்க வெச்சு எல்லாத்தையும் விவரமா பேசுவோம். அது வரையிலும் எதுவ்மே நடக்காத மாதிரி இருடா!”

"நமக்கு என்ன ஆச்சு மச்சான்?"

"பயப்படாத ஒண்ணும் இல்ல! பார்த்துக்கலாம். தெய்வம் இருக்கு" என்றான்.

"நீ பேசுறதே எனக்கு பயமா இருக்குடா! நாளைக்கு ஆபீஸ்ல அவளைத் திரும்பப் பார்க்கணும்னு நெனச்சாலே பதறுது எனக்கு." என்றான் பாலா.

"நீ ஒண்ணு செய்யி பாலா! நாளைக்கு முழுக்க என் கூடவே இரு. அவ எங்கே கூப்பிட்டாலும் போகாதே! நான் பார்த்துக்கறேன்" என நண்பனுக்கு தைரியம் சொல்லி விட்டு ஃபோனை வைத்தான் வெங்கி.

மறு நாள் வழக்கம் போல அலுவலகம் இயங்கியது. பாலாவோடு பசை போட்டு ஒட்டிக்கொண்டாற் போல இருந்தாள் ரக்ஷிதா. மல்லிகா வழக்கம் போல வந்தாள். இப்போது பாலாவும் வெங்கியும் சேர்ந்து இருக்கவே எரிச்சல் பட்டாள் ரக்ஷிதா.

"என்ன? எப்பப் பார்த்தாலும் உங்க ஃபிரெண்டு கூடவே இருக்கீங்க? என்னை மறந்து போயிட்டீங்களா?" என்றாள் பாலாவிடம் கொஞ் சலாக. அதற்கு வெங்கி தான் பதில் சொன்னான்.

"நீங்க வரதுக்கு முன்னாடி நாங்க இப்படித்தான் இருந்தோம். அது எப்பவுமே மாறாது" என்றான்.

அவனை அலட்சியம் செய்து பாலாவின் பக்கம் திரும்பினாள்.

"பாலா! வர ஞயிற்றுக்கிழமை நீங்க ஃப்ரீயா?" என்றாள்.

தூக்கி வாரிப்போட நிமிர்ந்தான் வெங்கி. பாலா திரு திருவென விழித்தன்.

"ஏன் கேக்கற?"

"அன்னைக்கு எங்க அஸோசியேஷன்ல நிறைய புரோகிராம் இருக்கு. ஃபன் கேம்ஸ், டிரஷர் ஹண்ட் இப்படி. டிரஷர் ஹண்டுல ஜெயிச்சவங்களுக்கு ரெண்டு டிக்கெட் ஆஸ்திரேலியா போறதுக்கு தராங்க. தங்குறது, சாப்பாடு எல்லாமே அவங்களே தராங்க. வரீங்களா பாலா? நாம கலந்துக்கிட்ட நம்மால நிச்சயமா ஜெயிக்க முடியும்" என்றாள்.

கண்களில் பேராசை வந்தது பாலாவுக்கு. ஏதோ சொல்ல வந்த நண்பனை அடக்கினான் வெங்கி.

“இல்லை ரக்ஷிதா! அன்னைக்கு நானும் அவனும் சிவன் கோயிலுக்குப் போறோம். அன்னைக்கு அதை நாங்க கிளீன் செஞ்சு குடுக்குறதா முதல்லயே சொல்லிட்டோம்” என்றான் வெங்கி.

முறைத்துப் பார்த்தாள் அவனை.

“என்ன? கோயில்னா என்னால வர முடியாதுன்னா நெனச்சே?” என்ற குரல் காதில் ஒலிக்கத் திடுக்கிட்டான் வெங்கி. ரக்ஷிதாவையே கூர்ந்து பார்த்தான். அவள் உதடுகள் அசையக் கூட இல்லை.

“வெங்கி! என்ன ஆச்சு? உனக்கு ஏன் இப்படி வேர்க்குது? உடம்பு சரியில்லையாடா?” என்று பதறினான் பாலா.

அப்போது தான் தன்னையே பார்த்துக்கொண்டான் வெங்கி. நீளமாக வந்த மூச்சுகள். காதில் சற்றே வலி அதோடு முகம் முழுக்க வியர்வை. மனதில் வனப்பேச்சியை தியானித்தான். சட்டென தெளிவு பிறந்தது.

“பாலா! ஞாயிற்றுக்கிழமை காலையில நான் வந்து உன்னை வீட்டுல பிக்கப் பண்ணிக்கறேன்.” என்றான்.

“ஏன் பாலா? உங்களுக்கு சொந்தமா விருப்பு வெறுப்பே இல்லையா? எப்பவுமே வெங்கி சொல்றதைத்தான் செய்வீங்களோ? இப்படியும் ஒரு ஆம்பிளையா?” என்றாள் ரக்ஷிதா கேவலமாக.

“அதானே? வெங்கி எப்பப் பார்த்தாலும் நீயே தான் என்னை டாமினேட் பண்ற! சிவன் கோயிலுக்கு அடுத்த வாரம் கூடப் போகலாம். ஆனா ஆஸ்திரேலியாவுக்கு டிக்கெட் கிடைக்குமா? நான் ரக்ஷிதா கூடத்தான் போவேன்” என்றான் பாலா அழுத்தமாக.

கண்களாலேயே ஜாடை காட்ட முயன்றான் வெங்கி. யாரோ ஒரு பெண் காதருகில் கேலியாக சிரிப்பது போலத் தோன்ற நிமிர்ந்தான். ரக்ஷிதா அவனையே பார்த்துக்கொண்டிருந்தாள். முதுகுத் தண்டில் ஜிலீரென்றது. பாலாவைப் பார்த்தான். அவனும் வெங்கியைத்தான் பார்த்துக்கொண்டிருந்தான். ஆனால் அவன் கண்கள் வேறு எதையோ சொல்ல முயன்றன.

“வனப்பேச்சி அம்மா! இங்க என்ன நடக்குது? ஒண்ணும் புரியல! உன் காட்டுல வந்து நாங்க ஏதாவது தப்பு செஞ்சிருந்தா எங்களை மன்னிச்சிரும்மா” என்று மனதார வேண்டிக் கொண்டான் வெங்கி. சட்டென ஏதோ நறுமணம் வருவது போலிருக்க ரக்ஷிதா போய் விட்டாள்.

அன்று முழுவதும் கொஞ்சம் உற்சாகமாக வேலை செய்தான். அதோடு மேனேஜரிடம் போய் தனக்கு ஒரு மாதம் விடுப்பு வேண்டும் எனக் கேட்டான். அந்த ஒரு மாதமும் சம்பளம் கிடைக்காது என உறுதியாகச் சொல்லி விட்டார் அவர். ஒப்புக்கொண்டு கடிதத்தில் கையெழுத்துப் போட்டு விட்டு வெளியே வந்தான். மல்லிகா வழியை மறித்தாற் போல நின்றிருந்தாள்.

"என்ன? காட்டுக்குப் போறதுன்னு முடிவு செஞ்சாச்சா?" என்றாள்.

"என்ன? என்ன?"

"அதான்! லீவு கேட்டிருக்கியே? ஒரு வேளை காடுகளுக்குப் போய்ப் பார்க்குற ஆசை வந்திருச்சோன்னு கேட்டேன். நானும் வரலாமா?" என்றாள் மெல்லிய சிரிப்போடு. அந்தச் சிரிப்பே பயமூட்டியது அவனுக்கு.

"நான் புதுசா பிசினஸ் ஆரம்பிக்கப் போறேன். அதுக்குத்தான் லீவு" என்றான்.

இப்போது ரக்ஷிதாவும் சேர்ந்து கொண்டாள்.

"என்ன சொல்றாரு ஹீரோ?" என்றாள் கிண்டலாக.

"எதுக்கு இப்படி என் பின்னால வந்து தொல்லை பண்றீங்க? உங்களுக்கு வேற வேலையே இல்லியா? நான் எங்கே போனா உங்களுக்கென்ன?" என்றான் வெங்கி கோபமாக.

"தப்பு வெங்கி! எங்க மேல கோபப்பட்டா உங்களுக்குத்தான் ஆபத்து. நீங்க ஏன் எங்களை பகையாளி மாதிரியே பார்க்கறீங்க? நாங்க உங்க தோழிகள். உங்களுக்கு நன்மை தான் செய்வோம்னு ஏன் நம்ப மாட்டேங்கறீங்க?" என்றாள் மல்லிகா.

அவளது பேச்சு வெங்கியையே மயக்கி விடும் போலிருந்தது.

"நான் உங்களை எதுவும் சொல்லலியே?" என்று சொல்லி விட்டு நகரப் போனான்.

"எங்களை நம்புங்க வெங்கி! நாங்களும் கூட வரோம். இல்லைன்னா நாச்சியாரம்மாவோட மாயத்தை உங்களால ஜெயிக்கவே முடியாது" என்றாள் மல்லிகா.

தலை குழம்பி கிறுகிறுத்தது.

“யார் சொல்வதை நம்புவது? மல்லிகா நல்லவள் தானோ? அந்தக் கிழவி தான் கொடுமைக்காரியோ? அந்தக் கிழவி சொற்படி ஏன் செயல்பட வேண்டும்? இவர்கள் சொல்வதைக் கேட்டால் என்ன?” என எண்ணங்கள் ஓடின.

மனதுக்குள் வனப்பேச்சியை நினைத்துக்கொண்டான்.

“தாயே! நீ தெய்வம்! எப்போதும் நல்லதை மட்டுமே செய்வாய்! நான் யாரை நம்ப வேண்டும்? யார் சொன்னபடி செய்ய வேண்டும்? வழி காட்டு அம்மா” எனு உருகி வேண்டினான்.

மல்லிகாவின் முகம் பயங்கரமாக மாறியது. ரக்ஷிதா அங்கிருந்து சென்றே விட்டாள்.

“ஆபத்தை விலைக்கு வாங்கியிருக்க வெங்கி! நல்லா யோசிச்சு எதையும் செய்யி! அவசரப்படாதே” என்று சொல்லி விட்டு மல்லிகாவும் போய் விட்டாள். மாலை பாலாவை ரக்ஷிதாவின் பிடியிருந்து மீட்டு பக்கத்தில் இருந்த கோயிலுக்கு கூட்டிச் சென்றான். அவனுக்கென்னவோ அது தான் பாதுகாப்பான இடம் எனத் தோன்றியது. அது பெருமாள் கோயில். பெரிய பெரிய பிரகாரங்கள் இருக்கவே வசதியாக அமர்ந்து பேசினார்கள்.

பாலா வெங்கியின் கைகளைப் ப்டித்து அழுதே விட்டான்.

“வெங்கி! ரக்ஷிதா என்னை ரொம்ப பாதிச்சுட்டாடா! அவ சொன்னபடி செய்யலைன்னா உடனே என்னைப் பார்த்து விழிக்குறா அந்த நிமிசமே என் தலைக்குள்ள பல சத்தம் கேக்குது, வலிக்குது. கண்ணே திறக்க முடியாதபடி ஆயிருது. இதெல்லாம் என்னடா?” என்றான்.

“இதுக்கெல்லாம் தான் நாம விடை கண்டுபிடிக்கணும் பாலா. அதுக்குத்தான் உன்னைப் பார்த்துப் பேசணும்னு சொன்னேன்” என்றான் வெங்கி நண்பனின் கைகளைத் தட்டியபடி.

“நமக்கு மட்டும் ஏன்டா இப்படி நடக்கணும்? நாம என்ன தப்பு செஞ்சோம்?” என்றான் பாலா பரிதாபமாக.

“எனக்கும் அதிகமா எதுவும் தெரியாது பாலா. ஆனா நாம ஏதோ ஒரு சிக்கல்ல மாட்டியிருக்கோம்னு மட்டும் புரியுது. ரெண்டு நாளைக்கு முன்னால நான் உனக்கு ஃபோன் பண்ணினேனே நினவிருக்கா?”

“எப்படிடா மறக்க முடியும்? உன் ஃபோன் வந்ததும் தானே என் தலைவலியும் உடம்பு வலியும் கொஞ்சம் குறைஞ்சது?”

பேசிய நண்பனைப் பார்த்து விழித்தான் வெங்கி. அப்படியானால் இவன் ரக்ஷிதாவோடு இல்லையா?

“நீ ஞாயிற்றுக்கிழமை ரக்ஷிதாவோட இல்லையா?”

“இல்லடா! அவ என்னை லீவு நாள்ல பார்க்கக் கூட மாட்டா. ஆனா நான் வீட்டை விட்டு வெளியே வரவே முடியாது. ஏன்னா தலைவலியும், உடம்பு வலியும் அப்படி இருக்கும்“ என்றான் பாவமாக.

தன்னால் தன் நண்பனுக்கு ஏற்பட்ட நிலையைக் கண்டு வருத்தமாக இருந்தது வெங்கிக்கு.

“பாலா! எனக்கும் சில அனுபவங்கள் ஏற்பட்டது” என்று சொல்லி ஞாயிற்றுக்கிழமை நாச்சியாரம்மாள் என்ற பெண்மணி வந்ததையும் அவளைப் போலவே உருவம் திரும்பி வந்ததையும் கூறினான். வெங்கி சொல்லி முடித்ததும் அமைதியாக இருந்தது அந்த இடம்.

“வெங்கி! எனக்கு ரொம்ப பயமா இருக்குடா! நம்ம உயிருக்கு ஆபத்தா? பேசாம வேலைய ராஜினாமா பண்ணிட்டு எங்க வீட்டுக்குப் போயிரலாமா?” என்றான் நடுங்கியபடி.

“பயந்து பயந்து நம்மால எதுவும் சாதிக்க முடியாதுடா! துணிஞ்சு எறங்கிடணும். நான் ஏற்கனவே ஒரு மாசம் லீவு போட்டுட்டேன். நீயும் போடு. நாம களக்காடு பெருமாள் கோயிலைத் தேடுவோம். “ என்றான்.

“வேற வழியே இல்லையே? அப்படித்தான் செய்யணும். எங்க வீட்டுல கேட்டா ஆபீசுல இருந்து ஒரு மாசம் என்னை டெல்லிக்கு அனுப்பியிருக்காங்கன்னு சொல்லிருவேன்” என்றான் பாலா.

“என்ன தம்பிகளா? களக்காடு கோயிலைப் பத்திப் பேசிண்டு இருந்தேள் போல இருக்கே?” என்று கேட்டபடி நடுத்தர வயது குடுமி வைத்த ஐயர் வந்தார். அவரது நெற்றியில் பட்டையாக நாமம்.

“நாங்க பேசினதைக் கேட்டீங்களா சார்?” என்றான் பாலா.

“இல்லேப்பா! களக்காடு பெருமாள் கோயில்ங்குற வார்த்தை மட்டும் தான் கேட்டது.”

“உங்களுக்கு அந்தக் கோயிலைத் தெரியுமா சார்?” என்றான் வெங்கி.

“அப்படி ஒரு கோயில் இருக்குன்னு தெரியும். ஆனா களக்காடு மலையில அது எங்கே இருக்குன்னு தெரியாது. இன்னைக்கு

இந்தக் கோயிலுக்குப் போன்னு பெருமாள் உத்தரவு குடுத்தார், நான் வந்தேன். பார்த்தா நீங்க பேசிண்டு இருக்கேள்'' என்றார்.

''சாமி! எங்களுக்கு அந்தக் கோயிலைக் கண்டு பிடிக்கணும்னு உத்தரவு வந்திருக்கு சாமி'' என்றான் வெங்கி.

''ரொம்ப நல்லதுப்பா! அந்தக் கோயிலைக் கண்டு பிடிக்கறதுக்கு முன்னால பெருமாளோட தங்கையான வனதுர்க்கையை அதாவது வனப்பேச்சியைசேவிக்கணுமே? அது பத்தி ஏதாவது தெரியுமா உங்களுக்கு?'' என்றார் அந்த ஐயர்.

திகைத்துப் போய் அவரையே பார்த்தார்கள் வெங்கியும் பாலாவும்.

அத்தியாயம் 7

பேசிய அந்த மனிதரை உற்றுப் பார்த்தான் வெங்கி.

“என்ன இப்படிப் பாக்கறேள்?” என்றார்.

“எனக்கு என்ன சொல்றது? எப்படிச் சொல்றதுன்னே தெரியல்ல! வனப்பேச்சியைக் கும்பிடச் சொல்லி ஒரு வயசான அம்மா சொன்னாங்க. பார்த்தா நீங்களும் அதையே தான் சொல்றீங்க? உங்களுக்கு அந்த அம்மாவைத் தெரியுமா?” என்றான்.

“தெரியாதுப்பா! ஆனா தீய சக்தியை அழிக்க, நல்லது நடக்க வனப்பேச்சியைத்தானே எல்லாரும் கும்பிடுவாங்க? அதான் சொன்னேன். எனக்கு ஏதோ சில நிமித்தங்கள் தெரியறது. அது படி பார்த்தா உங்களைச் சுத்தி இப்ப தீய சக்திகள் இருக்குன்னு நெனக்கறேன். ஆனா அதையும் மீறி நீங்க கோயிலுக்கு வந்திருக்கேள்னா தெய்வ சக்தியோட துணையும் இருக்கு” என்றார் அமைதியாக.

அவர் நின்றிருந்த பாணி, அவரது நெற்றி நாமம் இவற்றையெல்லாம் பார்த்தால் நம்பிக்கை வந்தது.

“சாமி! உங்களுக்கு இப்ப நேரம் இருக்கா? நிறையப் பேசணும்” என்றான் பாலா.

அவனை முறைத்தான் வெங்கி. நண்பனை தனியாக அழைத்துப் போய்ப் பேசினான் பாலா.

“என்னைத் தப்பா நினைக்காதே வெங்கி. நாம பயங்கர குழப்பத்துல இருக்கோம். இவர் நல்லவர் மாதிரி தான் தெரியுது. அதுவும் போக நிமித்தம் அப்படீன்னு ஏதோ சொல்றாரு. நம்மைச் சுத்தி தீய சக்தி இருக்கலாம்ன்றாரு. இவர் கிட்ட எல்லாத்தையும் சொல்லி உதவி கேட்டா என்ன?” என்றான்.

வெங்கிக்கு யோசனையாக இருந்தது. யாரை நம்புவது யாரை நம்பக் கூடாது என்றே தெரியவில்லை. இந்த ஐயர் ஒரு வேளை நல்லவராக இல்லையென்றால் என்ன செய்ய? நித்யமல்லியின் ஆளாகக் கூட இருக்கலாம். ஒரு வேளை நாச்சியாரம்மா நமக்கு உதவி செய்ய அனுப்பிய நபரா இவர்? எப்படித் தெரிந்து கொள்வது? இவரிடம் விஷயத்தைச் சொல்லிப் பார்ப்போம். என்ன பதில்

வருகிறது என்பதைப் பொறுத்து முடிவு செய்து கொள்ளலாம். எனத் தீர்மானித்துக்கொண்டான்.

இவர்கள் பேசிய இடைவெளியில் அந்த மனிதர் கோயில் பிரசாதம் ஆளுக்கொரு கிண்ணம் வாங்கி வந்தார். மணக்க மணக்க புளி சாதமும் இன்னொரு கிண்ணத்தில் தயிர் சாதமும் இருந்தன. நல்ல இடம் தேடி அமர்ந்தார்கள். வாயில் பிரசாதத்தைப் போட்டபடியே பேசினான் வெங்கி.

"சார்! நாங்க சொல்லப் போறதை நீங்க நம்புவீங்களா? இல்லியான்னு தெரியல்ல! ஆனா சொல்லப் போறது அத்தனையும் உண்மை தான் சார்" என்றான்.

"நான் ஏன் நம்பாம இருக்கப் போறேன்? இந்த உலகத்துல எதுவும் நடக்கலாம். சொல்லுங்கோ" என்றார்.

பாவநாசக் காட்டில் நடந்த்து முதல் ரக்ஷிதா வரை சொல்லி முடித்தான். அந்த மனிதர் முகத்தில் எந்த மாற்றமும் இல்லை. சற்று நேரம் கண்களை மூடி ஏதோ முணுமுணுத்தார்.

"தம்பி! நீங்க உண்மையிலேயே பெரிய ஆபத்துல தான் இருக்கேள்" என்றார்.

"நாங்களே பயந்து போய் இருக்கோம். நீங்க வேற ஏன் சார்?" என்றான் வெங்கி.

"இல்லப்பா! உங்களை பயமுறுத்தணும்னு சொல்லல்ல. ஆனா கடவுளோட கணக்குகள் எனக்கு ரொம்பவே ஆச்சரியமாவும் இருக்கு." என்றார்.

"என்ன சாமி சொல்றீங்க?" என்றான் பாலா.

"முதல்ல என்னை சாமின்னு கூப்பிடாதீங்க. சார் சொல்லுங்க இல்லேன்னா அண்ணேன்னு சொல்லுங்க. சாமி வேண்டாம்" என்றார்.

"சரி சார்! சொல்லுங்க" என்றான் வெங்கி.

"என்னோட குரு அப்பவே பாவநாசக் காட்டுக்குள்ள ஒரு கன்னி சக்தி இருக்கு! அது தப்பிக்க நேரம் பார்த்துக்கிட்டு இருக்குன்னு சொன்னாரு. நீங்க சொல்றதைப் பார்த்தா அது தான் நித்யமல்லி போல இருக்கே?" என்றார்.

வாயைப் பிளந்து விட்டனர் இரு நண்பர்களும்.

"சார்...?"

"முதல்ல இருந்து சொல்றேன் அப்பத்தான் உங்களுக்குப் புரியும். என் பேரு கரியமாணிக்கம். சொந்த ஊரு திருநெல்வேலி தான். நான் ஜோசியம் படிக்கறதுக்காக நெல்லையில இருக்குற மிகப்பெரிய ஜோசியர், சித்தர் ஜம்புசாமி கிட்டப் போய்ச் சேர்ந்தேன். அவர் தான் எனக்கு நிமித்தங்கள் பத்தி, மனுஷாளோட சக்கரங்களைப் பத்தி எல்லாமே சொல்லிக் கொடுத்தார். என்னோட பயிற்சி முடியற சமயத்துல, கிட்டத்தட்ட 5 வருசம் இருக்கும். அப்ப மாணிக்கம்! நீ இந்த ஜென்மத்துல மிகப்பெரிய நல்ல காரியம் ஒண்ணு செய்யப் போற! அது தானா உன்னைத் தேடி வரும்னார்"

"உண்மையா சார்?"

"ஆமா தம்பி! கேளுங்க! நானும் அது என்ன காரியம்னு கேட்டேன். அதைச் சொல்ல எனக்கு அதிகாரம் இல்லைடா! ஆனா உரிய நேரத்துல நீ ரெண்டு இளம் காளைகளை பார்ப்பே! அவங்க மூலமா உன்னோட பணி என்னன்னு உனக்குத் தெரிய வரும்னாரு. அதுக்குப்பிறகு அவர் சமாதியாயிட்டாரு. ஆனாலும் அப்பப்ப என் உள் மனசுல சில கட்டளைகள் இடுவாரு. அதுல ஒண்ணு தான் நான் இன்னைக்கு இந்தக் கோயிலுக்கு வந்தது." என்றார்.

வியப்புக்கு மேல் வியப்பு இருவருக்கும்.

"அப்படீன்னா சார்! எங்களுக்கும் முக்கியமான பணி இருக்குன்னு சொல்லுங்க" என்றான் வெங்கி.

"நிச்சயம் இருக்குப்பா! அதை நான் சொல்லல்ல. என் குரு தான் சொல்றார். அந்தப் பெரியம்மா உங்களுக்கு இட்ட கட்டளை என்ன?" என்றார் கரிய மாணிக்கம்.

"அப்ப அவங்க தான் நல்லவங்களா சார்? நித்யமல்லி கெட்ட பொண்ணா?" என்றான் பாலா.

"இதுல ரக்ஷிதாவும், மல்லிகாவும் வேற நடுவுல வந்து பயமுறுத்துறாங்க. தலையே வெடிச்சிரும் போல இருக்கு சார்! கொஞ்சம் ஹெல்ப் பண்ணுங்களேன். நாங்க இப்ப என்ன செய்யணும்?" என்றான் வெங்கி.

"உங்களுக்கான கர்மாவை அதாவது பணியை நான் சொல்லக் கூடாதுப்பா. ஆனா வழிப்படுத்தலாம். இப்போதைக்கு நித்யமல்லி நல்ல சக்தியா? இல்லை அந்தப் பெரியம்மா நல்ல சக்தியாங்குற

கேள்வியை விட்டிருவோம் என்ன? முதல்ல நீங்க யாரு? ஏன் இந்தப் பணிக்குத் தேர்ந்தெடுக்கப்பட்டீங்க? அதை நாம தெரிஞ்சுக்கணும். அப்பத்தான் அடுத்த கட்டத்துக்குப் போக முடியும்'' என்றார்.

"பெரிய விஷயமா சார் இது? அன்னைக்கு எதேச்சையா நாங்க அங்க போனோம். அவ்ள தான். எங்களுக்குப் பதிலா யாரு போயிருந்தாலும் அவங்க மாட்டியிருப்பாங்க. எங்க விதி நாங்க மாட்டுனோம்'' என்றான் வெங்கி எரிச்சலாக.

அவனைப் பார்த்து சிரித்தார் கரியமாணிக்கம்.

"அப்படி இல்லப்பா! அன்னைக்கு நீங்க அங்க போயிருக்காட்டாக் கூட இன்னொரு நாள், உங்களை அங்க போக வெச்சிருக்கும். அது தான் கர்மா. இந்தப் பணியை நீங்க தான் முடிக்கணும்னு இருக்கும் போது வேற யாரும் போக மாட்டாங்க.''

நம்ப முடியாமல் சிரித்தான் வெங்கி.

"தம்பி! நீ நம்பலேன்னு தெரியுது. அன்னைக்கு உங்க கூட மத்த ரெண்டு பேர் வந்தாங்க. ஆனா அவங்க கண்ணுக்கு எதுவும் தெரியல்ல. அவங்க அந்த பங்களாவுக்குள்ள வரவும் இல்லே! அது ஏன்? யோசிச்சியா?''

"ஹூம்! அவங்க புத்திசாலிங்க! தப்பிச்சுட்டாங்க. நான் மாட்டிக்கேட்டேன்,'' என்றான் வெங்கி.

"எல்லாமே நம்ம புத்திசாலித்தனத்தால தான் நடக்குதுன்னு நினைக்காதேப்பா. நம்ம கர்மா சில சமயம் நம்மை வழி நடத்தும். அது தான் அன்னைக்கு நடந்திருக்கு. உங்க பணி என்னன்னு இன்னமும் தெளிவாத் தெரியல்ல தான். ஆனாலும் கண்டு பிடிக்க முடியாமப் போயிராது. இவ்வளவுக்கும் வழி காட்டுன தெய்வம் இதுக்கு வழி காட்டாமலா போயிரும்?'' என்றார்.

அவரது பேச்சில் சற்றே நம்பிக்கையும் உற்சாகமும் பிறந்தது இளைஞர்கள் இருவருக்கும்.

"நீங்க சொல்றதும் சரி தான் சார்! ஆனா எங்களுக்கு இடப்பட்ட பணி என்னன்னு முதல்ல கண்டு பிடிக்கணும்னா அதுக்கு என்ன வழி?'' என்றான் வெங்கி.

"அது தான் எனக்கும் சரியாப் புரியல்ல! பெருமாளும் வனப்பேச்சியும் கட்டாயம் வழி காட்டுவா''

அவர் பேசிக்கொண்டிருக்கும் போதே ஒரு காகிதம் பறந்து காற்றில் வந்தது. அது கரியமணிக்கத்தின் வேட்டியில் ஒட்டிக்கொண்டு அப்படியே நின்றது. என்னடா இது? என்று சொல்லியபடியே அதை எடுத்துப்பார்த்தவரின் கண்கள் விரிந்தன.

“என்ன சார்?” என்றனர் நண்பர்கள் இருவரும்.

“நீங்களே பாருங்கோ” எனச் சொல்லிக் கொடுத்தார்.

அது ஒரு நோட்டீஸ்.

“வனப்பேச்சியம்மன் திருவிழா! நெல்லைச் சீமையில் பாவநாசத்தில் குடி கொண்டிருக்கும் வனப்பேச்சியம்மன் கோயிலில் இருந்து பிடி மண் எடுத்து வந்து கட்டப்பட்ட கோயில். 12.12.2021 அன்று குடமுழுக்கு விழா. அனைவரும் வருக! அன்னையின் அருள் பெறுக! என எழுதப்பட்டிருந்தது.

“சார்”

“ஆமா தம்பிங்களா! அந்த அம்மனே வழி காட்டியிருக்கா. நாளைக்குத்தான் குடமுழுக்கு. நாம கட்டாயம் போகணும். அங்க போனாத்தான் தெரியும் அம்பாள் நமக்கு என்ன உத்தரவு கொடுக்குறான்னு” என்றார்.

நடப்பது எல்லாமே பிரமிப்பாகவும் மாயமாகவும் இருந்தது வெங்கிக்கு. இதெல்லாம் சாத்தியம் தானா? டிஜிட்டல் யுகத்தில் கடவுளால் இது போன்ற அற்புதங்களை நடத்திக் காட்ட முடியுமா? இல்லை எல்லாமே தற்செயலாக நடந்து நான் தான் அதற்குக் காரணம் கற்பிக்கிறேனா? இந்த ஐயரை எவ்வளவு தூரம் நம்பலாம்? எங்களை ஏமாற்றி காசுப் பறிக்கும் நாடகமாக ஏன் இது இருக்கக் கூடாது? எல்லாமே திட்டமிட்ட நாடகமாக இருந்தால் என்ன செய்ய?

உள்ளுக்குள் யோசனை ஓடியபடியே இருந்தது. பாலாவுக்கு இது போன்ற எண்ணங்களே இல்லை போல. அவனும் கரியமாணிக்கமும் மும்முரமாக பேசி கொண்டிருந்தனர். எளிய நல்ல மனது இருந்தால் எல்லாமே சாத்தியம் தான் போலும் என எண்ணிக் கொண்டான் வெங்கி.

“சார் சொல்றது தான் சரியான வழி! நீ என்ன சொல்ற வெங்கி?” என்றான் பாலா.

எதையுமே காதில் வாங்காத வெங்கி என்ன? என்ன? என அசடு வழிந்தான்.

“என்னப்பா நீ? கவனம் எங்கே இருக்கு? பாலா பேசினதை நீ கேக்கவே இல்லியா?” என்றார் கரியமாணிக்கம் சற்றே கோபமான குரலில்.

“வந்து நான் ஏதோ யோசனையில இருந்துட்டேன்...என்ன பாலா சொன்ன?”

“வெங்கி! இந்த கவனக் குறைவு இருக்கவே கூடாதுப்பா. ஏன்னா நாம இப்ப இறங்கப் போறது ஆபத்தான வேலை. புரிஞ்சுதா இல்லியா?”

கொஞ்சம் கோபம் வந்தாலும் அடக்கிக் கொண்டான்.

“புரிஞ்சது சார்”

“நாளைக்கு நாம அந்தக் கோயிலுக்குப் போகணும். காலையில கிளம்பி வந்துடுங்கோ! ஏதாவது தடங்கல் வரலாம்னு நினைக்கிறேன். ஆனா அதை முறியடிக்கறது உங்க மனோதிடத்துல தான் இருக்கு.” என்றார்.

“என்ன சார் பயமுறுத்துறீங்க? என்ன மாதிரியான தடங்கல் வரலாம்னு எதிர்பார்க்கறீங்க?” என்றான் வெங்கி.

“தெரியல்ல! நாம அடுத்த அடி எடுத்து வெச்சுட்டோம்னு நித்யமல்லிக்குத் தெரியாம இருக்காது. அவளுக்கு என்ன தேவைன்னு நமக்கு இன்னமும் தெரியல்ல. நாம கோயிலுக்குப் போறது தான் அவளுக்கும் நல்லதுன்னா கண்டிப்பா தடங்கல் பண்ண மாட்டா. ஆனா அப்படி இல்லைன்னு வெச்சுக்குங்கோ ஏதையாவது செஞ்சு நம்மை அங்க போக விடாம செய்யப் பார்ப்பா!” என்றார்.

வெங்கிக்கு வயிற்றில் அமிலம் பாய்ந்தாற் போலிருந்தது. பாலாவின் முகமும் வெளிறிக் கிடந்தது.

“அதைப் பத்தி தான் பேசிண்டு இருந்தோம்! நீயும் பாலாவும் இன்னைக்கு ஒரே இடத்துல படுத்துக்குங்கோ! நித்யமல்லி வேலையைக் காட்டினா ஒருத்தருக்கு ரெண்டு பேர் துணை தானே?” என்றார் கரியமாணிக்கம்.

“சார்! அந்தப் பொண்ணு எங்களை கொன்னு போட்டிருச்சுன்னா?” என்றான் பாலா நடுங்கியபடி.

சற்று நேரம் யோசித்தார் அந்த ஐயர்.

“ஊம்! எனக்குத் தெரிஞ்சு அப்படி செய்யாது. உங்களைச் சாகடிக்கணும்னு அவ நெனச்சிருந்தா அந்த பங்களாவுல வெச்சே செஞ்சிருக்கலாமே? ஏன் செய்யல்ல?”

“ஏன் செய்யல்ல?” என்றான் வெங்கி மீண்டும்.

“இது எல்லாமே என்னோட ஊகம் தான் தம்பிங்களா!”

“பரவாயில்லை சொல்லுங்க”

“உங்க மூலமா ஏதோ ஒரு காரியத்தை சாதிச்சுக்கப் பார்க்குறா அந்த நித்யமல்லி. அதனால தான் உங்களை விட்டு வெச்சிருக்கான்னு நினைக்கிறேன். அவ யாரு? அவ ஏன் இப்படி ஆனா? என்ன காரியத்தை சாதிக்க நினைக்குறா? இதெல்லாம் தெரிஞ்சா நல்லா இருக்கும்.” என்றார் கரியமாணிக்கம்.

“அப்ப? அந்தக் காரியம் முடிஞ்சிருச்சுன்னா எங்க கதி என்ன?” என்றான் பாலா. அவன் குரலில் ஏகத்துக்கும் கலவரம்.

“பாருப்பா பாலா. கண்டதையும் நெனச்சுக் குழப்பிக்காதே! நமக்கு தெய்வ அருள் இருக்கு. நாளைக்கு வனப்பேச்சியம்மன் கோயிலுக்குப் போனா எல்லாமே தெரிஞ்சு போயிரும்னு நம்புறேன்.” என்றார்.

அத்தோடு பேச்சு முடிந்து விட்டது என்பதன் அடையாளமாக எழுந்து நின்றார். மறுநாள் அதிகாலை மூவரும் குடமுழுக்கு நடக்கும் கோயிலுக்கு நேரே சென்று விட வேண்டும் எனப் பேசிக் கொண்டனர். மூவரும் விடை பெற்றுப் புறப்பட்டனர். “நன்னா நினைவு வெச்சுக்குங்கோ! ராத்திரி ரெண்டு பேரும் ஒண்ணாவே இருங்கோ! என்ன ஆனாலும் சரி” என்று எச்சரித்து விட்டுத் தன் வழியில் சென்றார் ஐயர்.

அன்று மாலை வரை பாலா வெங்கியோடே தான் இருந்தான். கைக்குக் கிடைத்ததை எல்லாம் போட்டு கூட்டாஞ்சோறு போல சமைத்து சாப்பிட்டார்கள். ருசியாகவே இருந்தது. மல்லிகாவிடமிருந்தும், ரக்ஷிதாவிடமிருந்தும் ஃபோனே வரவில்லை.

“ஒரு நாளைக்கு 25 தடவை கால் பண்ணுவா! இன்னைக்கு ஏன் பண்ணவே இல்ல?” என்று ஆச்சரியப்பட்டான் பாலா.

“பண்ணாதவரைக்கும் நல்லதுன்னு நெனச்சுக்கோ.”

‘‘அந்த நித்யமல்லிக்கும் மல்லிகாவுக்கும் என்ன சம்பந்தம்? ரக்ஷிதா யாரு? எல்லாமே ஒரே குழப்பமா இருக்கே வெங்கி?’’ என்றான் பாலா.

சட்டென பொறி தட்டியது வெங்கிக்கு.

‘‘டேய்! நீ கேக்குறதுலயே விடை இருக்குடா! மல்லிகா ஏன் நித்யமல்லியா இருக்கக் கூடாது? பேரை மாத்திக் கூடச் சொல்லலாம் இல்ல?’’ என்றான் வெங்கி.

அவர்கள் பேசிக் கொண்டிருக்கும் போதே தடேரென ஒரு பெரும் சத்தம் கேட்க தூக்கிவாரிப் போட்டது இருவருக்கும்.

‘‘என்னடா சத்தம்?’’ என்றான் பாலா. அவன் குரலில் பயம் நன்றாகத் தெரிந்தது. வெங்கிக்கும் பயம் தான். ஆனால் தானும் பயந்தது தெரிந்துவிட்டால் பாலாவைத் தேற்றவே முடியாது என எண்ணிக் கொண்டான்.

‘‘பக்கத்துல கட்டிடம் கட்டுறாங்க இல்ல? அதுல ஏதாவது கட்டை விழுந்திருக்கும். அவ்வளவு தான் பாலா. பயப்படாதே’’ என்றான்.

கொஞ்சம் பயம் தெளிந்தாலும் சுற்றுமுற்றும் பார்த்தான். எதுவும் இல்லை.

‘‘உம்! நான் என்ன சொல்லிக்கிட்டு இருந்தேன்? ஆங்! மல்லிகா ஏன் நித்யமல்லியா இருக்கக் கூடாது?’’ என்றான் மீண்டும்.

‘‘சரி நீ சொன்னபடியே வெச்சுப்போம். ஆனா ரக்ஷிதா? அவ யாரு? நாம பங்களாவுல் வெச்சு ஒரு பொண்ணைத்தானே பார்த்தோம்?’’ என்றான் பாலா.

அவன் சொல்வதும் சரியெனப் பட்டது வெங்கிக்கு.

‘‘நேரமாயிடிச்சு! பேசாம படுப்போம். காலையில சீக்கிரம் எழுந்து கோயிலுக்குப் போவோம். அங்க நம்ம கேள்விகளுக்கு விடை கிடைக்கலாம்’’ என்றான் வெங்கி.

‘‘எனக்கு ரொம்ப பயமா இருக்குடா’’ என்றான் பாலா.

‘‘இப்போதைக்கு நமக்கு அவங்களால ஆபத்து இல்ல. அதனால கவலைப் படாம தூங்கு’’ என்று சொல்லி விட்டு அறையின் விளக்கை அணைத்தான் வெங்கி.

மிகச் சரியாக அந்த நேரம் காலிங் பெல் சத்தம் கேட்க முகம் வெளிறியது இரு நண்பர்களுக்கும்.

அத்தியாயம் 8

இரவு நேரம் மணி ஒன்பது தான் ஆகியிருந்தது ஆனாலும் காலிங்க் பெல் சத்தம் கேட்டதும் இரு நண்பர்களும் பயந்து தான் போனார்கள்.

"யாருடா இந்த நேரத்துல?" என்றான் பாலா.

"தெரியலையே?"

"கதவைத் திறக்காதே! யாருமே இல்லைன்னு போயிருவாங்க" என்றான் பாலா.

அப்போது ஃபோன் வர எடுத்துப் பார்த்தான். கரிய மாணிக்கம். அதே நேரம் பாலாவின் ஃபோனுக்கும் கால் வந்தது. பார்த்தால் அதுவும் கரிய மாணிக்கம் என்றது.

"என்னடா இது? ஒரே ஆளு எப்படி ஒரே நேரத்துல ரெண்டு ஃபோன்ல கூப்பிட முடியும்?"

"எல்லாமே புதிரா இருக்கு! தனித்தனியாப் பேசுவோம். அவங்க பேசுறதை வெச்சு யாரு ஒரிஜினல்னு கண்டு பிடிப்போம்" என்றான் வெங்கி.

"சரி! ஆனா கதவை மட்டும் திறக்காதே" என்றான் பாலா. தலையாட்டினான் வெங்கி. காலிங்பெல் சத்தம் நின்று போயிருந்தது.

"ஹலோ?" என்றான் வெங்கி.

"தம்பி! நான் கரிய மாணிக்கம் பேசுறேன்பா! நான் சாயங்காலமே கோயிலுக்கு வந்துட்டேன். இங்க எனக்கு ஒரு அபூர்வமான மனிதர் அறிமுகம் கெடச்சது. அவர் தான் பல விஷயங்களைப் புரிய வெச்சார்."

"அதுக்கா ஃபோன் செஞ்சீங்க?" என்றான் வெங்கி. குரலில் எரிச்சல்.

"அதுக்கு மட்டும் இல்லேப்பா! இன்னக்கு ராத்திரி உங்களுக்கு ரொம்ப சோதனையான ராத்திரியாம். நித்யமல்லி எந்த வடிவத்துலயும் உங்களைத் தேடி வரலாமாம். ஏன் என் மாதிரியே கூட வரலாமாம். அதனால யார் வந்தாலும் என்ன பேசினாலும் கதவை மட்டும் திறக்க வேண்டாம்னு சாமி சொல்லச் சொன்னாரு. அதுக்குத்தான் ஃபோன் பண்ணினேன்" என்றார்.

துணுக்குற்றது மனம்.

“அப்படியானால் இவர் தான் உண்மையான கரியமாணிக்கமாக இருக்க வேண்டும். பாலாவிடம் பேசுவது யார்? கிச்சனிலிருந்து ஹாலுக்கு ஓடி வந்தான். கையில் ஃபோனோடு கதவைத் திறக்க முயன்று கொண்டிருந்தான் பாலா. ஓடிச் சென்று நண்பனைக் கீழே தள்ளினான். அந்த நேரத்தில் வேறு எதுவும் தோன்றவில்லை வெங்கிக்கு.

“என்னடா?”

“முதல்ல ஃபோனைக் கட் பண்ணு. விவரமாச் சொல்றேன்” என்றான் வெங்கி.

வெங்கியின் உடல் நடுங்கியபடியே இருந்தது. அப்படி தன் நண்பனைப் பார்த்ததே இல்லையென்பதால் கவலை வந்தது பாலாவுக்கு. ஃபோனைக் கட் செய்து விட்டு சோஃபாவில் அமர வைத்தான்.

“என்னடா? என்ன ஆச்சு? ஃபோன்ல யாரு பேசுனாங்க? எதுக்கு என்னைத் தள்ளி விட்ட?” என்றான் பாலா.

“முதல்ல நான் கேக்குறதுக்கு நீ பதில் சொல்லு! உன் கூட ஃபோன்ல யாரு பேசுனாங்க? என்ன சொன்னாங்க?” என்றான் வெங்கி.

“கரியமாணிக்கம் தான் பேசினாரு. நான் தான் வெளிய நிக்கிறேன். கதவைத் திற அப்படீன்னாரு. அதான் திறக்க டிரை பண்ணினேன்.” என்றான் பாலா. அவனுக்கு எதுவுமே புரியவில்லை.

“பாலா! நாம ரொம்ப எச்சரிக்கையா இருக்கணும்டா! அந்த நித்யமல்லி லேசுப்பட்டவ இல்ல.”

“கொஞ்சம் புரியும்படியேத்தான் பேசேன் வெங்கி”

“எங்கிட்டப் பேசுனதுதான் உண்மையான கரியமாணிக்கம் பாலா! உங்கிட்டப் பேசுனது நித்யமல்லின்னு நினைக்கிறேன்.”

பாலாவின் உடல் நடுங்கியது.

“எப்படி நீ உங்கிட்டப் பேசுனது தான் உண்மையான கரியமாணிக்கம்னு சொல்ற? ஏன் அது நித்யமல்லியா இருக்கக் கூடாது?”

“மடத்தனமாப் பேசாதே பாலா! நல்லா யோசி! அவரு கதவைத் திறக்காதே பாதுகாப்பா இருந்துக்கோங்கன்னு சொன்னாரு. அதோட நாம போட்ட புரோகிராம் அவருக்குத் தெரிஞ்சிருந்தது. இப்பக் கூட அவரு கோயில்ல இருந்து தான் பேசினாரு.” என்றான்.

மீண்டும் உடல் நடுங்கியது பாலாவுக்கு.

“அப்ப? எங்கிட்டப் பேசுனது நித்யமல்லியா? ரொம்ப நம்பிக்கையாப் பேசுனாங்கடா.”

“என்ன தான் சொன்னா?”

“உனக்கும் எனக்கும் ஆபத்து வர இருக்குன்னும், அதைத் தடுக்கணும்னா மந்திரிச்ச கயிறு ஒண்ணை நம்ம கையில கட்டணும்னும் சொன்னா. இப்பக் கையோட கொண்டு வந்திருக்குறதாகவும் உடனே கதவைத் திறன்னு சொன்னாடா.”

“உடனே நீயும் கதவைத் திறக்கப் போனியாக்கும்?”

“கரியமாணிக்கம் மாதிரிப் பேசுனா எனக்கு எப்படிடா தெரியும்?” என்றான்.

“பாலா! நாளைக் காலையில நமக்கு ஏதோ ரொம்ப முக்கியமான விஷயம் தெரிய வரும்னு நினைக்கிறேன். அதைத் தெரிஞ்சுக்காமத் தடுக்கத்தான் நித்யமல்லி இவ்வளாவு சதி செய்யுறா. நாம ரொம்ப ரொம்ப ஜாக்கிரதையா இருக்கணும்டா!”

“உங்கிட்ட கரியமாணிக்கம் என்ன தான் சொன்னாரு?”

“அவரு அப்பவே கோயிலுக்குப் போயிட்டாராம். அங்க ஒரு அபூர்வ மனிதரை சந்திச்சாராம். அவர் தான் ஃபோன் செய்யச் சொல்லி சொல்லியிருக்காரு. அதனால தான் நாம தப்பிச்சோம்.”

“என்னன்னமோ நடக்குது இல்ல?”

“உம்! எனக்கு வனப்பேச்சியம்மன் மேல நம்பிக்கை இருக்கு. பார்க்கலாம்.” என்றான் வெங்கி.

அன்றைய இரவு இருவருக்கும் கண்களை மூடவே முடியவில்லை. வனப்பேச்சியை தியானித்தபடி படுத்திருந்தார்கள். அதிகாலை மூன்று மணி வாக்கில் கண் அயர்ந்த போது ஏதேதோ குழப்பமான கனவுகள் வந்தன வெங்கிக்கு. யாரோ ஒரு பெண் அவனை தரதரவென இழுத்தபடி எங்கோ போய்க்கொண்டே இருந்தாள். அவளுடன் இருந்த பெண், முதலிலேயே நான் சொன்னபடி செய்திருந்தால்

உனக்கு இந்த நிலை வருமா? எனக் கேட்டுக்கொண்டு வந்தாள். அவன் உடலெல்லாம் ஒரே ரத்தம்.

திடுக்கிட்டுக் கண் விழித்தான் வெங்கி. மணி காலை 7 என்றது ஃபோன்.

“பாலா! எழுந்திரு! விடிஞ்சிருச்சு! இப்பக் கிளம்புனாத்தான் வனப்பேச்சியம்மன் கோயிலுக்குப் போறதுக்கு சரியா இருக்கும்.” என்றான். வாரிச் சுருட்டிக் கொண்டு எழுந்தான் பாலா. இருவரும் குளித்து காபி குடுத்து விட்டுக் கிளம்பினார்கள். எந்த நேரமும் நித்யமல்லி எந்த உருவத்திலும் வரலாம் என உள்ளூர பயம் தான் வெங்கிக்கு. அப்படி எதுவும் நடக்கவில்லை.

கதவைத் திறந்து கொண்டு வந்தார்கள். எதிர் அப்பார்ட்மெண்ட் மனிதர் இவர்களை ஒரு விதமாகப் பார்த்தார்.

“குட் மார்னிங் சார்!”

“குட் மார்னிங் குட் மார்னிங்! என்ன சார் அப்படி செஞ்சுட்டீங்க? பெண்களை இப்படி கேவலப்படுத்தக் கூடாது சார்” என்றார்.

விழித்தனர் இருவரும்.

“நாங்க என்ன சார் செஞ்சோம்? இப்பத்தானே வீட்டுக்கு வெளியவே வரோம்?” என்றான் வெங்கி.

“உங்க லவ்வர்ஸ்! ரெண்டு பொண்ணுங்க ரொம்ப நேரம் காலிங் பெல் அடிச்சுக்கிட்டே இருந்தாங்க. என்ன தான் கோவம்னாலும் கதவைக் கூடத் திறக்காம இருக்கக் கூடாது. ராத்திரி நேரத்துல இப்படி செய்யலாமா?” என்றார்.

பயத்தில் வியர்த்து விட்டது நண்பர்கள் இருவருக்கும். வந்தது மல்லிகாவும், ரக்ஷிதாவுமாகத்தான் இருக்க வேண்டும். என்ன சொல்லி இருக்கிறார்களோ தெரியவில்லையே? என நினைத்துக்கொண்டான் வெங்கி.

“வந்து...சார்...” இழுத்தான் பாலா.

“எனக்குப் புரியுது நீங்க ஏன் திறக்கல்லேன்னு. தப்பு எதுவும் நடந்துடக் கூடாதுன்னு எச்சரிக்கையா இருந்திருக்கீங்க? அப்படித்தானே?”

“ஆமா, ஆமா சார்! அப்படித்தான்” என்றான் வெங்கி.

“வெரி குட்! அப்படித்தான் இருக்கணும். அவங்களும் அதைப் புரிஞ்சுக்கிட்டாங்க. உங்க கிட்டக் கொடுக்கச் சொல்லி ஒரு பையைக் கொடுத்துட்டுப் போனாங்க. இருங்க கொண்டு வரேன்.” என்று சொல்லி விட்டு உள்ளே போனார்.

“பாலா! எக்காரணம் கொண்டும் அந்தப் பையை நாம வாங்கிக்கக் கூடாது. அவ்வளவு தான். நான் பேசிக்கறேன். என்ன?” என்றான். தலையை வெறுமே ஆட்டினான் பாலா. அவனுக்கு பயம் இன்னமும் போகவில்லை.

சிறிய பிளாஸ்டிக் பவுச் போன்ற ஒன்றை எடுத்து வந்தார் எதிர் வீட்டு மனிதர். அதன் உள்ளே தாயத்து போல ஏதோ காணப்பட்டது. தலைக்கு ரத்தம் பாய்வது போலிருக்க கண்கள் இருட்டியது. சமாளித்துக்கொண்டான் வெங்கி.

“இது ஏதோ மந்திர தாயத்தாம். இதைக் கட்டிக்கிட்டா உங்களுக்கு எந்தப் பிரச்சனையும் வராதாம். இப்பவே கட்டிக்குங்கப்பா!” என்றார் பவுச்சை நீட்டியபடி.

“சரி சார்” என்றான் வெங்கி அதை வாங்காமல்.

“என்னப்பா? வாங்கவே மாட்டேங்குற? வாங்கிக் கட்டிக்குங்க! நான் வேற அந்தப் பொண்ணுங்களுக்கு உங்களை கட்ட வெக்கிறேன்னு வாக்குக் கொடுத்திருக்கேன்.” என்றார் பிடிவாதமாக.

“நீங்க ஏன் சார் வாக்குக் குடுத்தீங்க?” என்றான் வெங்கி.

“அழகான பொண்ணுங்களைப் பார்த்தா போதுமே?” என்றான் வாய்க்குள்ளே பாலா.

“நீங்க என்னப்பா? இந்தக் காலத்துல இவ்வளவு ஆசையும் பாசமும் வெச்சு இருக்குற காதலி கிடைக்கவா செய்யிறாங்க? அவங்க என்ன தங்கம் வைரமா கேட்டாங்க? ஒரு கயிறு? அதைக் கட்ட முடியாதா உங்களால?” என்றார் அந்த மனிதர்.

விட்டால் அவரே கட்டி விட்டு விடுவார் போல இருந்தது.

“ சார்! நாங்க இப்ப கோயிலுக்குப் போறோம். போயிட்டு வந்து கட்டிக்கறோம். நீங்களே வேணும்னாலும் கட்டி விடுங்க என்ன?” என்றான் வெங்கி சாமர்த்தியமாக.

“உம் சரி! அப்ப இதை வாங்கி உங்க வீட்டுல வெச்சுக்குங்க” என்றார்.

ஆத்திரத்தில் அந்த மனிதரை அடித்தால் என்ன? என்று தோன்றியதை சமாளித்துக்கொண்டான் வெங்கி.

"சார்! நீங்க ரொம்ப பக்தி உள்ளவரு. இதை உங்க வீட்டு பூஜை அறையில வெச்சு எங்களுக்கு எடுத்து உங்க கையால கட்டி விடுங்க. அப்பத்தான் நாங்க நல்லா இருப்போம்" என்றான் வெங்கி.

"அடேடே! இதுவும் நல்ல யோசனை தான். சரி அப்படியே செய்யுறேன். நீங்க கோயிலுக்குப் போயிட்டு வந்து கூப்பிடுங்க" என்று சொல்லி விட்டுக் கதவை சாத்திக்கொண்டு போய் விட்டார்.

"வெங்கி! இது என்னடா? அந்தப் பொண்ணுங்க நம்மை விட மாட்டாங்க போல இருக்கே? இவரு பாட்டுக்கு அந்த தாயத்தை பூஜை அறையில வெச்சு ஒண்ணு கெடக்க ஒண்ணு ஆயிடிச்சுன்னா? அந்தப் பாவம் நமக்குத்தானே?" என்றான்.

"நீ சொல்றது கரெக்டு தான் பாலா. ஆனா இதை விட்டா நமக்கு வேற வழி என்ன இருக்கு? அந்த ஆளு ரொம்பவே பக்தியா சாமி கும்பிடுவாருடா. அவரு வீட்டுல சிவ லிங்கம்லாம் இருக்கு. அதனால ஒண்ணும் ஆகாதுன்னு நம்புவோம்" என்றான் வெங்கி.

இருவரும் பைக்கை நெருங்கி, உதைத்துக் கிளம்பினார்கள்.

அத்தியாயம் 9

கோயிலுக்கு நல்லபடியாகவே போய்ச் சேர்ந்தார்கள். ஒரே கூட்டம். குட முழுக்கு செய்வதற்கான ஏற்பாடுகள் செய்யப்பட்டிருந்தன. ஆங்காங்கே பந்தல்கள் போட்டு பலர் அதில் அமர்ந்திருந்தனர். பக்கத்தில் இருந்த டீக்கடைகளில் டீ, காபி வியாபாரம் வெகு வேகமாக நடந்து கொண்டிருந்தது. மதிய உணவுக்கான பந்தல்கள் அங்காங்கே காணப்பட்டன. வரும் அனைவருக்கும் அன்னதானம் வழங்கப்படும் போலத் தெரிந்தது. அந்த இடமே தெய்வீகமான அதிர்வுகளோடு காணப்பட்டது.

"இந்தக் கூட்டத்துல கரிய மாணிக்கத்தை எங்கே தேடுறது?' என்றான் பாலா.

மிகச் சரியாக அந்த நேரம் ஃபோன் வரவே எடுத்தான்.

"தம்பி! நாங்க உங்களைப் பார்த்துட்டோம். நீங்க அப்படியே இடது பக்கம் திரும்பி ஒரு மண்டபம் இருக்கு இல்ல? அங்க வாங்க" என்றார் கரிய மாணிக்கம்.

"அதோ அங்க இருக்காரு" என்றான் பாலாவும்.

இருவரும் சென்றனர். அங்கே நீண்ட ஜடாமுடியோடு ஒரு மனிதர் இவர்களை விழித்துப் பார்த்தபடி இருந்தார். கண்கள் இரண்டும் செக்கச் செவேலெனத் தெரிந்தன. நெற்றியில் பட்டையாகக் குங்குமம். அதுவும் ரத்தச் சிவப்பு நிறத்தில். ஒரே ஒரு வேட்டி மட்டும் அணிந்திருந்தார். அதுவும் காவி நிறம் தான். மேலே ஏதோ ஒரு துண்டைப் போர்த்தியிருந்தார்.

"சார்! இவரு ஏன் எங்களை இப்படிப் பார்க்குறாரு?' என்றான் வெங்கி.

"என்ன தம்பி நீங்க? இவரு தான் சாமிக்கண்ணு சித்தர். உங்களை இங்கே வர வெச்சதே இவரு தான்." என்றார்.

இந்த மனிதரை எவ்வளவு தூரம் நம்ப முடியும்? இவரும் ஏன் நித்யமல்லியின் ஆளாக இருக்கக் கூடாது? என எண்ணினான்.

"கும்பிடுறேன் சாமி" என்றான் பாலா.

“நல்லா இருப்பா தம்பி! உன் மேலயும் நித்யமல்லியோட ஆதிக்கம் இருக்குப்பா” என்றார்.

“சாமி! நாங்க வந்து....” என்று இழுத்தான் வெங்கி.

“தம்பி! இது உங்களுக்கு ரொம்ப சோதனையான கால கட்டம். உங்க முன்னால ரெண்டு வழி இருக்கு. ஒண்ணு ரொம்ப சுலபம் ஆனா தவறு. இன்னொண்ணு ரொம்ப ரொம்பக் கடினம் ஆனா அது தான் நல்லது” என்றார்.

அவரது குரல் ஏனோ வெங்கியைக் கவர்ந்தது.

“சாமி! எங்க வாழ்க்கையில என்ன நடக்குதுன்னே தெரியல்ல சாமி! கொஞ்ச நாள் முன்னால வரையில நாங்க சாதாரண இளைஞர்கள். எங்களுக்கு காதல், கல்யாணம் இதெல்லாம் தான் கனவா இருந்தது. ஆனா ஒரே நாள்ல எங்க வாழ்க்கையே மாறிடிச்சு சாமி! உயிர் வாழுறதே கனவா இருக்கு” என்றான் வெங்கி.

“எல்லாத்துக்கும் விளக்கம் மே நான் சொல்றேன்ப்பா! ஆனா முதல்ல நீங்க வனப்பேச்சியம்மன் கோயில் கும்பாபிஷேகத்தை தரிசியுங்க. அப்ப எனக்கு சில நிமித்தங்கள் கிடைக்கும். அதை வெச்சு உன் பாதை எது? நீ எந்தப் பாதையில போவேன்னு நான் முடிவு செஞ்சிருவேன். பிறகு தான் நான் பேசுறதும் பேசாததும்.” என்றார்.

“நீங்க பேசுறது எதுவுமே எனக்குப் புரியல்ல சாமி” என்றான் வெங்கி.

“அப்படித்தான் இருக்கும். கரிய மாணிக்கம். நீ இவங்களைக் கூட்டிக்கிட்டு கோயிலுக்குள்ள போ! முக்கியமா கும்பாஷிகேத்தின் போது மந்திர நீர் தெளிப்பாங்க. அது இவங்க மேல படுறா மாதிரி நிக்க வையி” என்றார்.

“நீங்க வரலியா சாமி?” என்றான் பாலா.

“கட்டாயம் வருவேன். முதல்ல நீங்க போங்க” என்று அவர்களை அனுப்பி வைத்தார்.

மூவரும் கூட்டத்தில் கலந்தனர். கோயில் சிறியது தான் ஆனால் கூட்டம் மிக அதிகமாக இருந்தது. விலக்கிக் கொண்டு நடந்தனர். கர்ப்பகிரகம் எதிரே வந்த போது வெங்கியின் உடல் குலுங்கியது. குமட்டல் வேறு எடுத்தது.

“என்னப்பா?”

“என்னன்னு தெரியல்ல! என்னவோ பண்ணுது. வாந்தி வரா மாதிரி இருக்கு” என்றான்.

கவலையுடன் அவனைப் பார்த்தார் கரியமாணிக்கம்.

“தயவு செஞ்சு கொஞ்சம் பொறுத்துக்கோப்பா! உன்னால எவ்வளவு சமாளிக்க முடியுமோ சமாளி.” என்றார்.

பாவம் வெங்கி அவன் தலை சுற்றியது. இருந்தும் பாலாவின் கைகளைப் பிடித்துக்கொண்டு கர்ப்பகிரகத்துக்கு நேரே வந்தான். அம்மனின் நெற்றியில் இருந்த பொட்டு ஒளி வீசியது. அடி வயிற்றில் என்னென்னவோ உணர்வுகள். வலி வேறு.

“வெங்கி! கண்ணை நல்லா மூடிக்கிட்டு என் கையைப் பிடிச்சுக்கோ. வனப்பேச்சி இது வரைக்கும் நமக்கு நல்லது தான் செஞ்சிருக்கா. மனசார கும்பிட்டுக்கோடா! நம்ம கஷ்டமெல்லாம் பறந்து போயிரும்“ என்றான் பாலா.

நண்பனது குரல் மிகவும் ஆறுதலாக இருக்க கண்களை இறுக மூடினான். அவனால் பிரார்த்தனை செய்யவே முடியவில்லை. தேவையில்லாத பல உணர்வுகள், காட்சிகள் வந்து போயின. மனதை ஒருமுகப்படுத்தினான். தலை விண் விண் எனத் தெறித்தது. தலையே இரண்டாகப் பிளந்து விடும் போன்ற வலி. தன்னைச் சுற்றிலும் என்ன நடக்கிறது என்றே தெரியவில்லை வெங்கிக்கு.

கஷ்டப்பட்டு மீண்டும் மனதை ஒரு முகப்படுத்தினான்.

“தாயே! வனப்பேச்சியம்மா! நான் என்ன தவறு செஞ்சிருந்தாலும் என்னை மன்னிச்சுக் காப்பாத்தும்மா! என்னைச் சுற்றி ஏதோ தீய சக்திகள் இருக்கா மாதிரி தெரியுது. ஆனா நான் உங்கிட்ட வந்துட்டேன். என்னை நல்ல வழியில நடத்த வேண்டியது உன் பொறுப்பும்மா” என்றான்.

சில நொடிகள் என்ன நடந்தது என்றே தெரியவில்லை. ஒரே இருட்டு. பிறகு மெல்ல மெல்ல வெளிச்சம் வந்தது. பட்டுப் போன்ற இதமளிக்கும் தங்க வெளிச்சம். மெல்லக் கண்களைப் பிரித்தான்.

“இப்ப எப்படி இருக்கு வெங்கி?”

பாலாவின் குரல் தான் நிகழ்காலத்துக்குக் கொண்டு வந்தது அவனை.

“என்ன? எனக்கு என்ன ஆச்சு?” என்றான் வெங்கி. அவன் குரலில் கவலை.

“இப்ப உனக்கு தலை சுத்தல், வாந்தி ஏதாவது இருக்கா?” என்றார் கரியமாணிக்கம்.

அப்போது தான் உணர்ந்தான். உடலில் எங்கும் வலியே இல்லை. இன்னும் சொல்லப் போனால் புத்துணர்ச்சியாக இருந்தது. புதிய வலுவும் தெம்பும் பிறந்தது.

“இல்ல சார்! எதுவும் இல்ல! சொல்லப் போனா ரொம்ப தெம்பா இருக்கு” என்றான்.

முகம் மலர்ந்தது கரியமாணிக்கத்துக்கு.

“முதல்ல வா! வெளிய கும்பாபிஷேகம் நடக்குது. அந்த மந்திர நீரை இப்ப தெளிப்பாங்க. அது உன்மேல பட்டாகணும்” என்று அவனை அழைத்துக்கொண்டு வாசலுக்கு விரைந்தார் கரியமாணிக்கம்.

அவரை விட வேகமாக நடந்தான் வெங்கி. பின் தொடர்ந்தான் பாலா. அவர்கள் வெளியே செல்லவும் மந்திர நீர் தெளிக்கப்படவும் சரியாக இருந்தது. அந்த நீர்த்துளிகள் மேலே விழ விழ மனம் நிம்மதியானது. அம்மனின் அருள் நம்மைக் காக்கும் என்ற நம்பிக்கை பிறந்தது.

“இது போதும்! வாங்க! உங்க கூடப் பேசணும்” என்ற குரலில் திரும்பினான்.

சாமிக்கண்ணு சித்தர் சிரித்தபடி நின்றிருந்தார். மூவரும் அவரைத் தொடர்ந்தனர். இப்போது நேரே ஒரு மரத்தடிக்கு அழைத்துச் சென்றான். அது ஒரு அரச மரம். குளுமையான நிழலை பரப்பியபடி நின்றிருந்தது. அதன் கீழே வட்டமான திட்டு போல அமைக்கப்பட்டிருந்தது. யாரோ ஒரு புண்ணியவான் நிழலுக்கு ஒதுங்கும் மக்கள் அமர வசதியாகக் கட்டி வைத்திருந்தார். கூட்டம் அத்தனையும் கோயிலுக்குள்ளேயும் வெளியேயும் இருக்க அங்கே ஆள் நடமாட்டமே இல்லை.

மூவரும் அமர்ந்தனர்.

“தம்பி! நீ நல்ல பாதையைத்தான் தேர்ந்தெடுத்திருக்கே! ஆனா அதுல பயணம் செய்யுறது அத்தனை சுலபம் இல்ல! நிறைய

சோதனைகளை சந்திக்க வேண்டி வரலாம். தெரியும் இல்ல?'' என்றார் சித்தர் சாமிக்கண்ணு வெங்கியை நோக்கி.

''நீங்க பேசுறது எனக்கு இன்னமும் புரியல்ல. நான் நல்ல பாதையைத்தான் தேர்ந்தெடுத்திருக்கேன்னா, தவறான பாதையை நான் தேர்ந்தெடுக்கவும் வாய்ப்பு இருந்ததா? அது என்ன நல்ல பாதை? தவறான பாதை? என்னன்னே தெரியாம நான் எப்படி நல்ல பாதையைத் தேர்ந்தெடுத்தேன்னு சொல்றீங்க?'' என்று கேள்விகளை அடுக்கினான் வெங்கி.

''சபாஷ் தம்பி! இதைத்தான் நான் உங்கிட்ட எதிர்பார்த்தேன். எல்லாமே உங்களுக்கு விளக்கமா சொல்ல நான் கடமைப்பட்டிருக்கேன். கரியமாணிக்கம், நீங்க நித்யமல்லியை விடுவிச்சதா சொன்னான். அதை உங்க வாயால கேக்க நான் விரும்புறேன். சொல்றீங்களா?'' என்றார்.

வெங்கி கொஞ்சமும் பாலா கொஞ்சமுமாக சொல்லி முடித்தனர். அவர்கள் பேசப் பேசவே ''தாயே! வனப்பேச்சி'' என்று அவ்வப்போது சொல்லி வந்தார் சாமிக்கண்ணு சித்தர்.

''இப்ப சொல்லுங்க சாமி! நாங்க என்ன தப்பு செஞ்சோம்?'' என்றான் பாலா.

சற்று நேரம் எதுவும் பேசாமல் மௌனமாக அமர்ந்திருந்தார் சித்தர். காலை வித்தியாசமாக சம்மணமிட்டு கைகளை உயரத்தூக்கி வணங்கினார்.

''தம்பிங்களா! நீங்க இப்ப வரைக்கும் உயிரோட இருக்கீங்கன்னா அதுக்கு வனப்பேச்சி தான் காரணம். அது மட்டுமில்ல, நித்யமல்லி ஆதித்தனை அடையாளம் கண்டுக்கிட்டா, அதனால அவ வேலை முடியுற வரைக்கும் அவ உங்களை விட்டு வெச்சிருப்பா.'' என்றார்.

''நாங்க ஆதித்தன்னு யாரையும் கூட்டிக்கிட்டுப் போகலையே சாமி? பாலாவும் நானும் மட்டும் தான் போனோம். மைக்கேலும், இன்னொருத்தனும் வரல்ல'' என்றான்.

''உம்! சரி! உன் கண்ணுக்குத் தட்டுப்பட்ட குடிசை புகை இதெல்லாம் மைக்கேலுக்கும் தெரியல்ல, பாலாவுக்கும் தெரியல்ல இல்லியா?''

''ஆமா''

''அதைப் பத்தி நீ யோசிச்சிருக்கியா?''

"என் கண்ணு ரொம்ப கூர்மையானது. அவ்வளவு தானே?"

"சரி! அப்படியே வெச்சுப்போம். ஆனா நீங்க தேக்கு மர எல்லையைக் கடந்ததும் அந்த பங்களாவும், மதில் சுவரும் பாலா கண்ணுக்கும் தெரிஞ்சது இல்ல?"

"என்ன சாமி நீங்க? அங்க இருக்குறது பக்கத்துல வந்து கூடத் தெரியல்லேன்னா எப்படி?" என்றான் பாலா.

"நீ நினைக்குறது தப்பு பாலா. தேக்கு மர எல்லையோட வெளிப்பக்கம் இருந்து நீ பார்த்திருந்தா அது உனக்குத் தெரிஞ் சிருக்காது."

"என்ன சாமி சொல்றீங்க?"

"ஆதித்தன் பாவநாச மலைக்காட்டுக்குள்ள நுழைஞ்சதுமே நித்யமல்லி அவனை கட்டுக்குள்ள கொண்டு வந்துட்டாப்பா! அதனால தான் அவன் கண்ணுக்கு குடிசை, அதுல வர புகை எல்லாமே தெரிஞ்சது. அவனும் விதி வசத்தால தேக்கு எல்லையைத் தாண்டிப் போயிட்டான். நல்ல நேரத்துல அம்மா வந்து உன்னைக் காப்பாத்தினாங்க" என்றார் சித்தர்.

"நீங்க சொல்றது எங்களுக்கு தலையும் புரியல்ல! வாலும் புரியல்ல! ஆதித்தன் யாரு? அவனை ஏன் நித்யமல்லி கட்டுக்குள்ள கொண்டு வரணும்? அவனுக்கும் எனக்கும் என்ன தொடர்பு? விளக்கமா சொல்லுங்க சாமி ப்ளீஸ்" என்றான் வெங்கி.

"நீ நினைக்குறா மாதிரி மறு ஜென்மம் தான் இது. ஆனா சில தொடர்புகள் இருக்கு."

என்று சொல்லி விட்டு மரத்தின் மேல் சாய்ந்து அமர்ந்து கொண்டார்.

"இது நடந்து கிட்டத்தட்ட ஐநூறு வருசம் இருக்கும். அப்ப பாவநாச மலைப்பக்கம் எல்லாம் ஒரே காடு" என்று ஆரம்பித்துச் சொல்லத் தொடங்கினார்.

அத்தியாயம் 10

பாவநாச மலைக் காடுகள் மிகவும் அடர்த்தியாக அதிகமான மனித நடமாட்டம் இல்லாமல் இருந்த கால கட்டம். அந்த மலையை இருப்பிடமாகக் கொண்ட காணிகள் தான் அங்கே வசித்தனர். அம்பாசமுத்திரம் தான் பக்கத்தில் இருந்தன் பெரிய ஊர். பாவநாசம் கோயிலுக்கும், மலைக்கு சற்று மேலே இருக்கும் சொரி முத்தையனார் கோயிலுக்கும் பங்குனி உத்திரம் அல்லது வேறு ஏதாவது விசேஷ நாட்களில் மட்டும் ஊரிலிருந்து வண்டி கட்டிக் கொண்டு கூட்டமாக வந்து விட்டு சமைத்து சாமிக்கும் படையல் போட்டு விட்டு சாப்பிட்டு விட்டுப் போய் விடுவார்கள்.

அந்த மலைக் காட்டில் காணிகள் அல்லாத ஒரு சிலர் வாழ்ந்தனர். அவர்கள் மொத்தமே 8 வீடுகள் தான். தேன் எடுப்பது, சிறு அளவில் காய்கறிகள் பயிரிட்டு அதனை அம்பாசமுத்திரம் சந்தையில் விற்று வாழ்ந்தனர் அந்த மக்கள். சிக்கலில்லாத நிம்மதியான வாழ்க்கை. அது போன்ற ஒரு வீட்டில் தான் நித்யமல்லி பிறந்தாள். அவள் பிறக்கும் போதே பல விதமான நிமித்தங்கள் தோன்றின. அவைகள் நல்ல நிமித்தங்களா? இல்லையா? என்பதை மந்திரங்களில் கை தேர்ந்த காணிகளாலேயே கண்டு பிடிக்க முடியவில்லை.

நித்யமல்லி மெல்ல மெல்ல வளர்ந்து பெண்ணானாள். அவளது சுபாவம் மிகவும் வித்தியாசமாகவும் விபரீதமாகவும் இருந்தது. ஒருவரைப் பிடித்துப் போய் விட்டது என்றால் அவர்களுக்காக உயிரை கொடுக்க மட்டுமல்ல எடுக்கவும் அவள் தயாராக இருந்தாள். அதே நேரம் தனக்குப் பிடித்தவர்கள் தனக்கு நம்பிக்கை துரோகம் செய்து விட்டார்கள் எனத் தெரிந்தால் அவர்களை சித்திரவதை செய்து கொல்லவும் தயங்க மாட்டாள். இந்த அவளது சுபாவம் அவள் வளர்த்து வந்த நாய் மூலமாக வெளியில் வந்தது.

மணி என்ற நாயை சிறு குட்டியாக இருக்கும் போது அவள் காட்டில் அனாதையாகக் கண்டெடுத்தாள். அதற்கு பாலூட்டி, குளிப்பாட்டி அத்தனை அன்பாகப் பார்த்துக்கொண்டாள். நித்யமல்லி வளர வளர நாயும் வளர்ந்தது. அந்த எட்டு வீடுகளில் அவள் வயதையோத்த பெண்களே இல்லை என்பதால் நாய் மணி தான் அவளுக்கு உற்ற துணையானது. நித்யமல்லியைப் போலவே மணியும் யாரோடும் பழகாது. யாராவது கிட்ட வந்தால் பயங்கரமாக உறுமும்.

அப்படி ஒரு நாளில் தான் பங்குனி உத்திரத்துக்காக அம்பாசமுத்திரத்திலிருந்து சில குடும்பங்கள் வந்திருந்தன. வந்தவர்களில் ஒரு குடும்பம் நித்யமல்லியின் வீட்டுக்கு தூரத்து உறவு என்பதால் அவர்கள் வீட்டில் சற்று நேரம் இளைப்பாறினர். அந்தக் குடும்பத்தில் சுமார் இரண்டே வயதில் ஒரு அழகான பெண் குழந்தை இருந்தது. அது தளர் நடையிட்டு வாசலுக்கு வந்தது. நாய் மணியைப் பார்த்ததும் அதற்கு என்ன தோன்றியதோ தெரியவில்லை! அதன் அருகே சென்று தலையைத் தடவிக் கொடுத்தது. மணியும் வாலாட்டி அதன் கையை நக்கிக் கொடுத்தது. அப்போது ஆற்றில் தண்ணீர் எடுத்துக்கொண்டு வந்த நித்யமல்லி இந்தக் காட்சியைப் பார்த்தாள். எதுவும் பேசாமல் போய் விட்டாள். வந்தவர்கள் அனைவரும் போன பிறகு நாயை அடித்துத் துவைத்து விட்டாள். ஏன் என்று கேட்டதற்கு என்னைத் தவிர யாருடனும் பழகக் கூடாது எனச் சொல்லி வைத்திருந்தும் அந்தக் குழந்தையிடம் விளையாடி இருக்கிறான் இவன். அதற்கு இந்த தண்டனை போதாது. என்றவள் எரியும் கொள்ளியைக் கொண்டு அதன் கண்களைப் பொசுக்கி விட்டாள். மணியும் சில நாட்கள் உடல் நலமில்லாமல் இருந்து இறந்தே போய் விட்டது.

அந்த நிகழ்ச்சிக்குப் பிறகு நித்யமல்லி இன்னமும் கொடூரமானவளாக மாறி விட்டாள். யாருடனும் பேசுவதில்லை. எந்நேரமும் கோபமே உருவாக இருந்தாள். அவளுக்குக் கல்யாணம் செய்து வைத்தால் எல்லாம் சரியாகி விடும் என காணிகள் சொன்னதில் மாப்பிள்ளை தேட ஆரம்பித்தார் அவள் அப்பா. அப்போது தான் ஆதித்தன் அந்த ஊருக்கு வந்தான். அவன் சிங்கம்பட்டி ராஜாவின் அரண்மனையில் ஒரு அதிகாரி. காட்டின் வெளிப்புறங்கள் வழியாக சில கொள்ளையர்கள் ஊருக்குள் வருகிறார்கள் என சிங்கம்பட்டி ராஜா அவன் தலைமையில் சிறு படை ஒன்றை அனுப்பியிருந்தார். மொத்தம் இருபதே பேர் தான். அனைவரும் வாள் வீச்சிலும், வில் அம்பிலும் கை தேர்ந்தவர்கள்.

எட்டு வீடுகளின் அருகில் கூடாரங்கள் அமைத்துக்கொண்டு அவர்கள் தங்கியிருந்தனர். அப்போது தான் ஆதித்தன் நித்யமல்லியைப் பார்த்தான். அவள் ஆற்றுக்கு தண்ணீர் எடுக்கப் போகும் போது அவளை வழி மறித்தான்.

“இந்தாம்மா பொண்ணு! இப்படிக் காட்டுல தனியா தண்ணி எடுக்க வராதே! அது பாதுகாப்பானது இல்ல” என்றான்.

அவனை நிமிர்ந்து பார்த்தாள் நித்யமல்லி. அவளது உள்ளத்தில் இனம் புரியாத மாற்றம். மெல்ல மனம் இளகியது.

"இத்தனை வருஷமா இப்படித்தானே வரேன்? எனக்கென்ன பயம்?" என்றாள்.

"இந்தப் பக்கம் கொள்ளைக்காரங்க நடமாட்டம் இருக்கு! அவங்களைப் பிடிக்கத்தான் ராஜா எங்களை அனுப்பியிருக்காரு. கொள்ளைக்;காரங்க ரொம்ப மோசமானவங்க. அதான் சொன்னேன்.:" என்றான்.

"என்னை யாராலயும் எதுவும் செய்ய முடியாது." என்றாள்.

"ஏயப்பா! அத்தனை பலமா உனக்கு? இப்ப நான் உன்னைக் கட்டிப் பிடிச்சுக்கிட்டா என்ன செய்வே?" என்றான் சிரித்தபடி.

"இதோ! இது விஷம் தடவுன கத்தி! அப்படியே சொருகிருவேன்." என்றாள் சாதாரணமாக.

அவளது முகத்தைப் பார்த்த ஆதித்தன் என்ன நினைத்தானோ தள்ளிப் போய் விட்டான். அந்த நிகழ்ச்சிக்குப் பிறகு நித்யமல்லி அடிக்கடி ஆற்றுப்பக்கம் செல்லலானாள். ஆனால் ஆதித்தன் அவள் வருவதைப் பார்த்து விட்டு வேறு வழியில் போய் விடுவான். ஆனால் நித்யமல்லியோ கனவில் அவனோடு குடும்பமே நடத்த ஆரம்பித்து விட்டாள்.

"என்ன? என்னைப் பார்த்ததும் வேற வழியில போறீங்க?" என்றாள்.

"பின்ன? நான் ஏதாவது கேக்கப் போயி, உனக்குக் கோபம் வந்து, கத்தியை சொருகிட்டா என் கதி என்ன ஆகுறது?" என்றான் ஆதித்தன்.

"அப்படியெல்லாம் எதுவுமே நடக்காது" என்றாள்.

"நான் கேக்கணும்னு நெனச்சேன்! நீ ஏன் சிரிக்கவே மாட்டேங்குற? உனக்கு ஏதவது கஷ்டமா? அப்படீன்னா சொல்லு. என்னால முடிஞ்ச உதவி செய்யறேன்"

கேட்ட ஆதித்தனை ஏற இறங்கப் பார்த்தாள்.

"இங்க எனக்கு ஏகப்பட்ட பிரச்சனை! எதைன்னு தீர்ப்பீங்க?" என்றாள்.

“ஏயப்பா! உனக்கு வயசு 18 இருக்குமா? அதுக்குள்ள இத்தனை பிரச்சனைகளா? யாரால? உங்க குடும்பதாராலயா? இல்லை உன்னோட தோழிகள்னாலயா?”

“எனக்குத் தோழிகளே கிடையாது! குடும்பத்தார் அப்புறம் அக்கம் பக்கத்து வீட்டுக்காரங்க. இவங்களால தான் எனக்குப் பிரச்சனை.”

“உம்! அப்படி என்ன செய்யறாங்க? முதல்ல உங்க குடும்பத்தார் உன்னைக் கொடுமைப் படுத்துனா ராஜா கிட்ட சொல்லி அவங்களுக்குத் தண்டனை வாங்கித்தர முடியும் என்னால. தைரியமா சொல்லு!”

“முதல்ல என்னோட அண்ணனும், தம்பியும் எங்க அம்மா, அப்பாவோட அன்பை முழுசா எடுத்துக்கிட்டாங்க. எனக்குன்னு யாருமே இல்ல. என்னையே உசுரா நெனச்சுக்கிட்டு இருந்த மணியும் செத்துட்டான்.”

“மணி யாரு? உன் முறைப்பையனா?”

“இல்ல! நான் வளர்த்த நாய்.”

“அடப்பாவமே? சரி சொல்லு”

“என் அண்ணனையும், தம்பியையும் எப்படியாவது ஒழிக்கணும். அப்பத்தான் எங்க அம்மா, அப்பா என்னையே நம்பி இருப்பாங்க” என்றாள்.

திடுக்கிட்ட மனதை சமாளித்துக்கொண்டான் ஆதித்தன்.

“இப்படி எல்லாம் விளையாடக் கூடாதும்மா!”

“நான் எதுக்கும் எப்பவுமே விளையாட்டுக்குப் பேசினதே இல்ல! நிஜமாத்தான் சொல்றேன்.” என்றாள்.

முதல் முறையாக இந்தப் பெண்ணிடம் ஏதேனும் தவறு இருக்குமோ? என யோசித்தான். இவளைப் பகைத்துக்கொள்ளாமல் இருப்பது நல்லது. மூளை கலங்கியவளாகக் காணப் படுகிறாள். ஒரு வேளை நாய் இறந்து போன துயரம் இவளை இப்படியாக்கி இருக்கலாம். எதற்கும் எச்சரிக்கையாக இருப்பது நல்லது. இந்தப் பெண் என்ன பேசினாலும் அதை ஒட்டியே பேசுவது நல்லது என முடிவு செய்து கொண்டான் ஆதித்தன், வரவிருக்கும் விபரீதங்கள் தெரியாமல்.

“உம்! நான் இன்னொரு யோசனை சொல்லட்டுமா?”

“சொல்லுங்க”

“பேசாம நீ கல்யாணம் பண்ணிக்கிட்டு உன் புருசன் வீட்டுக்குப் போயிட்டா, உனக்குன்னு ஒருத்தன் இருப்பான் இல்ல? எதுக்குத் தேவையில்லாம ரெண்டு உசுரைக் கொல்லணும்?” என்றான்.

“நீங்க ராணுவ தளபதி தானே?”

“ஆமா”

“உசுரை எடுக்க இப்படி பயப்படுறீங்க?” என்றாள் நித்யமல்லி கிண்டலாக.

திடுக்கிட்ட இதயத்தை கட்டுப்படுத்திக்கொண்டான்.

“பகைவர்களையும், நாட்டு மக்களுக்கு கெடுதல் செய்யுறவங்களையும் தான் நாங்க கொல்லுவோம். அதுவும் எப்படி? போர் நடக்கும் போது தான். இப்படி எந்தத் தப்புமே செய்யாதவங்களை கொல்லுறது வீரமில்ல. அது கொலை பாதகம்“ என்றான் ஆதித்தன்.

“இருக்கலாம்! ஆனா என்னைப் பொறுத்தவரை நான் தான் நீதிமன்றம், நான் விதிக்குறது தான் தண்டனை.”

“தாயே! நீ ராணியானா ஊர் என்ன ஆகும்?” என்று சொல்லிக் கஷ்டப்பட்டு சிரித்து சூழ்நிலையை இலகுவாக்கினான் ஆதித்தன்.

“ஊருக்கு ராணியாக வேண்டாம். ஒருத்தனுக்கு மட்டும் ராணியானாப் போதும்“ என்றாள் நித்யமல்லி.

“அப்ப! நல்ல மாப்பிள்ளையா பார்க்க வேண்டியது தானே? என் படையிலயே நல்ல வாலிபர்கள் இருக்காங்க. அதுல யாரையாவது உனக்குப் பிடிச்சிருந்தாச் சொல்லு.” என்றான் ஆதித்தன்.

“கட்டாயம் சொல்றேன். ஆனா இப்ப இல்ல! நேரம் வரும் போது. ஆனா அதுக்கு முன்னால தினமும் என்னைப் பார்த்து நீங்க பேசணும். சரியா?” என்றாள்.

தலையை ஆட்டினான் ஆதித்தன். நித்யமல்லி போன பிறகு நண்பன் அருகே வந்தான் வேங்கையன்.

“ஆதித்தா! என்ன? எப்பப் பார்த்தாலும் அந்தப் பெண்ணோட பேசிக்கிட்டே இருக்கே?” என்றான்.

"ம்ச்! பாவம்டா அந்தப் பொண்ணு! ஆசையா வளர்த்த நாய் செத்துப் போனதால கொஞ்சம் மூளை கலங்கிரிச்சு போல. எங்கிட்டப் பேசுனா ஆறுதலா இருக்கோ என்னவோ?" என்றான் ஆதித்தன்.

பேசிய நண்பனை ஊன்றிப் பார்த்தான் வேங்கையன்.

"ஆதித்தா! வேண்டாம்டா! அந்தப் பொண்ணு கொஞ்சம் ஒரு மாதிரின்னு ஊருக்குள்ள பேசிக்குறாங்க"

"ஒரு மாதிரின்னா? ஒழுக்கம்...?"

"சேச்சே! அது இல்ல! ஆனா இரக்கமோ, கருணையோ மன்னிக்குற குணமோ இல்லியாம் அந்தப் பெண்ணுக்கு."

"இது என்னடா நீ சொல்றது புதுசா இருக்கே? வளர்த்த நாய் செத்ததையே தாங்க முடியல்ல அவளால. அவளுக்கா இரக்கம் இல்ல?" என்றான் ஆதித்தன்.

"அந்த நாயைக் கொன்னதே அந்தப் பொண்ணு தானாம் ஆதித்தா. ஏதோ ஒரு சின்னக் குழந்தை கிட்ட விளையாடிச்சாம் அது. அதுக்காக ரொம்பக் கொடூரமா கொன்னிருக்கா." என்றான் வேங்கையன்.

நண்பன் சொன்னதை நம்பவே முடியாமல் பார்த்தான். தொடர்ந்தான் வேங்கையன்.

"சொல்ல வேண்டாம்னு பார்த்தேன். ஆனா சொல்ல வெச்சிட்ட ஆதித்தா! நாம கொள்ளைக்காரங்களைத் தேடி காட்டுக்குள்ள போனோம் இல்ல? அங்க சில காணிங்களைப் பார்த்தேன். அவங்க எனக்கு தேன் கொடுத்தாங்க. சில கிழங்குகள் கொடுத்தாங்க."

"தெரியுமே? அவங்க அப்பப்ப நம்ம கூடாரத்துக்கும் வருவாங்க. அதுக்கும் இதுக்கும்..."

"இரு அவசரப்படாதே! அந்த காணிங்க அகத்தியர் கிட்ட சீடர்களா இருந்தவங்க. அவங்களுக்கு மந்திரம் மாயம் எல்லாமே தெரியும். நித்யமல்லி மனிதப் பிறவியே இல்லைன்னு சொல்றாங்க அவங்க" என்றான் வேங்கையன்.

"என்னடா உளறுற? அவ மனுசி இல்லேன்னா யாராம்? பேயா?"

"அதெல்லாம் எனக்குத் தெரியல்ல! ஆனா அவ கிட்டப் பேசாம இருக்குறதுதான் நல்லதுன்னு தலைவர் சொன்னாரு. உனக்குன்னு ஒருத்தி ஊருல காத்துக்கிட்டு இருக்கா. அதை மறந்துடாதே" என்றான்.

“என்னையே நான் மறந்தாக் கூட, உன் தங்கச்சியை நான் மறக்க மாட்டேன் வேங்கையா! கொள்ளையர்களைப் பிடிச்சு ராஜா கிட்ட பரிசு வாங்கினதும் உடனே கல்யாணம் தான். இப்பவே ஊருக்கு சொல்லி அனுப்பிரு” என்றான் ஆதித்தன்.

மகிழ்ச்சியில் நண்பனைக் கட்டியணைத்துக்கொண்டான் வேங்கையன்.

“ரொம்ப சந்தோஷம் ஆதித்தா! ஆனா நான் சொன்னதை நல்லா நினைவு வெச்சுக்கோ! அந்தப் பொண்ணு கிட்ட இருந்து விலகியே இரு” என்றான்.

“எனக்கு ஒரு சந்தேகம் வேங்கையா! அவ மனுசியே இல்லேன்னா அப்ப அவ யாரு? ஏன் இப்படி வித்தியாசமா நடந்துக்கறா? இதுக்கெல்லாம் விடை கிடைக்கணுமே?”

“உனக்கு அத்தனை ஆர்வம் இருந்தா நாளைக்கு மாலை நாம கொள்ளையர்களை தேடிக்கிட்டு காட்டுக்குள்ள போவோம் இல்ல? அப்ப காணிகளோட தலைவர் கிட்டக் கேப்போம். அதோட அவங்க ஜோசியத்துலயும் பெரிய ஆளுங்களாம். நம்ம எதிர்காலம் எப்படி இருக்கும்னும் கேப்போம்“ என்றான் வேங்கையன்.

“அப்படியே செய்வோம். இன்னும் ரெண்டு நாள்ல அமாவாசை வருது. அன்னைக்கு கொள்ளைக்கூட்டம் காட்டுல ஒரு இடத்துல கூடப் போறதாத் தகவல் வந்திருக்கு. அந்த இடத்துக்கு நாம போனோம்னா அவங்களைப் பிடிச்சிரலாம்.” என்றான்.

இரு நண்பர்களும் கொள்ளையர்களைப் பிடிப்பது பற்றி திட்டம் தீட்ட ஆரம்பித்தனர்.

அத்தியாயம் 11

காட்டில் கொள்ளையர்களை வளைத்துப் பிடித்து விட்டார்கள் ஆதித்தனும், வேங்கையனும். ஆனாலும் அதன் தலைவன் தப்பி விட்டான். இரு நண்பர்களும் கடுமையாகப் போரிடும் நேரம் கண்களில் ஏதோ ஒரு வகைப் பச்சிலைப் பொடியைத் தூவி விட்டு பறந்து விட்டான். அந்தப் பொடி கண்களில் பட்டு ஒரே எரிச்சல். அதோடு கண் பார்வையும் தெரியவில்லை இரு நண்பர்களுக்கும்.

உடன் இருந்த மற்ற வீரர்கள் அவர்களை மீண்டும் நாட்டுக்கே அழைத்துச் செல்ல முயன்றார்கள். ஆனால் அதில் கொஞ்சம் கூட இஷ்டமில்லை ஆதித்தனுக்கும் வேங்கையனுக்கும். காரணம் மிகவும் புகழ் மிக்க உப தளபதியாக, மன்னரின் அன்புக்கு உரியவராக வாழ்ந்து விட்டு இப்போது இப்படிக் கண்ணிழந்த குருடர்களாக மீண்டும் நாட்டுக்குச் செல்ல ஆதித்தனுக்கு விருப்பம் இல்லை. அவனை எப்போதும் தாங்கிப் பேசும் வேங்கையனுக்கும் அப்படியே தான். அப்போது காணிகளின் தலைவரான வேம்பு சாமி தலையிட்டார்.

“இவங்களுக்கு பார்வை பறி போயிருக்கிறது தற்காலிகமாத்தான். அந்தக் கொள்ளைக் கூட்டத்தலைவன் சந்திர வள்ளிச் செடியோட இலையைக் காய வெச்சுத் தூவி இருக்கான். அதுக்கு எங்கிட்ட மாத்து மருந்து இருக்கு.” என்றார்.

“அப்படீன்னா அதை உடனே குடுங்க பெரியவரே! எங்க தளபதியை நாங்க ஊருக்குக் கூட்டிக்கிட்டுப் போறோம்.” என்றார்கள் வீரர்கள்.

“அது அவ்வளவு சுலபம் இல்லப்பா! ஒரே நாள்ல சரி பண்ண முடியாது. குறைஞ்சது பதினஞ்சு நாள் எங்க குடியிருப்புல தங்கணும். அப்பத்தான் சிகிச்சை குடுக்க முடியும்.” என்றார். இது போன்ற சந்தர்ப்பத்தைத் தானே இரு நண்பர்களும் எதிர்பார்த்தார்கள்?

“வீராசாமி! நீங்களும் மற்ற வீரர்களும் உடனே நாடு திரும்புங்கள். மன்னருக்கு ஒரு ஓலை தருகிறேன். அதை எடுத்துச் சென்று அவரிடம் கொடுங்கள். அந்தக் கொள்ளைக் கூட்டத்தலைவனைப் பிடிக்காமல் ஆதித்தனும், வேங்கையனும் நாடு திரும்ப மாட்டார்கள் என அரசரிடம் சொல்லுங்கள். நாங்கள் சிகிச்சை முடிந்து கண் பார்வை மீண்டதும் அந்தக் கொள்ளையர் தலைவனைப் பிடித்து விடுவோம் எனச் சொல்லுங்கள்.” என்றான் ஆதித்தன்.

“நீங்க சொல்றது சரி தான். ஆனா அந்தக் கொள்ளைக்கூட்டத் தலைவனால உங்க உயிருக்கு ஆபத்து ஏதேனும் வருமோன்னு தான் தயக்கமா இருக்கு.” என்றான் வீராசாமி.

“அப்படி எதுவும் நடக்காது வீரா! எங்க குடியிருப்புக்குள்ள எதிரிங்களால வர முடியாது. ஏன்னா எங்களுக்கு வனப்பேச்சி காவல்.” என்றார்.

அரை மனதாக வீரர்கள் நாடு திரும்பி விட்டனர். வேம்பு சாமி இருவரையும் தங்கள் குடியிருப்புக்கு அழைத்துப் போனார். ஆட்களுக்கு சொல்லி அனுப்பி வேங்கையனின் தங்கை செம்மலரையும் அழைத்து வந்து விட்டார். செம்மலர் அண்ணனின் நிலை கண்டும், காதலனின் நிலை கண்டும் கண்ணீர் விட்டாள்.

“கவலைப் படாதே அம்மா! இருவருக்கும் கண் பார்வை கிடைத்து விடும்.” என்று ஆறுதல் கூறினார் வேம்புசாமி.

பத்து நாட்கள் ஓடின. தலைவரின் சிகிச்சை பலனளிக்கும் போலத்தான் தெரிந்தது. அந்த பத்து நாட்களிலேயே ஓரளவு நிழலுருவமாக தெரிய ஆரம்பித்தது இரு நண்பர்களுக்கும். செம்மலர் தான் இருவருக்கும் வேண்டிய பணிவிடைகளைச் செய்தாள். உணவு தயாரிப்பது அதனை ஊட்டுவது என செம்மலரும், ஆதித்தனும் மேலும் நெருக்கமானார்கள்.

இந்த நிலையில் ஒரு நாள் காலைப் பொழுதில் தலைவர் அவர்களைக் காண வந்தார்.

“இன்னியோட உங்களுக்கு சிகிச்சை முடியுது. இப்ப உங்க கண்ணைக் கட்டிருவேன். இன்னும் மூணு நாள் கழிச்சுத்தான் அதைப் பிரிக்கணும். நடுவுல எக்காரணம் கொண்டும் பிரிக்காதீங்க. அப்படி செஞ்சா கண் பார்வை திரும்ப வரவே வாராது.” என்றார்.

“அவங்க கண் கட்டைப் பிரிக்காம நான் பார்த்துக்கறேன் ஐயா” என்றாள் செம்மலர்.

“அந்தக் கண் கட்டைப் போடுறதுக்கு முன்னால உங்க சாதகத்தை நான் பார்க்கணுமே?” என்றார் வேம்புசாமி.

“ஏன் ஐயா? அதுக்கும் இதுக்கும் என்ன சம்பந்தம்?” என்றான் ஆதித்தன்.

“சம்பந்தம் ஒண்ணும் இல்ல தான். ஆனா எனக்கு சில கெட்ட நிமித்தங்கள் தோணுது. அது எதுக்கு? அதுக்கும் உங்களுக்கும்

ஏதாவது சம்பந்தம் இருக்கா? இதையெல்லாம் நான் தெரிஞ் சுக்கணும்.'' என்றார்.

''எங்களுக்கு சாதகம் குறிக்கல்ல ஐயா! ஆனா பிறந்த தேதி, மாசம், ஆண்டு தெரியும்.'' என்றான் வேங்கையன்.

அவற்றை வாங்கிக்கொண்டு சென்றவர் அரை நாள் பொறுத்துத் திரும்பி வந்தார். அவர் முகத்தில் கலவரம், வருத்தம் ஆச்சரியம் என எல்லாமே கலந்து இருந்தது.

''ஐயா? எங்க சாதகங்கள் என்ன சொல்லுது? ஆதித்தனுக்கும் செம்மலருக்கும் எப்ப கல்யாணம் நடக்கும்?'' என்றான் வேங்கையன்.

அதற்கு பதில் சொல்லாமல் மௌனமாக அமர்ந்தார் வேம்புசாமி.

''சொல்லுங்க ஐயா! எங்க சாதகம் என்ன சொல்லுது?'' என்றான் ஆதித்தன்.

நீண்ட பெருமூச்சு ஒன்றை விடுவித்தார் வேம்புசாமி.

''என்ன சொல்ல? நீங்க நித்யமல்லியைப் பார்த்துட்டீங்களா?'' என்றார் திடும்மென.

''ஆமா ஐயா! ஆத்துல அவ தண்ணி எடுக்கப் போகும் போது எங்கிட்டப் பேசுவா. ரொம்ப விசித்திரமான பொண்ணு. ஆனா அவ மனுசப் பிறவியே இல்லேன்னு சொல்றாங்க. அப்படீன்னா அவ யாரு? இதைப் பத்தி நாங்களே உங்க கிட்டக் கேக்கணும்னு நெனச்சோம்.'' என்றான் ஆதித்தன்.

''தம்பி! ஆதித்தா! அவ கூட உன் பழக்கம் எந்த வரையில இருக்கு? உடல் ரீதியா...எதுவும்...?''

''சேச்சே! என்ன ஐயா நீங்க? நான் என்ன கயவனா? கல்யாணமாகாத கன்னியைத் தொடுவேனா?'' என்றான் ஆதித்தன் அவசரமாக.

''தப்பிச்சேப்பா! அவ உன்னைக் கண்ணு வெச்சுட்டா. எப்படி உன்னைக் காப்பாத்தப் போறேன்னு தெரியலியே?'' என்றார் கவலையுடன்.

''யாரு ஐயா அந்த நித்யமல்லி? அவளைக் கண்டு நீங்க கூட பயப்படுறீங்க? ஆதித்தனை அவளால என்ன செய்ய முடியும்? இவர் எவ்வளவு பெரிய வீரர்? ஒரு பெண்ணிடமா பயம்?'' என்றாள் செம்மலர்.

“அம்மா! நித்யமல்லியைப் பத்தித் தெரியாமல் பேசுற. அவ மனுச உருவத்துல இருக்கிற ஒரு கெட்ட சக்தி. அவளை அழிக்கவே முடியாது.” என்றார் வேம்பு சாமி.

“கொஞ்சம் விவரமாகச் சொல்லுங்க ஐயா.” என்றான் வேங்கையன்.

சம்மணமிட்டுத் தரையில் அமர்ந்து வனப்பேச்சியை தியானித்தார் தலைவர்.

“சொல்றேன்ப்பா! கிட்டத்தட்ட ஐநூறு ஆண்டுகளுக்கு ஒரு தடவை எட்டு கிரகங்கள் ஒரே நேர்கோட்டுல வரும். இதை அஷ்டகிரக சேர்க்கைன்னு சொல்லுவோம். அப்படி நிகழும் போது அந்த ஆண்டு முழுக்க பிறக்கும் குழந்தைகள் எல்லாமே கொஞ்சம் கெட்ட நோக்கம், கெட்ட சிந்தனை உள்ளவங்களாத்தான் இருப்பாங்க. இருந்தாலும் ஒரு குறிப்பிட்ட நாள்ல அந்த கிரகங்கள் வெளியிடுற சக்தி எல்லாம் சேர்ந்து மிகப்பெரிய கெட்ட சக்தியா உருவெடுக்கும். அந்த நேரத்துல ஏதாவது ஆண் பெண் கூடுனாங்கன்னா, அந்தப் பெண்ணோட கர்ப்பத்துல அந்த சக்தி பெண் வடிவமெடுத்துடும்.” என்றார்.

சற்று நேரம் அங்கே சப்தமே இல்லை. தலைவர் என்ன சொல்ல வருகிறார் என்பதை ஓரளவு புரிந்து கொள்ள முடிந்தது மூவராலும். இருந்தாலும் அவர் வாயாலேயே சொல்லட்டும் எனக் காத்திருந்தனர்.

“அப்படிப் பிறந்தவ தான் நித்யமல்லி. அவ பெண் உருவத்துல இருக்குற கெட்ட சக்தி. அவளை பகைச்சுக்கவும் முடியாது அதே நேரம் நட்போடவும் இருக்கக் கூடாது. ஆனா நீ அவளோட நட்பு கொண்டது தான் பிரச்சனை ஆதித்தா” என்றார் வேம்புசாமி.

“ஐயா! நீங்க சொல்லுறதைக் கேக்க எங்களுக்கு ரொம்ப பயமா இருக்கு. அவளால ஆதித்தனுக்கு எதுவும் கெடுதல் வருமா ஐயா?” என்றாள் செம்மலர்.

“நித்யமல்லியோட அன்புக்கு பாத்திரமாயிட்டா அவ கெடுதல் பண்ணவே மாட்டா. ஆனா அவளுக்குப் பிடிக்காத மாதிரி நடந்துக்கிட்டப் போதும். அவங்களை ரொம்பக் கொடூரமா தண்டிப்பா. இது தான் அவ இயல்பு.” என்றார்.

“அவளுக்கு ஆதித்தன் மேல மட்டும் ஏன் இத்தனை இரக்கம்?” என்றான் வேங்கையன்.

“வேங்கையா! அது இரக்கமே இல்ல. காதல். அவ ஆதித்தனைக் காதலிக்குறாப்பா” என்றார்.

எள் விழுந்தால் கூட சத்தம் கேட்கும் அளவுக்கு அமைதியானது அந்த இடம். செம்மலர் மெலிதாக விம்மினாள்.

“மலர்! நான் சத்தியமா உன்னை மட்டும் தான் காதலிக்கறேன். அவ மேல எனக்கு கொஞ்சம் கூட காதல் இல்ல. என்னை நம்பு.” என்றான் ஆதித்தன்.

“எனக்கு உங்களைப் பத்தித் தெரியும் அத்தான். ஆனா நித்யமல்லிக்கு நம்ம காதல் தெரிய வந்தா என்ன செய்வாளோன்னு தான் நான் பயப்படுறேன்.” என்றாள்.

“இன்னொரு விஷயத்தையும் நீங்க நல்லாப் புரிஞ்சுக்கணும். இப்ப நித்யமல்லி மனித வடிவத்துல தான் இருக்கா. ஆனா அவளுக்கு அழிவே இல்ல. இந்த மனித உடல் மறைஞ்சாலும் அவ சக்தி மறையாது.”

“ஐயையோ! என்ன ஐயா சொல்றீங்க? ஏன் எங்களை இப்படி பயமுறுத்துறீங்க?” என்றாள் செம்மலர்.

“தயவு செஞ்சு தவறா நினைக்காதே செம்மலர். என் நோக்கம் அது இல்ல. ஆனா அவளைப் பத்தி நீங்க முழுசாப் புரிஞ்சுக்கிட்டா தான் அவளை எதிர்க்க முடியும். அதுக்குத்தான் சொன்னேன்.” என்றார்.

“அழிக்கவே முடியாதுன்னு சொல்ற ஒரு சக்தியை எப்படி எதிர்க்குறது? பேசாம இவங்களுக்குக் கண் பார்வை வந்த உடனே நாங்க நாட்டுக்குப் போயிடறோம். அப்ப அவளால என்ன செய்ய முடியும்?” என்றாள் செம்மலர்.

அவளைப் பார்த்து சிரித்தார் தலைவர்.

“உன் அறியாமையை என்னன்னு சொல்ல? இந்த பூமிப்பந்துல எந்த எடத்துக்கு வேணும்னாலும் அவளால போக முடியும்மா. அப்படி இருக்க அவளுக்கு சிங்கம்பட்டி வரது தானா கஷ்டம்?” என்றார்.

“அப்படீன்னா நாங்க என்ன தான் செய்ய?” என்றான் ஆதித்தன்.

“சொல்றேன் ஆதித்தா. ஆனா அதுக்கு முன்னால உங்க ரெண்டு பேருக்கும் கண் பார்வை வரணும். அப்பத்தான் என்னால சில விஷயங்களைக் காட்டவும் விளக்கவும் முடியும். இன்னைக்கு ஒரு

சில பச்சிலைகள், மூலிகைகள் வெச்சு உங்க ரெண்டு பேருக்கும் கட்டுப் போடுறேன். அதை நானே வந்து பிரிக்கறேன்.'' என்றார்.

''ஐயா! இவங்களுக்குக் கண் பார்வை வரக் கூடாதுன்னு நித்யமல்லி ஏதாவது செஞ்சா? நான் எப்படிய்யா தடுக்க முடியும்?'' என்றாள் செம்மலர்.

''உம்! நீ கேக்குறது சரி தான். ஆனா அவளுக்கு இப்ப ஆதித்தன் மேல காதல். அவனுக்குக் கண்பார்வை வரணும்னு நினைப்பாளே தவிர, கெடுக்கணும்னு நினைக்க மாட்டா'' என்றார்.

சற்றே நிம்மதியானது மூவருக்கும். ஏதேதோ மூலிகைகளை வைத்துக் கட்டுப் போட்டு விட்டுச் சென்றார். அவர் சென்ற சில நிமிடங்களில் கண்களின் உள்ளில் நமைச்சல் எடுக்க ஆரம்பித்தது இருவருக்கும். கைகளால் கட்டைக் கசக்க முயன்றனர்.

பாய்ந்து வந்து தடுத்தாள் செம்மலர்.

''என்ன செய்யறீங்க? கண் கட்டை அவுக்கக் கூடாதுன்னு இப்பத்தானே ஐயா சொல்லிட்டுப் போனாரு? அதுக்குள்ள இப்படிப் பண்றீங்களே?'' என்றாள் அவள்.

''ஐயோ! மலர்! நமைச்சல் தாங்க முடியல்லம்மா! தயவு செஞ்சு பேசாம போ'' என்று கத்தினான் ஆதித்தன்.

''இல்லங்க! என்ன ஆனாலும் பரவாயில்ல. நான் உங்களை கண்ணை கசக்க விட மாட்டேன். அண்ணே! உனக்கும் தான்.'' என்றவள் எழுந்து போய் வலுவான கயிறுகளைக் கொண்டு வந்து இருவரின் கரங்களையும் சேர்த்து முதுகுக்குப் பின்னால் கட்டினாள்.

அத்தியாயம் 12

மலரின் அன்பு கலந்த கண்டிப்பான கவனிப்பால் ஆதித்தனுக்கும் வேங்கையனுக்கும் கண் பார்வை திரும்பிவிட்டது. அந்த மூன்று நாட்களும் செம்மலர் ஒரு விநாடி கூடக் கண்களை மூடாமல் இருவரையும் கண்காணித்தாள். உணவு ஊட்டி விட்டாள். நல்ல வேளை இரண்டாம் நாளுக்குப் பிறகு நமைச்சல் நின்று விட்டது. மூன்றாம் நாள் வேம்புசாமி ஐயா வந்தார்.

"நீ ரொம்ப நல்லா கவனிச்சுக்கிட்டே மலர்." என்று அவளைப் பாராட்டினார்.

"ஐயா! இன்னைக்கு எங்களுக்கு கண் கட்டை அவுத்துருவீங்க தானே?" என்றான் ஆதித்தன்.

"ஆமாம்ப்பா! மதியம் அவுத்துருவேன். ஆனா இன்னமும் ரெண்டு நாளைக்கு உச்சி வெயில்ல சூரியன் ரொம்பப் பிரகாசமா இருக்கும் போது வெளிய போகக் கூடாது. அதுக்கப்புறம் எல்லாமே சரியாயிரும்." என்றார்.

அவர் சொன்ன மதிய வேளை வந்தது. மனம் திக் திக் என அடித்துக்கொள்ள காத்திருந்தாள் செம்மலர். வெம்புசாமி ஐயா மெதுவாக முதலில் ஆதித்தன் கண்களின் கட்டை அவிழ்த்தார். முழுக்க முழுக்க இருட்டையே பார்த்துப் பழகி விட்ட அவனுக்கு அந்தக் குடிலின் சிறு வெளிச்சம் போதுமா? என ஐயுற்றாள் மலர்.

மெல்லக் கண்களைத் திறந்தான்.

"மலர்!" என்றான் குரலில் காதல் பொங்க.

"அத்தான்! உங்களுக்கு நான் தெரியுறேனா? உங்களுக்குக் கண்ணு வந்திருச்சா?" என்று ஆனந்தக் கூச்சலிட்டாள் செம்மலர்.

"ஆமா மலர்! ஆனா கொஞ்சம் கலங்கலாத் தெரியுது. அதாவது புகை மூட்டம் மாதிரி" என்றான் ஆதித்தான்.

"ஐயா?" என்று வேம்புசாமியின் பக்கம் திரும்பினாள் மலர்.

"கவலைப் பட ஒண்ணுமில்லம்மா! இப்படித்தான் இருக்கும் ஆரம்பத்துல. கொஞ்ச நேரம் கழிச்சு எல்லாம் தெளிவாத் தெரியும்.

இன்னும் சொல்லப் போனா, முன்னை விட கூர்மையான பார்வை கிடைக்கும்.'' என்றார் ஐயா.

"ஐயா! உங்களுக்கு எப்படி நன்றி சொல்லுறதுன்னே தெரியல்ல! எங்க குலம் காக்க வந்த சாமியாத்தான் உங்களை நினைக்கிறேன். எங்க அண்ணன் கட்டையும் அவுத்து விடுங்க. அவனுக்கும் கண் பார்க்கட்டும்" என்றாள் மலர்.

வேங்கயனுக்கும் கண் கட்டு அவிழ்க்கப்பட்டது. அவனும் முதலில் தங்கையான செம்மலரைத்தான் பார்த்தான். குதூகலத்தில் அழுதே விட்டாள் அவள்.

தனது பையைத் திறந்து சில பொற்காசுகளை எடுத்துக் கொடுத்தான் ஆதித்தன்.

"கேவலம்! இந்தக் காசுக்காகவா நான் உங்களுக்கு வைத்தியம் பார்த்தேன்?'' என்றார் வேம்புசாமி. அவரது குரலில் கோபம்.

"ஐயா! மன்னிச்சுக்குங்க! எங்களால முடிஞ்சது கொடுக்கிறோம். தவறா நினைக்க வேண்டாம்" என்றான் ஆதித்தன்.

"இல்லப்பா! நான் தவறா நினைக்கல்ல! நான் உங்க கிட்ட இதைவிட அதிகமா எதிர்பார்த்தேன்'' என்றார் வேம்புசாமி.

"ஐயா! எனக்கு ரெண்டு நாள் அவகாசம் கொடுங்க. நான் எங்க வீட்டுக்குப் போயி எவ்வளவு பொற்காசுகள் இருக்கோ? அத்தனையும் கொண்டு வந்து உங்க காலடியில வெக்கிறேன்.'' என்றான் ஆதித்தன் உணர்ச்சியோடு.

"நல்ல பிள்ளைங்க போங்க! காசை விட பெருசு இருக்குப்பா! அதைத்தான் நான் உங்க கிட்ட எதிர்பார்க்கிறேன்''

"சொல்லுங்க சாமி! நாங்க என்ன செய்யணும்? எங்களால உங்களுக்கு ஏதாவது உதவி செய்ய முடிஞ்சா எங்களுக்கு ரொம்ப சந்தோஷம் தான்.'' என்றான் வேங்கையன்.

சற்று நேரம் மௌனம் காத்தார் வேன்புசாமி.

"சொல்லு ஐயா! நாங்க என்ன செய்யணும்?'' என்றான் வேங்கையன் மீண்டும்.

"யார் சொல்லணுமோ? அவங்க சொல்லலியே இன்னும்?'' என்றார். அவரது பார்வை ஆதித்தன் பக்கம் சென்றது.

“ஐயா! நீங்க என்னைத் தப்பா நெனச்சுட்டீங்க. என் நண்பன் வேங்கையன் சொன்னாலும் நான் சொன்னாலும் ஒண்ணு தான். சொல்லுங்க. நாங்க என்ன செய்யணும்?” என்றான் ஆதித்தன்.

“உங்க நட்புக்கு நான் தலை வணங்குறேன் வீரர்களே! இது எப்போதுமே இப்படி இருக்க நான் வாழ்த்துறேன்.” என்றார். இரு ஆண்களும் அவரது காலில் பணிந்தார்கள். நன்றாக இருங்கள் என ஆசீர்வதித்தார் அந்தப் பெரியவர்.

“ஐயா! இன்னமும் இவர்கள் என்ன செய்ய வேண்டும் என நீங்கள் சொல்லவில்லையே?” என்றாள் செம்மலர்.

“சொல்கிறேன் அம்மா! கட்டாயம் சொல்றேனம்மா! நீயும் இவங்க கூட இணைஞ்சு தான் இதை முடிக்கணும்.” என்றார். மூவரும் விழித்தனர்.

“நீங்க மூணு பேரும் தான் நித்யமல்லியைக் கட்டணும்“ என்றார்.

புரியாமல் விழித்தனர் இளைஞர்கள் மூவரும்.

“தெளிவா சொல்றேன் ஆதித்தா! இது நான் உங்களுக்கு இடுற கட்டளை இல்ல. வேண்டுகோள். புரிஞ்சதா? முழுசா தெரிஞ் சுக்கிட்டு நீங்க செய்யுறதும் செய்யாமப் போறதும் உங்க இஷ்டம்.” என்றார்.

“ஐயா! வாக்குக் குடுத்துட்டு பின் வாங்குற ஆட்கள் நாங்க இல்ல. சொல்லுங்க. இதுல செம்மலர் எந்த மாதிரி உதவி செய்யணும்? முதல்ல நித்யமல்லியை ஏன் கட்டணும். அவ பாவம் பெண் இல்லியா?” என்றான் ஆதித்தன்.

“நான் ஏற்கனவே சொல்லியிருக்கேன் ஆதித்தா! அவ சாதாரணப் பெண் இல்ல. அந்த உருவத்துல இருக்குற ஒரு கெட்ட சக்தி. அவளுக்கு மனித இனத்து மேல எப்பவுமே ஒரு கண்ணு. இந்த பூவுலகத்துல நிரந்தரமா வாழணும்னு ஆசைப்படுறா. அதுக்கு தான் உன் உதவியை அவ எதிர்பார்க்குறா” என்றார் வேம்புசாமி.

“இந்தப் பூமியில பிறந்த யாரானாலும் ஒரு கட்டத்துல இறந்து போய்த்தானே ஆகணும். இவ மட்டும் என்ன விதிவிலக்கு?”

“அங்க தான் நீ அவளைப் புரிஞ்சுக்கணும். அவ உடம்பு தான் இந்த பூவுலகத்துச் சொந்தம். ஆனா அவளோட கெட்ட சக்தி முழுக்க

முழுக்க அப்படியே தான் இருக்கும். அதுக்கு அழிவே இல்ல. அதாவது இப்போதைக்கு இல்ல'' என்றார் வேம்புசாமி.

"புரிஞ்சா மாதிரியும் இருக்கு, புரியாத மாதிரியும் இருக்கு ஐயா'' என்றாள் செம்மலர். மற்ற இருவரும் தலை அசைத்தனர்.

"சொல்றேன், சொல்றேன். எல்லாத்தையும் நீங்க தெளிவா தெரிஞ்சுக்கணும்னு பாணினி சித்தரம்மா சொல்லியிருக்காங்க. அவங்களை நீங்க சந்திக்கிறதுக்கு முன்னால நித்யமல்லி பத்தித் தெரிஞ்சுக்கிட்டுப் போனா நல்லது தான்.'' என்றார்.

"ஐயா! யாரு பாணினி சித்தரம்மா? நாங்க அவங்களைப் பார்த்ததே இல்லையே?''

"நானே அவங்க கிட்ட உங்களைக் கூட்டிக்கிட்டுப் போறேன். அவங்க இங்க தான் காட்டுக்குள்ள வாழுறாங்க. பெரிய சித்தர் அவங்க. மூலிகை மருத்துவத்துல இருந்து, எல்லாமே அவங்களுக்குத் தெரியும். நித்யமல்லியைப் பத்தி எங்களுக்குச் சொன்னதும் அவங்க தான்.'' என்றார் வேம்புசாமி. குரலில் அத்தனை பக்தி, மரியாதை.

"உம் சொல்லுங்க ஐயா'' என்று ஊக்கினான் ஆதித்தன்.

"முதல்ல நித்யமல்லியைப் பத்தி முழுக்க நான் சொல்லிடறேன். அதுக்குப்பிறகு நீங்க யார் பக்கம்னு முடிவு செஞ்சாப் போதும்'' என்றார் வேம்புசாமி. குரலில் சற்றே கலக்கம்.

"ஐயா! எங்களுக்கு கண்பார்வை குடுத்தவரு நீங்க. உங்களுக்கு நாங்க துரோகம் செய்வோமா? நிச்சயம் நாங்க உங்க பக்கம் தான்'' என்றான் ஆதித்தன்.

"இப்போதைக்கு இது உண்மை தான். ஆனா இது மாறலாம். அதுவும் நித்யமல்லி உங்க மனசை எப்படி மாத்துவான்னு தெரியாது. அதனால அவசரப்பட்டு வாக்குக் கொடுக்க வேண்டாம்.'' என்றார்.

அமைதியாயினர் மூவரும். ஆதித்தனுக்கு மனதில் பல எண்ணங்கள். இத்தனை சக்தி வாய்ந்தவளா அந்த நித்யமல்லி? அவளைக் கண்டு இது போன்ற பெரியவரே அஞ்சுகிறார் என்றால் அப்படி என்ன சக்தி அவளிடம்?'' என எண்ணினான்.

வாகாகத் தரையில் அமர்ந்து கொண்டு பேசத் தொடங்கினர் வேம்புசாமி.

“கிட்டத்தட்ட 25 ஆண்டுகளுக்கு முன்னாலலேயே இன்னும் கொஞ்ச வருசத்துல அஷ்ட கிரக சேர்க்கை வரப் போகுதுன்னு சித்தரம்மாவுக்குத் தெரிஞ்சு போச்சு. அப்ப அவங்க என்னைக் கூப்பிட்டு இந்தப் பகுதியில தான் அந்த கிரகங்களோட தாக்கம் மிக அதிகமா இருக்கும். அதனால இங்க வாழுறவங்க அந்த ஆண்டு குழந்தை பெத்துக்காம இருக்குறது நல்லதுன்னு சொல்லச் சொன்னாங்க.”

“உம்“

“நானும் எல்லார்கிட்டயும் சொல்லிட்டேன். அதுக்கேத்த மாதிரி அவங்களும் கட்டுப்பாடா இருக்குறதா வாக்குக் கொடுத்தாங்க. அப்பத்தான் நித்யமல்லியோட அம்மாவும் அப்பாவும் இங்க வந்து சேர்ந்தாங்க. அவங்க ஆரம்பத்துல இருந்தே எங்களை ரொம்ப இளக்காரமாப் பார்ப்பாங்க. காட்டுவாசிங்களுக்கு என்ன தெரியும்னு பேசுவாங்க. எங்க கட்டுப்பாட்டை அவங்க மதிக்கவே இல்ல.”

“ஐயையோ” என்றாள் செம்மலர்.

“கேளும்மா! இதை நாங்க சித்தரம்மா கிட்டச் சொன்னோம். அவங்க விதியை வெல்ல முடியாது போல இருக்கே வேம்பு? இந்த மலைப் பகுதியில அந்த கிரகச் சேர்க்கை போது ஏதோ ஒரு கெட்ட சக்தி பிறக்கப் போவுது போல இருக்கேன்னு ரொம்பக் கவலையோட சொன்னாங்க. நாங்களும் எதுவும் செய்ய முடியாத நிலை. அப்பத்தான் அந்த நாள் நெருங்குச்சு. நித்யமல்லியோட அம்மா நிறை மாத கர்ப்பம். சித்தரம்மா அவங்களை எப்படியாவது மலையுல இருந்து அப்புறப்படுத்திக் கீழே கூட்டிக்கிட்டுப் போயிடணும்னு நெனச்சாங்க. ஆனா அவங்களாலேயே அது முடியல்ல” என்று நிறுத்தினார்.

“ஏன் ஐயா?”

“மலை முழுக்க அப்படி ஒரு மழையும் காத்தும். தாமிரபரணி தாயே தறி கெட்டு ஓடிக்கிட்டு இருந்தா. எங்க குடியிருப்புக்குள்ள எல்லாம் ஒரே தண்ணி. அது வரைக்கும் எங்களைக் காப்பாத்திக்கிட்டு வந்த தாமிரபரணி தாயே எங்களை கை விட்டுட்டா மாதிரி தோணுச்சு. குழந்தை குட்டிங்க எல்லாம் திண்டாடுது. இது மாதிரி கிட்டதட்ட ஆறு நாட்கள் விடாம மழையும் காத்தும் அடிச்சது. பாதையில பெரிய பெரிய மரங்கள் முறிஞ்சு விழுந்தது. நாங்க சித்தரம்மா கிட்டப் போய் கதறினோம்.”

"அவங்க என்ன செஞ்சாங்க?"

"கண்களை மூடி தியானிச்சவங்க, குழந்தை பொறக்கவர வரைக்கும் இப்படித்தான் இருக்கும் வேம்பு. உங்களுக்காக, உங்க காணிகளோட நல்லதுக்காக நான் இப்பவே என்னோட முயற்சியைக் கை விட்டுடறேன். அந்தக் குழந்தை இங்க தான் பிறக்கணும்னு விதி போல அப்படீன்னு ரொம்ப வருத்தத்தோட சொன்னாங்க. அவங்க சொன்னது மாதிர்யே பெண் குழந்தையான நித்யமல்லி பிறந்த பிறகு மழை, காத்து எல்லாமே நின்னிருச்சு. தெருக்களே சுத்தமா காஞ்சு போச்சு. நேத்து வரைக்கும் வெள்ளக்காடா இருந்த எங்க தெருக்கள் அப்படியே காஞ்சு போயிரிச்சு."

"இது என்ன அற்புதமா இருக்கே?" என்றாள் செம்மலர்.

"அங்க தான்மா நாங்களும் தப்பு செஞ்சோம். முதல்ல நித்யமல்லியை எங்களைக் காக்க வந்த தேவதையா நெனச்சுட்டோம். அவ பிறந்ததால தான் மழை நின்னது, வெள்ளம் வடிஞ்சதுன்னு நாங்க அவளைக் கொண்டாட ஆரம்பிச்சுட்டோம். சித்தரம்மா எவ்வளவோ தடுத்தும் கேக்காம அவளை இங்க வளர விட்டோம். ஆனா அதுக்கான பலனை நாங்க அனுபவிக்கவும் செய்தோம்." என்றார் பெருமூச்சுடன்.

"என்ன நடந்தது ஐயா?" என்றான் வேங்கையன்.

"நித்யமல்லி வளர வளர எங்களுக்கு செல்வமும் வளர்ந்தது. நாங்க கொண்டு போற கிழங்குகளுக்கும், தேனுக்கும் அம்பாசமுத்திரம் சந்தையில நிறைய விலை கெடச்சது. நாங்க ரொம்ப சந்தோசப்பட்டு அவளுக்கு சந்தையில இருந்து வரும் போதெல்லாம் ஏதாவது வாங்கிட்டு வந்து கொடுப்போம். அப்பத்தான் ஒரு நாள் சாயங்கால நேரத்துல காணிங்கள்ல ஒருத்தியான பொன்வண்டு தனியா வந்துக்கிட்டு இருந்தா. அப்பத்தான் அவ நித்யமல்லி ஒரு ஆட்டை உயிரோட கடிச்சு ரத்தம் குடிக்குறதைப் பார்த்துட்டா. அப்ப நித்யமல்லி பாக்கவே வேற மாதிரி இருந்ததாச் சொன்னா."

அமைதியாக இருந்தது அந்த இடம். மூவருக்குள்ளும் பல விதமான எண்ணங்கள் குழப்பங்கள்.

"அவளைப் அப்படிப் பார்த்த நாள்ல இருந்து பொன்வண்டுக்கு ரொம்ப உடம்பு சரியில்லாமப் போயிரிச்சு. பயந்து பயந்து இருந்தா. எந்தப் பெண்ணைப் பார்த்தாலும் பயந்தா. சித்தரம்மா கிட்ட சொன்னோம். அதுக்கு அவங்க நித்யமல்லி முதல்

பலி வாங்கிட்டான்னு சொன்னாங்க. நாங்க ரொம்ப பயந்து போயிட்டோம். அவளைக் கண்காணிக்க ஆரம்பிச்சோம். அப்பத்தான் அவ எவ்வளவு கொடூரமானவன்னு எங்களுக்குத் தெரிஞ்சது. இது நடந்த மூணாம் நாளே பொன்வண்டு இறந்து போயிட்டா.''

''ஐயையோ''

''என்ன செய்ய? சித்தரம்மா சொன்னபடி அவளை புதைக்காம எரிச்சுட்டோம். ஆனா அந்த சிதைக்குப் பக்கத்துலயே ரொம்ப நேரம் உர்ருனு உக்காந்திருந்தா நித்யமல்லி. சித்தரம்மா சொல்லியிருந்தபடி முழுக்க உடம்பு எரிஞ்சு சாம்பலாப் போற வரைக்கும் நாங்க காத்திருந்தோம். ஆனா பல விதமான சத்தங்கள் கேட்கவே பயத்துல ஓட நெனச்சோம். நான் தான் கடைசியா ஓடினேன். அப்பத்தான் எரியுற நெருப்புல இருந்து பொன்வண்டு பயங்கரமன உருவத்தோட எழுந்து போயி நித்யமல்லியோட கையைக் கோத்துக்கிட்டா. இதைப் பார்த்த எனக்கு வலிப்பே வந்திரிச்சு.'' என்று நிறுத்தினார்.

கேட்டுக்கொண்டிருந்த மூவருக்குமே வலிப்பு வரும் போல ஆகி விட்டது. மேலும் தொடர்ந்தார் வேம்புசாமி.

''இனிமே அவளை அடக்கவே முடியாதுன்னும், வளர வளர அவ இன்னமும் கொடுமைக்காரியாத்தான் மாறுவான்னும் தெரிஞ் சுக்கிட்டோம். ஆனா அவளையும் அடக்குற சக்தி எங்க வனப்பேச்சி கிட்ட இருந்தது. எங்க எல்லையில வனப் பேச்சி கோயில் இருந்ததால நித்யமல்லியால அதிகம் கெடுதல் எதுவும் செய்ய முடியல்ல. அவளை அழிக்கணும்னு போயி சித்தரம்மா கிட்டக் கேட்டோம். அதுக்கு அவங்க இவ சக்தி இன்னமும் அறுநூறு வருசத்துக்கு அழியாதேப்பா! ஒண்ணு வேணும்னா செய்யலாம். இவ சக்தியைக் கட்டலாம்னு சொன்னாங்க. அதை யாரால செய்ய முடியும்னு சில நிமித்தங்கள் சொன்னாங்க. அது படி பார்த்தா, உங்களால தான் அவளைக் கட்ட முடியும்னு தோணுது.'' என்று முடித்தார்.

அதிர்ந்து போய் அவரையே பார்த்திருந்தனர் மூவரும்.

அத்தியாயம் 13

“ஐயா! நாங்களா? நாங்களா நித்யமல்லியைக் கட்டணும்? எப்படிச் சொல்றீங்க?” என்றான் ஆதித்தன்.

“நீங்களே தான். நான் முன்ன சொன்னது மாதிரி சில நிமித்தங்கள் தோணுச்சுப்பா. அதை வெச்சுத்தான் சொல்றேன்.” என்றார்.

“புரியலீங்க” என்றான் வேங்கையன்.

“இன்னும் கொஞ்ச நேரத்துல சித்தரம்மாவே இங்க வரேன்னு சொல்லியிருக்காங்க. உங்க கேல்விகளை அவங்க கிட்டக் கேளுங்க. விவரமா சொல்லுவாங்க” என்றார்.

அவர்கள் பேசிக்கொண்டிருக்கும் போதே காற்று தீவிரமாக அடிக்கத் தொடங்கியது. அதோடு சற்றே இருள் சூழ்ந்தார் போலிருக்க பயந்து போனாள் மலர். சற்று நேரத்தில் வாசற்கதவை யாரோ தட்டும் சத்தம் கேட்க வேம்புசாமி போய்த் திறந்தார். அங்கே வெறித்த பார்வையோடு நித்யமல்லி நின்றிருந்தாள்.

“யாருங்க?” என்றாள் செம்மலர்.

“நீ யாரு? ஆதித்தனோட குடில்ல என்ன பண்ற?” என்ற குரல் கொடூரமாக ஒலித்தது.

“நித்யமல்லி! நீ எதுக்கு இங்க வந்த? இன்னமும் ஆதித்தனுக்கு பூரணமா கண்ணு வரல்ல. பிறகு அவனே வந்து உன்னைப் பார்ப்பான்” என்றார் வேம்புசாமி.

“யாரு இந்தப் பொண்ணு?” என்றாள் நித்யமல்லி மீண்டும்.

“வேங்கையனோட தங்கச்சிம்மா! இவங்களுக்கு கூடமாட ஒத்தாசைக்கு வந்திருக்கா”

“வேற எதுவும் இல்லியே?” என்றாள்.

“அப்படீன்னு தான் நினைக்குறேன்” என்றார் வேம்புசாமி.

“ஹூம்! ஒரு காலத்துல உங்களுக்கு நான் தெய்வமா தெரிஞ்சேன். ஆனா இப்ப மனுஷியாக் கூட மதிக்க மாட்டேங்குறீங்க. உங்க மூட நம்பிக்கைக்கு அளவே இல்லியா?” என்றாள். அவள் குரல் கம்மியிருந்தது.

“நித்யமல்லி! என்னைப் பார்க்கவா வந்தீங்க?” என்று கேட்டபடியே ஆதித்தன் எழுந்து வந்தான். அவனைத் தொடர்ந்து செம்மலரும் வந்தாள் நித்யமல்லியைப் பார்க்கும் ஆவலோடு.

“ஆதித்தா! நல்லா இருக்கீங்களா? ஒத்தாசைக்கு என்னைக் கூப்பிட்டிருக்கக் கூடாதா? எதுக்குக் கண்டவங்களையும் கூப்பிடுறீங்க?” என்றாள்.

இப்படி சரளமாக பேசக் கூடியவள் அல்லவே நித்யமல்லி! என ஆதித்தனுக்கு வியப்பாக இருந்தது.

“என் தங்கச்சி ஒண்ணும் கண்டவ கிடையாது. உனக்குத் தெரியுமா? அவ தான்...” என ஆரம்பித்தவனை முடிக்க விடாமல் கத்தினார் வேம்புசாமி.

“வேங்கையா! கத்தாதே! அது உன் கண் நரம்புகளுக்கு ஆகாது” என்றார்.

“நான் எங்கே கத்தினேன்? நீங்க தான்...”

மீண்டும் குறுக்கிட்டார் அவர்.

“பேசாம போ! போயி ஓய்வெடு. நித்யமல்லி கிட்ட அவமாரியாதையாப் பேசுறதை நான் அனுமதிக்க முடியாது.” என்றார்.

கோபமாக உள்ளே போய் விட்டான் வேங்கையன். என்னவோ இருக்கிறது என மௌனமாக காத்திருந்தான் ஆதித்தன். செம்மலர் வாயே திறக்கவில்லை.

“உம்! ஆதித்தா! எப்ப உங்களை நான் தனியாப் பார்க்கலாம்?” என்றாள் நித்யமல்லி.

“இன்னும் மூணு நாள் சூரிய வெளிச்சத்தைப் பார்க்கக் கூடாதுன்னு ஐயா சொல்லியிருக்காங்க. அதுக்குப் பிறகு முழு மூச்சா அந்த கொள்ளைக் கூட்டத் தலைவனைப் பிடிக்கப் போராடுவது தான் எனக்கு வேலை. அதுக்கு முன்ன உன்னைப் பார்க்க வரேன் நித்யமல்லி” என்றான்.

சட்டெனத் திரும்பிச் சென்று விட்டாள் அவள். அவளது பேச்சு, நடத்தை எல்லாமே புதிராக இருக்க அவள் போவதையே பார்த்திருந்தான் ஆதித்தன். அவனுக்கு மனதில் லேசாக ஏதோ ஒன்று அசைவது போலிருந்தது. சிந்தனையில் ஆழ்ந்தான்.

“ஏதோ மூட நம்பிக்கை என்றாளே? ஒருவேளை இவை அனைத்துமே அதன் விளைவாகத்தான் இருக்குமோ? ஒரு பெண்ணால் இத்தனைக் கொடூரமாக இருக்க முடியுமா? அத்தனை சக்தியும் இருக்குமா? மற்றவர்களின் பேச்சால் அவள் மனது புண்பட்டிருக்கிறது போல. அதனால் தான் யாரிடமும் பேசத் தயங்குகிறாள். இத்தனை அழகும் அறிவும் உள்ள பெண்ணுக்கு வாழ்க்கையில் என்னென்ன சோதனை?” என எண்ணிக் கொண்டான்.

சட்டென சூரிய வெளிச்சம் வந்தாற்போலிருக்க ஏறிட்டு நோக்கினான். வயதான ஆனால் மிகவும் ஒல்லியான ஒரு பெண்மணி வெளியில் நின்றிருந்தார். தோற்றமே மரியாதை தருவதாக இருந்தது. தலையில் ஜடாமுடி , கையில் ருத்திராக்ஷ மாலை, மிகவும் பழசான நிறமே தெரியாத புடவை.

“அம்மா! நீங்க யாரு?” என்றான் ஆதித்தன்.

குரல் கேட்டு ஓடி வந்தார் வேம்புசாமி.

“சித்தரம்மா வாங்க! உள்ள வாங்க” என்று மிகவும் மரியாதையாக அழைத்தார்.

“ஆதித்தா! இவங்க தான் சித்தரம்மா! கும்பிட்டுக்கோப்பா” என்றார் மேலும். வணங்கினான் ஆதித்தன். அவனைக் கூர்ந்து பார்த்தாள் அந்தப் பெண்மணி.

“கட்டிப் போடுவேன்னு பார்த்தா நீயே கட்டுக்குள்ள அகப்பட்டுப்பே போலிருக்கே” என்றாள்.

“அம்மா?”

“உம்! நித்யமல்லி வந்திருந்தாளா?”

“ஆமா தாயே”

“அதான்! துர்நாற்றம் வீசுது. சரி முதல்ல இந்த ருத்திராட்சத்தை வேப்பிலையோட தண்ணியில போடு. அரை நாழிகை ஊறட்டும். அப்புறமா அந்தத் தண்ணியை குடில் முழுக்கத் தெளிச்சிரு. என்ன?” என்றாள் வேம்புசாமியை நோக்கி. பயபக்தியோடு அந்த ருத்திராட்சத்தைக் கையில் வாங்கினார் வேம்புசாமி. கண்களில் ஒற்றிக் கொண்டு உள்ளே விரைந்தார்.

“இப்படி உக்காருப்பா! உன்னோட கண்களை பரிசோதிக்குறேன். எங்கே உன் நண்பன்? அவனையும் கூப்பிடு” என்றாள் அந்த அம்மாள்.

“என் நண்பனுக்கும் கண் பார்வை போச்சுன்னு உங்களுக்கு எப்படித் தெரியும் அம்மா?” என்றான் ஆதித்தன். அவனுக்கு அடங்காத ஆச்சரியம்.

“அந்த கொள்ளைக் கூட்டக்காரன் உங்க கண்ணுல சந்திரவள்ளிப் பொடியைத் தூவிட்டான்னு கண்டு பிடிச்சதே நான் தானே? உங்களுக்கு சிகிச்சையும் நான் தானே குடுக்கச் சொன்னேன்.” என்றாள் அமைதியாக.

செம்மலரும், வேங்கையனும் உள்ளிருந்து வந்து வணங்கினார்கள்.

“நன்றாக வாழுங்கள்” என்று ஆசி கூறி விட்டு செம்மலரை கூர்ந்து பார்த்தாள் அந்த அம்மாள்.

“அம்மா! உன் காதல் தான் இவனைக் காப்பாற்ற வேண்டும்“ என்றார் ஆதித்தன் பக்கம் கையைக் காட்டி. முகம் சிவந்தது செம்மலருக்கு. இப்போது அவள் பெயருக்கேற்ற செம்மலராக விளங்கினாள். ஆனால் வேங்கையனின் கவலை வேறு மாதிரியாக இருந்தது.

“அம்மா! காப்பாற்றுவது என்றால்? ஆதித்தனுக்கு ஏதாவது ஆபத்தா?” என்றான்.

“உங்கள் நட்புக்கு நான் தலை வணங்குகுறேனப்பா! நீயும் சேர்ந்து தான் நித்யமல்லியைக் கட்டணும்.” என்றாள்.

“அம்மா! நீங்க வந்ததுல இருந்து எங்களுக்குப் புரியாத மாதிரியே பேசுறீங்க. நீங்க தான் ஐயா சொன்ன சித்தரம்மா, அப்படீன்னா நீங்க தான் எங்க சந்தேகங்களை தீர்க்கணும்“ என்றான் ஆதித்தன்.

வசதியாக ஒரு மரப்பலகையின் மேல் பத்மாசனமிட்டு அமர்ந்து கொண்டார் அந்தப் பெண்மணி. அவரது கண்கள் ஆதித்தன் மேல் நிலைத்தன.

“உன் சந்தேகங்கள் என்ன? கேளு?” என்றார் தோரணையாக.

“முதல்ல நித்யமல்லியைப் பத்தி நீங்க ஏன் தவறா சொல்றீங்க? அவ சாதாரணப் பெண் தானே? அவளுக்கு எப்படி நீங்க சொல்றா மாதிரி

சக்தி இருக்க முடியும்?'' என்றான். தூக்கிவாரிப் போட அவனைப் பார்த்தார்கள் வேங்கையனும் செம்மலரும்.

"அவ சாதாரணப் பெண்ணா இருந்தா நான் ஏன்ப்பா அவளைக் கட்டச் சொல்லப் போறேன்?'' என்றார் சித்தரம்மா.

"அதான் எனக்கும் புரியல்ல. உங்களுக்கும் அவளுக்கும் ஏதாவது விரோதம் இருக்கலாமே?'' என்றான்.

"சிவ சிவா! நான் ஒரு சித்தராகி பல வருடங்களாச்சு. எனக்கு நட்போ பகையோ கிடையாது. மானுடம் வாழணும், அதான் என் லட்சியம்.''

"அப்படீன்னா ஏன் நீங்க நித்யமல்லியைப் பத்தித் தப்பாப் பேசுறீங்க?''

"இப்ப நீ பேசலைப்பா! நித்யமல்லி உன்னைப் பேச வைக்கிறா. அவ பொண்ணே இல்லப்பா! கெட்ட சக்தி. அவ சக்தி அழிய இன்னும் 600 வருஷம் ஆகும். அதுக்குத்தான் கட்டச் சொல்றேன்'' என்றாள்.

"அப்படி அவளைக் கட்ட முடியாட்டா என்ன ஆகும்?'' என்றான் வேங்கையன்.

"விபரீதம் ஆகும் தம்பி! நித்யமல்லியோட லட்சியமே இந்தப் பூமியில பெண்ணினத்தை அழிக்குறது தான். அதுக்காக அவ என்ன வேணும்னாலும் செய்வா. அதுவும் இப்ப தம்பி ஆதித்தன் வந்த நிலையில அவளோட ஆத்திரம் இன்னமும் அதிகமாயிட்டுது.''

"ஏன் பெண்ணினத்தை அழிக்கணும்னு நினக்குறா அவ?'' என்றாள் செம்மலர் சின்னக் குரலில்.

"அவ இந்தப் பூமியில வந்த நோக்கமே அது தான். அஷ்ட கிரக சேர்க்கையின் போது ஏதாவது ஒரு உலகம் அழியும்மப்பா! நம்ம பூவுலகத்தைப் போல இன்னமும் 14 உலகம் இந்த அண்டவெளியில இருக்கு. அதுலயும் நம்மைப் போல உயிரினங்கள் இருக்கு. கடவுள் சக்தி அவங்களைக் காப்பாத்துதுன்னா அதுக்கு எதிரான சக்தியான தீய சக்தி இந்த உலகங்களை அழிக்கணும்னு தீவிரமா இருக்கு.''

"சிவபெருமானே அழிக்குற கடவுள் தானே? அப்ப அவரும்...?.''கேள்வியோடு நிறுத்தினான் ஆதித்தன். செம்மலரும் வேங்கையனும் பதறினார்கள்.

“இல்லப்பா! சிவபெருமான் தீய சக்தியே இல்ல. அவரு தீய சக்திகளை அழிக்கும் கடவுள். அதைத்தான் நீ தவறாப் புரிஞ்சுக்கிட்டு இருக்கே நீ!”

“அம்மா! நித்யமல்லி எப்படி பூமிக்கு வந்தா?”

“அதான் சொன்னேனேப்பா! அஷ்ட கிரக சேர்க்கைன்றது பல நூறாண்டுகளுக்கு ஒரு தடவை நடக்குற விஷயம். அப்ப தெய்வ சக்தியோட பலம் கொஞ்சம் குறையும், அதனால தீய சக்திகள் ஆர்ப்பாட்டமா இருக்கும். அப்படி ஒரு அஷ்ட கிரக சேர்க்கையின் போது பல தீய சக்திகள் சேர்ந்து ஒரு சக்தியை உருவாக்கி அதுக்கு வடிவம் கொடுக்க கர்ப்பப்பையை தேடுச்சுங்க. அப்பத்தான் நித்யமல்லியோட அம்மாவும் அப்பாவும் சேர்ந்தாங்க. அதுவும் பகல் வேளையில. அதுனால அந்த அம்மாவோட கர்ரப்பையில அந்த சக்தி சேர்க்கப்பட்டது.”

“நீங்க சொல்றது எல்லாமே மாயாஜாலக் கதைகள் மாதிரி இருக்கு. இதை எப்படி நம்ப?” என்றான் ஆதித்தன்.

“நீங்க நம்பறதும் நம்பாம இருக்குறதும் உங்க இஷ்டம். நம்பினா வேலை சுலபம். இல்லைன்னா கடினம் அவ்வளவு தான்?” என்றார் அந்த அம்மாள்.

“நாங்க என்ன செய்யணும் தாயே?” என்றான் வேங்கையன்.

அப்போது கையில் குடத்தோடு உள்ளே வந்தார் வேம்புசாமி.

“இன்னும் அரை நாழிகை போகட்டும் வேம்பு. தாக்கம் ரொம்ப பலமா இருக்கு” என்றாள் சித்தரம்மா. குடத்தைக் கீழே வைத்து விட்டு வேங்கையனின் அருகில் சென்று அமர்ந்து கொண்டார் அவர்.

“ஆதித்தா! உனக்கு இன்னும் கடமை ஒண்ணு பாக்கி இருக்கே?”

“ஆமா அம்மா! அந்தக் கொள்ளைக் கூட்டத் தலைவனை எப்படியாவது கண்டு பிடிச்சு உயிரோடவோ இல்லை பிணமாகவோ அரசர் கிட்ட ஒப்படைக்கணும்.”

“ஆமா! அதுவும் உன் கடமை தான். ஆனா அதை விட இந்த நித்யமல்லியைக் கட்டணும்னு சொன்னேனே?”

“அம்மா! தவறா நினைக்க வேண்டாம். எப்படி ஒரு பெண்ணால இந்த பூவுலகத்துல இருக்குற பெண்ணினத்தை அழிக்க முடியும்னு

எனக்குத் தெரியல்ல. நீங்க தேவையில்லாமக் கவலைப் படுறீங்களோன்னு தோணுது" என்றான் ஆதித்தான்.

சித்தரம்மாவும் வேம்புசாமியும் ஒருவரை ஒருவர் பார்த்துக்கொண்டனர்.

"அவ தீய சக்தின்னு நாங்க நிரூபிச்சா அவளைக் கட்டுவியா?" என்றார் வேம்புசாமி.

திகைத்துப் போய்ப் பார்த்தான் ஆதித்தன்.

அத்தியாயம் 14

எப்படி ஒரு பெண்ணை தீய சக்தி என நிரூபிப்பார்கள்? ஏதேனும் மாய மந்திரம் வைத்திருப்பார்களோ? பாவம் அவள். இவர்களால் எத்தனை துன்பம் அவளுக்கு? அவன் நினைக்க நினைக்க மனதில் நித்யமல்லி மேல் அன்பு பெருகுவது போலிருந்தது. சட்டென கலைந்தான். அவனைத் தொட்டுக்கொண்டிருந்தாள் செம்மலர்.

"என்ன யோசனை அத்தான்? பெரியவங்க சொல்றா மாதிரி அவளை தீய சக்தின்னு நிரூபிச்சுட்டா அவளைக் கட்டுவீங்களா?" என்றாள்.

"உம்! சரி! ஆனா இவங்க எந்த மாய மந்திரமும் பிரயோகிக்கக் கூடாது. அப்பத்தான் நம்புவேன். ஆனா அதுக்கு முன்னாடி கட்டு கட்டுன்னு சொல்றாங்களே? அப்படீன்னா என்னன்னு எனக்கு அவங்க விவரமாச் சொல்லணும்." என்றான்.

மூன்று ஜோடி விழிகள் சித்தரம்மாவை ஏறிட்டன.

"கட்டாயம் சொல்வோம்ப்பா! உனக்குச் சொல்லாம எப்படி உன்னால அந்தக் காரியத்தை சாதிக்க முடியும்? ஆனா நீ முழுமையா நம்பணும். அப்பத்தான் சொல்ல முடியும். இன்னமும் உன் மனசுக்குள்ள நாங்க நல்லவங்களா? இல்லை அவளான்னு ஒரு குழப்பம் இருக்கு. முதல்ல அதை நீக்கணும். அப்புறமா தான் மத்தது." என்றாள் சித்தரம்மாள்.

தன் மனதில் உள்ளதை எப்படி இந்த அம்மாள் அப்படியே படிக்கிறாள் என ஆச்சரியமாக இருந்தது அவனுக்கு. அதோடு எப்படி இவர்கள் ஒரு மனிதப்பெண்ணை தீய சக்தி என நிரூபிக்கப் போகிறார்கள்? எனக் காண ஆவலாக இருந்தான்.

"சரி தாயே! நீங்க சொன்னபடியே நான் கேக்குறேன். இப்ப நான் என்ன செய்யணும் சொல்லுங்க" என்றான் பணிவாக.

அவனது அந்தப் பணிவான பேச்சு சித்தரம்மவுக்குப் பிடித்துப் போனது.

"நல்லது! முதல்ல நீங்க மூணு பேரும் பின்னாடி இருக்குற கிணத்துல குளிச்சிட்டு அந்த ஈரத் துணியோட எங்க கூட வனப்பேச்சியம்மன் கோயிலுக்கு வரணும். அங்க வெச்சு நான் நித்யமல்லி யாருன்னு உங்களுக்குக் காட்டுவேன்." என்றாள்.

அதன்படியே செய்து விட்டு ஈர உடை சரசரக்க ஐந்து பேரும் அந்த வனப்பேச்சியின் கோயிலுக்குள் நுழைந்தார்கள். முதலில் செம்மலர், அவளைத் தொடர்ந்து வேங்கையன் அவனுக்குப் பின்னால் ஆதித்தன் என வரிசையாகச் சென்றார்கள். கடைசியாக சித்தரம்மாவும் வேம்புசாமியும் நுழைந்தார்கள். ஆதித்தன் நுழையும் போது ஏகப்பட்ட வவ்வால்கள் வந்து அவனை உள்ளே செல்ல விடாமல் சுற்றிச் சுற்றி வந்தன. எல்லாவற்றையும் தனது கைகளாலேயே விரட்டினான் ஆதித்தன். வேம்புசாமியும், சித்தரம்மாவும் ஒருவரை ஒருவர் பார்த்துக் கொண்டனர்.

உள்ளே நுழைந்த உடன் மூவரின் மேலும் அம்மனின் குங்குமத்தை தாராளமாகத் தெளித்தாள் சித்தரம்மாள். ஈர உடையில் குங்குமம் ஒட்டிக்கொண்டு பார்க்கவே அவர்கள் ஒரு மாதிரி காட்சியளித்தார்கள். மூவரையும் வெளிப்புறம் நோக்கி இருக்கும்படி அமர வைத்துவிட்டு, தான் அம்மனை நோக்கி அமர்ந்து கொண்டாள் சித்தரம்மாள். வேம்பு சாமி பக்கவாட்டில் அமர்ந்து கொண்டார்.

"செம்மலர்! இப்ப உன் அன்புக்கு உண்மையான சோதனையம்மா. நீ ஆதித்தனை எந்த அளவு நேசிக்குறேன்னு காமிக்க வேண்டிய நேரம். அவனை நீ எவ்வளவு காதலிக்குறேன்னு சொல்லு." என்றாள் சித்தரம்மாள்.

ஒரு வயதான பெண்மணி பேசும் பேச்சா இது? ஆண்கள் முன்னிலையில் அதுவும் அண்ணன் இருக்கும் போது ஒரு பெண் எப்படி தன் காதலைச் சொல்ல முடியும்? என எண்ணிப் பேசாமல் இருந்தாள்.

"செம்மலர்! வெக்கப்படவோ, யோசனை செய்யவோ நேரம் இல்ல. நீ அதைச் சொன்னாத்தான் நித்யமல்லிக்கு ஆங்காரம் வரும். அப்பத்தான் அவ இங்க வருவா." என்றார் வேம்புசாமி.

"ஐயா! மலர் இங்க சொல்லுறது நித்யமல்லிக்குக் கேக்குமா?"

"நீயே பார்த்துக்கோயேன்" என்று அவனிடம் சொல்லி விட்டு பேசுமாறு செம்மலரை ஊக்கினாள்.

மெதுவான குரல் தலை கவிழ்ந்தபடி பேசினாள் செம்மலர்.

"அத்தான்! நான் உங்களை எந்த அளவு காதலிக்கறேன்னு எனக்கு சொல்லத் தெரியல்ல. ஆனா ஒண்ணே ஒண்ணு சொல்றேன். உங்களுக்காக நான் உயிரையும் குடுப்பேன். உங்களைக் காப்பாத்த

என்னால நெருப்புலயும் இறங்க முடியும். உங்களுக்குக் கெடுதல் செய்யணும்னு யாராவது நெனச்சாங்கன்னா அவங்களுக்கு முதல் எதிரி நான் தான். இதுக்கு மேல எனக்கு எதுவும் சொல்லத் தெரியல்ல அத்தான்.'' என்றாள். அவள் கண்களில் மெல்லிய நீர்.

அவளைத் தட்டிக்கொடுத்தாள் சித்தரம்மாள்.

''இனிமே வர ஒவ்வொரு நொடியும் ரொம்ப முக்கியம். செம்மலர். உண்மையிலேயே நீ சொன்னதை செஞ்சு காட்டுற நேரம் வந்தாச்சுன்னு வெச்சுக்கோ. எக்காரணம் கொண்டும் உன் அத்தானை விட்டுப் பார்வையை விலக்காதே! வேங்கையா நீ உன் தங்கச்சிக்குக் காவல்.'' என அவசரமாகப் பேசினாள் சித்தரம்மாள்.

அவள் பேசி முடிக்கு முன் வெளியில் பெரும் சுழற்காற்று வீசினாற் போல இருந்தது. ஆனால் கோயிலின் உள்ளே ஏற்றி வைக்கப்பட்டிருந்த விளக்கின் சுடர் ஆடக் கூட இல்லை. சூறைக் காற்றின் நடுவே கறுப்பாக ஏதோ தெரிந்தது. சிறிது நேரத்தில் நித்யமல்லியின் முகம் அதில் தெரிந்தது. கண்ணீர் தோய்ந்த முகம்.

''ஆதித்தா! என்னைக் காப்பாத்து! இவங்க ஏதோ மந்திரம் போட்டு என்னை உங்கிட்ட இருந்து பிரிக்கப் பார்க்குறாங்க. அப்பாவிப் பெண்ணை இப்படித் துன்புறுத்துறாங்களே! அதைப் பார்த்துக்கிட்டே இருக்கியே ஆதித்தா! வா! வந்து என்னைக் காப்பாத்து'' என்று கதறியது.

வசியத்திற்கு ஆட்பட்டவன் போல எழுந்து நடக்க ஆரம்பித்தான் ஆதித்தன். ஓடிப் போய் அவனுக்குக் குறுக்கே நின்றாள் செம்மலர்.

''விலகு! விலகு! அந்தப் பொண்ணை நான் காப்பாத்தணும்'' என்றான் ஆதித்தன்.

''அத்தான்! அவ பெண்ணே இல்ல! மாயப் பிசாசு. தயவு செஞ்சு அம்மன் சன்னதியை விட்டு வெளியே போகாதீங்க'' என்று தடுத்தாள்.

''வழி விடு மலர்! அவளும் உன்னை மாதிரிப் பொண்ணு தானே? உனக்கு இரக்கமே இல்லியா?'' என்று கத்தியபடி வெளியில் செல்ல முயன்றான். அவனது கரங்களைப் பிடித்து இழுத்தாள் செம்மலர்.

அந்த நிமிடம் அந்த மாய வசியம் ஆதித்தனிடமிருந்து விலகியது போலத் தோன்றியது. ஆனால் மீண்டும் பேசியது நித்யமல்லியின் அழுகை தோய்ந்த முகம்.

“ஆதித்தா! என் மேல உனக்கு இரக்கமே இல்லியா? அவ தான் உனக்கு உசத்தியா? கருணையும் இரக்கமும் இல்லாம இருக்கா அவ. பெண்மையே இல்ல அவ கிட்ட. தயவு செஞ்சு என்னைக் காப்பாத்து. எனக்கு உடம்பெல்லாம் எரியுது. நீ வந்தாத்தான் நான் உயிர் பிழைப்பேன். வா ஆதித்தா! தயவு செஞ்சு வா! வந்து எனக்கு உயிர் கொடு” என்று மெல்லப் பேசியது.

இப்போது ஆதித்தனின் மன நிலை முற்றிலும் பைத்தியம் பிடித்தவன் போல மாறியது. ஓடத் தொடங்கினான். அவனை இறுகப் பிடித்துக்கொண்டாள் செம்மலர். அவளுக்குத் துணையாக வேங்கையனும் வரவே திமிறினான் ஆதித்தன்.

“அவனை விட்டுடாதே செம்மலர். உனக்கு அவன் மேல உள்ள அன்பு அத்தனையும் சேர்த்து அவனைக் காப்பாத்து. எக்காரணம் கொண்டும் பிடியை விட்டுடாதே” என்று கத்தினாள் சித்தரம்மாள்.

“அம்மா! என்னால முடியல்ல! ரொம்ப திமிறுறாரு. தயவு செஞ்சு ஏதாவது செய்ங்க” என்று பதிலுக்குக் கத்தினாள் செம்மலர்.

அம்மனை நோக்கி தியானத்தில் அமர்ந்தாள் சித்தரம்மாள்.

“தாயே! இந்தக் குழந்தைகளை இக்கட்டிலிருந்து காப்பாற்று! இவர்கள் ஒரு பாவமும் அறியாதவர்கள். நித்யமல்லி என்ற கெட்ட சக்தி ஜெயிக்க விட்டு விடாதே” என பிரார்த்தித்தாள்.

இங்கேயோ நிமிடத்துக்கு நிமிடம் ஆதித்தனின் பலம் அதிகரித்தது. அதோடு நித்யமல்லியின் கதறலும் அதிகரித்தது. வேம்புசாமியும் சேர்ந்து பிடித்து இழுத்துக் கொண்டிருந்தார் ஆதித்தனை. மூவரின் பலமும் சேர்ந்தும் கூட அவனை தடுக்க முடியாது என்ற நிலை வந்தது. ஒரு நொடியில் இவர்கள் பிடியிலிருந்து தன்னை விடுவித்துக்கொண்டு வெளியில் பாய்ந்தன் ஆதித்தன். ஓவெனக் கூச்சலிட்டாள் செம்மலர். அவனது கால்கள் கோயிலுக்கு வெளியில் செல்ல இருந்த நேரம் ஒரு அதிசயம் நடந்தது. எங்கிருந்தோ வந்த சூலம் ஒன்று நித்யமல்லியின் முகத்தை குத்தியது. அதுவரையில் கண்ணீரோடு காட்சியளித்த அந்த முகம் ஒரு வினாடி சாதாரணமாகி பின்னர் பயங்கரமானது. ஆதித்தனை சட்டென உள்ளே இழுத்து விட்டாள் செம்மலர்.

கண்ணிமைக்கும் நேரத்திற்குள் அந்த சூலம் நித்யமல்லியின் உருவத்தை விரட்டியது. பெரும் சூறைக் காற்று வீசி சற்று நேரம்

இலைகள், செடிகள் எல்லாம் பறந்தன. பின்னர் எங்கும் அமைதி. நித்யமல்லியைக் காணவே இல்லை.

நடந்து முடிந்த சம்பவத்தின் கனம் தாங்காமல் சட்டென அமர்ந்து கொண்டாள் செம்மலர். அவள் கண்களில் இருந்து நீர் பெருகியது. கரங்கள் அம்மனை நோக்கிக் குவிந்தன. சித்தரம்மாள் மெல்லக் கண் விழித்தாள். தூண் ஒன்றின் ஓரமாக சாய்ந்து கிடந்தான் ஆதித்தன். அவன் மிகவும் சோர்வாக இருக்கிறான் என்பதை முகம் உணர்த்தியது. அம்மன் பாதத்தில் இருந்த சங்கிலிருந்து நீரை எடுத்து அவனுக்குப் புகட்டினார் வேம்புசாமி. வேங்கையனுக்கு இன்னமும் பயம் தெளியவில்லை.

அம்மனின் அபிஷேக நீர் உள்ளே போனதும், சற்றே எழுந்து அமர்ந்தான் ஆதித்தன்.

"அம்மா! இப்ப இங்க என்ன நடந்தது? நித்யமல்லி அவ்வளவு மாய சக்தி உள்ளவளா? என்னால நம்பவே முடியலியே?" என்றான் மிகுந்த சிரமப்பட்டு.

"ஆமா தாயே! என் தங்கை இங்கே பேசினது அவளுக்கு எப்படித் தெரிஞ்சது? எனக்கு ரொம்பக் கவலையாவும் பயமாவும் இருக்கும்மா! என் தங்கை வாழ்க்கை என்ன ஆகும்னே தெரியல்யே?" என்றான். குரலில் அத்தனை கவலை.

"முதல்ல நீங்க ரெண்டு பேரும் ஆசுவாசப்படுத்திக்கோங்க! அப்புறமாப் பேசலாம். உங்களால குடிலுக்கு நடக்க முடியுமா?" என்றார் வேம்புசாமி.

"முடியும் ஐயா!" என இருவருமே எழுந்து நின்றார்கள். நடக்கும் வழியெல்லாம் பயமாகத்தான் இருந்தது செம்மலருக்கு. எப்போது நித்யமல்லி வந்து தாக்குவாளோ என எண்ணி சுற்று முற்றும் பார்த்தபடி நடந்தாள்.

"இப்போதைக்கு அவ வர மாட்டா செம்மலர். ஆனா இனிமே நமக்கு அதிகம் சமயம் இல்ல. உடனடியா வேலையை ஆரம்பிக்கணும்" என்றாள் சித்தரம்மாள். மௌனமாக குடிலை அடைந்தனர் இளைஞர்கள் மூவரும். எலுமிச்சையும் தேனும் கலந்த பானத்தைக் கொடுத்தார் வேம்புசாமி மூவருக்கும். உடம்பில் தெம்பில் மனதில் சற்றே தெளிவும் வந்தார் போல இருந்தது அவர்களுக்கு.

“தாயே! நான் முதல்ல உங்களைத் தவறா நெனச்சதுக்கு என்னை மன்னிக்கணும். நித்யமல்லி சாதாரணப் பெண் இல்ல. இன்னும் சொல்லப் போனா அவ பெண்ணே இல்லேன்னு புரிஞ்சிக்கிட்டேன். “ என்றான் ஆதித்தன்.

“செம்மலர்! உன்னோட அன்பு தான் அவனைக் காப்பாத்தினது. உன் தளராத மன உறுதிதான் காரணம்“ என்றாள் சித்தரம்மாள். அவளை விழுந்து வணங்கினாள் செம்மலர். “மனம் போல மாங்கல்யம் அணிந்து பல்லாண்டு வாழம்மா” என்று மனதார வாயார வாழ்த்தினாள் அம்மூதாட்டி. மனதில் நிம்மதி வந்தது மூவருக்கும்.

“அம்மா! இப்ப சொல்லுங்க! நித்யமல்லியை கட்டுறதுன்னா என்ன?” என்றான் வேங்கையன்.

“நான் முன்னயே சொன்னா மாதிரி வானத்துல இருக்குற சில கெட்ட கிரகங்களோட சேர்க்கையால உருவான சக்தி தான் நித்யமல்லி. அவ மனித கர்ப்பத்துல நுழைஞ்சதால அவளுக்கு சக்தி இன்னமும் அதிகமாயிடிச்சு. மனித உருவத்துல இருக்குற அவளை வெளியே நடமாட முடியாதபடி அதாவது அவ மீண்டும் புகை உருவமா மாற முடியாதபடிக்கு கட்டணும். “

“ஆமா! அதோட அவளால வெளியவே வர முடியாத மாதிரியும் செய்யணும். அவளுக்கு இன்னமும் குறைஞ்சது நாநூறு ஆண்டுகள் சக்தி இருக்கலாம்ன்றது என்னோட கணிப்பு. அதனால அத்தனை ஆண்டுகளும் அவ வெளியே வந்து தன் வேலையைக் காட்டாத மாதிரி செய்யணும்.” என்றாள் சித்தரம்மாள்.

“எனக்கு சில சந்தேகங்கள் இருக்கு தாயே! நித்யமல்லி ஏன் எல்லாரையும் விட்டுட்டு ஆதித்தனை பிடிச்சுக்கிட்டா?” என்றான் வேங்கையன்.

“நல்ல கேள்வி வேங்கையா! இவனோட சாதக அமைப்பு அப்படி. இவன் பிறந்த நேரம் ரொம்பவே விசேஷமான நேரம். இவனோட ஆத்மாவுக்கு அபரிமிதமான சக்திகள் உண்டு. ஆனா இவன் நல்லவங்க கூட சேர்ந்தா எப்படி நிறைய நல்லது செய்ய முடியுமோ? அதே மாதிரி கெட்ட சக்திகளோட சேர்ந்தா அதை விட அதிகமா கெடுதல் செய்ய முடியும். அதனால தான் நித்யமல்லி இவனை கூட்டு சேர்த்துக்க விரும்பினா.” என்றாள் சித்தரம்மாள்.

உடல் நடுங்கியது செம்மலருக்கு.

“ஆனா நீங்க ஏன் செம்மலர் தான் என்னை மீட்க முடியும்னு நெனச்சீங்க?” என்றான் ஆதித்தன்.

“உலகத்துல எல்லா சக்திகளையும் விட மிகப்பெரிய சக்தி அன்புக்கு உண்டு. தாயன்பு, காதலி காதலன் மேல வெக்கிற அன்பு இவைகளுக்கு காப்பாத்தற சக்தி உண்டு. அவளோட உடல் பலத்தால அவ உன்னைப் பிடிச்சு இழுக்கல்ல. அன்போட சக்தி. அது தான் உங்க மூணு பேருக்கும் பலத்தைக் கொடுத்தது.” என்றாள்.

“தாயே! எனக்கு இன்னொரு சந்தேகம். அந்த கெட்ட சக்தியை இப்பவே அழிச்சா என்ன? நானூறு ஆண்டுகளுக்குப் பிறகும் அவ தன் தீய வேலையைச் செய்யமாட்டான்னு என்ன நிச்சயம்?” என்றாள்.

பதில் சொல்ல சித்தரம்மாள் வாயைத் திறக்கு முன்னர் பேசினான் ஆதித்தன்.

“அதுக்கு முன்னாடி எனக்கு ஒண்ணு தெரியணும் தாயே! அவளுக்கு என்ன வேணும்? எதுக்காக இந்த பூமிக்கு வந்திருக்கா?” என்றான்.

“இதை முன்னாடியே நீங்க கேப்பீங்கன்னு எதிர்பார்த்தேன். நம்ம பூமி இப்ப நல்ல சக்திகள் அதாவது கடவுட் சக்திகளால இயங்கிக்கிட்டு இருக்கு. எல்லாமே அதோட இடத்துல இருந்து தன் வேலையைச் செய்யுது. ஆனாலும் சில சமயம் வெள்ளம் வருது, கடல் பொங்குது இது மாதிரி இயற்கை உற்பாதங்கள் நடக்குது இல்லியா? இதுக்கெல்லாம் காரணம் கெட்ட சக்திகள் தான்.”

“புரியல்ல”

“வானத்துல கெட்ட சக்திகளும் இருக்கத்தான் செய்யுது. இந்த மாதிரி அஷ்டகிரக சேர்க்கை அல்லது வால் நட்சத்திரம் விழும் போது அந்த சக்திகள் பூமியில நாசத்தை விளைவிக்குது. அதுலயும் நித்யமல்லி பூமியில பெண்களே இல்லாம செய்யணும்னு நினைக்குற சக்தி. பெண்கள் இல்லாம, இனப்பெருக்கம் இல்லாம, குடும்பம், அன்பு பாசம் இதெல்லாம் இல்லாம எல்லா மக்களும் பைத்தியம் பிடிச்சி ஒருத்தரை ஒருத்தர் அடிச்சுக்கிட்டு சாகணும், அப்பத்தான் அவங்களை மாதிரி இருக்குற கெட்ட சக்திங்க பூமியை ஆக்கிரமிச்சு ஆட்டம் போட முடியும். இது தான் அவன் நோக்கம்.” என்றாள் சித்தரம்மாள்.

உடலெங்கும் நடுக்கம் தோன்ற மௌனமாக அமர்ந்திருந்தனர் அனைவரும். தொடர்ந்தாள் சித்தரம்மாள்.

“அது மட்டும் இல்ல! அந்த கெட்ட சக்தி மனித உருவத்துல இருக்கு. அது ஆதித்தனோட உறவு கொண்டு கர்ப்பமாக நினைக்குது.”

“ஹக்“ என்ற ஒலி வந்தது செம்மலரிடமிருந்து.

“ஆமா செம்மலர்! அப்படி மட்டும் நடந்துட்டா இந்த உலகம் இன்னும் நூறு வருசத்துக்குள்ள அழிஞ்சிரும். ஏன்னா நித்யமல்லிக்குப் பொறக்கப் போற குழந்தை ஆண் பெண் சங்கமமா இருக்கும். அது தான் நடக்கக் கூடவே கூடாது” என்றாள்.

“ஆணும் இல்லாத பெண்ணும் இல்லாத பிறவிங்களைச் சொல்றீங்களாம்மா?” என்றான் வேங்கையன்.

“இல்லப்பா! அவங்க தெய்வப்பிறவிங்க. கெட்ட சக்திங்க இல்ல. ஆனா நான் சொல்லுறது அந்த குழந்தை தனக்கு வேணும்ன்ற போது ஆணாகவும், தேவையான போது பெண்ணாகவும் மாறக் கூடிய சக்தியோட இருக்கும். இதனால என்ன ஆகும்னா, வம்சத்தை வளரவே விடாதுங்க இந்த சக்திங்க. தங்களைப் பெண்ணா ஆக்கிக்கிட்டு பிறக்குற குழந்தைகளை எல்லாம் ஆணாகவே பெற்றெடுப்பாங்க. இது இன்னும் பயங்கரம். யோசிச்சுப் பாருங்க” என்றாள் அம்மாள்.

செய்தியின் தாக்கம் பலமாக இருக்க அப்படியே அமர்ந்திருந்தனர் மூவரும்.

“இப்படி எதுவும் விபரீதம் நடக்காம இருக்குறது உங்க கையில தான் இருக்கு” என்றாள் அம்மாள்.

“சொல்லுங்க! நாங்க என்ன செய்யணும்?” என்றான் ஆதித்தன்.

“அவளைக் கட்டணும். அதாவது எப்படியிருந்தாலும் அவளுக்கு அழிவு இன்னும் நானூறு ஆண்டுகளுக்கு இல்லை. அதனால அவளை ஒரு இடத்துல கட்டி வெக்கணும். அதுக்கு நீங்க வனப்பேச்சியம்மன் கிட்ட கடுமையா விரதம் இருந்து அவளோட அருளைப் பெறணும். அப்புறம் என்ன செய்யணும்னு நான் சொல்றேன்.” என்றாள் சித்தரம்மாள்.

“அம்மா! நானூறு வருசத்துக்குப் பிறகு என்ன ஆகும்?”

“அப்பவும் நீங்களே தான் வருவீங்க. வந்து இவளை அழிப்பீங்க. நானும் இருப்பேன். அதுக்குண்டான ஏற்பாடுகளை நான் செஞ்சுக்கிட்டு தான் இருக்கேன். ஆனா அதெல்லாம் இப்ப எதுக்கு? முதல்ல இப்ப நீங்க செய்ய வேண்டியது என்னன்னு சொல்றேன்.”

“சொல்லுங்கம்மா” என்று பய பக்தியுடன் கை கூப்பினர்.

சொல்ல ஆரம்பித்தாள் சித்தரம்மாள்.

அத்தியாயம் 15

சித்தரம்மாள் சொன்னது மிக எளிமையான விஷயமாக இருந்தது.

"நித்யமல்லியோட சக்தி நாளாக ஆக அதிகரிக்குமே தவிர குறையாது. அவளால மனித குலத்துக்கு மட்டும் தான் ஆபத்துன்றதால மனிதர்களால மட்டும் தான் அவளைக் கட்ட முடியும்." என்றாள் சித்தரம்மாள்.

"அப்படீன்னா எதுக்கு நீங்க எங்களைத் தேர்ந்தெடுத்தீங்க?" என்றான் ஆதித்தன்.

"நல்ல கேள்வியப்பா! உன்னோட சாதக அமைப்பு எனக்குத் தெரியும். உங்கிட்ட தெய்வ பலமும் அதீத துணிச்சலும் இருக்கு. இது எல்லாத்துக்கும் மேலே எப்படி அஷ்ட கிரக சேர்க்கையின் போது தீய சக்திகள் தங்களோட சக்தியை திரட்டி பூமிக்கு அனுப்புமோ, அதே போல அதுக்கு முன்னாலயே அதை அழிக்கக் கூடிய ஒரு சக்தியை நல்ல சக்திகள் உருவாக்கிடும். அப்படி உருவாக்கிய நல்ல சக்தி தான் நீ" என்றாள்.

கண்ணை இருட்டிக்கொண்டு வந்தது ஆதித்தனுக்கு.

"என்ன சொல்கிறாள் இந்த அம்மாள். நான் மனிதன் அல்லவா? நித்யமல்லியைப் போல ஒரு சக்தி ஆனால் நல்ல சக்தி. வெறும் சக்தியா நான்? எனக்கென உருவம் இருக்கிறதே? மனம் இருக்கிறதே?" என யோசித்தான்.

"நீ யோசிக்குறது எனக்குப் புரியுதுப்பா! நீ வெறும் சக்தி இல்ல. நீ முழுமையான ஒரு மனிதன். ஆனாலும் உனக்குள்ள அந்த திவ்ய சக்திகள் இருக்கு. அதனால தான் உன்னை நான் தேர்ந்தெடுத்தேன்."

"சொல்லுங்க அம்மா! கேக்கக் கேக்க, அற்புதமா இருக்கு"

"இல்லாம இருக்குமா? எல்லாமே கடவுளோட அற்புதம் தானே?" என்றார் வேம்புசாமி.

"தாயே! நாங்க என்ன செய்யணும்?" என்றான் வேங்கையன்.

"சொல்றேன் வேங்கையா! நீயும் உன் தங்கையும் தான் ஆதித்தனுக்கு துணையா இருக்கணும். "

"கண்டிப்பா இருப்போங்க"

"சரி! இனியாவது குறுக்க பேசாமக் கேளுங்க. நித்யமல்லிக்கு இன்னும் 400 ஆண்டுகள் அழிவே இல்ல. ஆனா அவளை செயல்பட விடாம நாம கட்ட முடியும். அதை ஆதித்தன் தான் செய்யணும். கட்டுறதுன்னா என்னவோ கயத்தால கட்டிப்போடுறது இல்ல. பல வகையான மந்திரங்கள் சொல்லி, அவளை ஒரு குறிப்பிட்ட எல்லைக்குப் பிறகு வரவே முடியாத மாதிரி செய்யணும். அவளோட சக்தி அந்த எல்லையைத் தாண்டி வர முடியாதபடி செய்யணும். அதான் கட்டுறது."

"புரியுதுங்கம்மா! ஆனா அதை நாங்க எப்படிச் செய்யணும்? எங்கே செய்யணும்?"

"சொல்றேன். பாவநாசக் காட்டுக்குள்ள கன்னிமார் துறையில இருந்து தள்ளிப்போனா பயங்கரமான காட்டுப்பகுதி. அங்க நம்ம ராசாவுக்கு சொந்தமான மாளிகை இருக்கு. அந்த மாளிகைக்குள்ள ஒரு அறையில தான் நித்யமல்லியை நீங்க கட்டி வெக்கணும். இதை ரொம்ப கவனமா, கொஞ்சம் கூட அலட்சியம் இல்லாம செய்யணும். ஏன்னா சின்னத் தவறு நேர்ந்தாக்கூட ஆதித்தன் உயிருக்கு ஆபத்து. அவனுக்கு ஏதாவது ஒண்ணு ஆயிட்டா அப்புறம் அவளைக் கட்டவே முடியாது."

உடல் நடுங்க அமர்ந்திருந்தனர் மூவரும்.

"நித்யமல்லியை எப்படியாவது அந்த மாளிகைக்குள்ள அழைச்சுக்கிட்டுப் போயிரணும். அங்க வெச்சு நான் பல பூஜைகள் செய்வேன். அதுல சில மலர்கள் வரும், சில மூலிகைகள் வரும். அதை வெச்சு தான் பந்தனக் கட்டு போடணும். அதை ஆதித்தனும், செம்மலரும் சேர்ந்து தான் செய்யணும். அதுக்குக் காவலா வேங்கையன் இருக்கணும்."

"எல்லாம் சரி தாயே! ஆனா நித்யமல்லியை எப்படி அங்க கூட்டிக்கிட்டுப் போறது?"

"இங்க தான் நீங்க உங்க புத்திசாலித்தனத்தைப் பயன்படுத்தணும். அவளை நம்ப வைக்கணும்." என்றாள் சித்தரம்மாள்.

குழப்பமாக இருந்தது ஆதித்தனுக்கு. ஆனால் சட்டெனப் பேசினாள் செம்மலர்.

"தாயே! எனக்கு ஒரு யோசனை தோணுது. நித்யமல்லிக்கு ஆதித்தன் மேல ஒரு அபிப்பிராயம் இருக்குன்னு நெனக்கிறேன், அதனால

அவரு அந்தப் பொண்ணு கூட நல்லாப் பேசிப் பழகினா அவளுக்கு நம்பிக்கை வராதா?'' என்றாள் செம்மலர்.

''சே! ஒரு பொண்ணுக்கு நம்பிக்கை துரோகம் செய்ய மாட்டேன் நான் மலர்'' என்றான் ஆதித்தன்.

''இதை விட்டா வேற நல்ல யோசனை இருந்தா சொல்லுங்க. ஏன்னா நித்யமல்லி சுய விருப்பத்தோட வந்தா தான் அவளைக் கட்டுறது சுலபம். இல்லேன்னா நாம நிறையக் கஷ்டப்படணும்.'' என்றாள் சித்தரம்மாள்.

''வேற யோசனை எதுவும் வராட்டாலும் கூட இதை நான் செய்ய மாட்டேன். இது ரொம்பக் கேவலம்.'' என்றான் ஆதித்தன் தீர்மானமாக.

சற்று நேரம் மௌனம் நிலவியது அங்கு.

''வேறு வழி இல்ல. அப்ப நாம கடுமையான வழியில போராட வேண்டியது தான்.'' என்றான் வேம்புசாமி.

''ஹூம்! கடவுளோட சித்தத்தை யாரால மாத்த முடியும்?'' என்றாள் சித்தரம்மாள்.

''ஆதித்தா! நீ முழுக்க முழுக்க சம்மதிச்சு தான் இந்த ஆபத்தான பணியில இறங்குற. அதை நல்லா நெனவு வெச்சுக்கோ.''

''முழு சம்மதம் தாயே! யாரையும் ஏமாத்தாம செய்ய முடியும்னா, அது எத்தனை ஆபத்தானதா இருந்தாலும் நான் தயார். அதுல என் உசுரே போனாலும் சரி.''

''உன் உசிர் இப்ப இந்த மனித குலத்துக்கே ரொம்ப முக்கியம்ப்பா! சரி! நீ அவளை அங்க கூட்டிக்கிட்டு வர மாட்டேன்னு சொன்னதால நாம நித்யமல்லியை அங்க வர வெக்கிற சாங்கியத்தைச் செய்யணும்.''

''என்ன சாங்கியம்?''

''ரத்த பலி குடுக்கணும்.''

''அம்மா'' என்று அலறி விட்டாள் செம்மலர்.

''இல்ல செம்மலர். நீ நினைக்குறா மாதிரி உசிரை எடுக்குற பலி இல்லை இது. ஆதித்தனோட ரத்தம் தான் அவளை அங்க வர வெக்கும். நமக்கு எந்த அளவு ஆதித்தன் உசிர் முக்கியமோ அதை விட நித்யமல்லிக்கு முக்கியம் ஒரு குறிப்பிட்ட காலம் வரையில். வர

அமாவாசைக்குள்ள நாம நித்யமல்லியைக் கட்டணும். இல்லேன்னா ஆதித்தனை அவ வசியக்கட்டுக்குள்ள கொண்டு வந்து அவனோட சேர்ந்து கர்ப்பமாயிருவா. அது மட்டும் நடந்திருச்சுன்னா நம்மால அவளைக் கட்டவே முடியாது, அதோட இந்த உலகம் இன விருத்தி இல்லாம அழிஞ்சும் போயிரும்.'' என்றாள்.

‘‘தாயே! தயவு செஞ்சு நீங்க தவறா நினைக்கல்லேன்னா, நாம இப்ப என்ன செய்யணும்னு தெளிவா சொல்லுங்களேன்.''

‘‘மன்னிக்கணும். எனக்கு இருக்குற ஆர்வத்துல சில விஷயங்கள் உங்களுக்குப் புரியாதுன்ற நினைப்பே இல்ல. முதல்லயே சொன்னா மாதிரி நித்யமல்லியோட நோக்கமே இந்தப் பூமி முழுக்க தீய சக்திகள் நிறைஞ்சிருக்கணும்றது தான். அதுக்கு அவ ஆணாகவும், பெண்ணாகவும் மாறக் கூடிய குழந்தைகளைப் பெறணும். அதை எந்த மனிதனோடும் சேர்ந்து பெற முடியாது. திவ்ய சக்திகள் நெறஞ்ச ஒரு ஆண்மகன் கூடத்தான் அவ உறவு கொள்ளணும். அது தான் ஆதித்தன். அதுவும் எந்த நாளுல வேணும்னாலும் உறவு கொள்ளலாம்ன்றதும் கிடையாது. ஆடி மாத அமாவாசை முடிஞ்ச மூணாம் நாள் தான் அதுக்கான நாள். நாம அதுக்குள்ள அவளைக் கட்டிரணும். இல்லேன்னா அமாவாசை அன்னைக்கு அவ ஆதித்தனை முழுசுமா வசியம் செஞ்சிருவா. அதுக்குப்பிறகு நாம என்ன செஞ்சாலும் பிரயோசனம் இல்ல.'' என்றாள்.

அந்த இடமே பயங்கரமான அமைதியில் மூழ்கியது. அவரவர் மனதில் பல விதமான எண்ணங்கள்.

‘‘ஆடி அமாவாசை என்னைக்கு வருது?'' என்றான் வேங்கையன். அவன் குரலில் நடுக்கம்.

‘‘இன்னும் பத்து நாள்ல வருதுப்பா.'' என்றார் வேம்பு சாமி.

‘‘நமக்கு நேரம் ரொம்பக் குறைவா இருக்கு. அதனால நாம வேலையை உடனடியா ஆரம்பிக்கணும். முதல்ல ஆதித்தன் செம்மலர் ரெண்டு பேரும் கடுமையான விரதம் இருக்கணும். அதுக்கே மூணு நாள் போயிரும். அதன் பிறகு தான் சாங்கியங்கள் ஆரம்பமாகும்.'' என்றாள் சித்தரம்மாள்.

‘‘சாங்கியங்களை அந்தந்த நேரம் வரும் போது அம்மா சொல்லுவாங்க. இப்ப முதல்ல விரதம் எப்படி இருக்கணும்னு மட்டும் கேட்டுக்குங்க.'' என்றார் வேம்புசாமி.

“சொல்லுங்கம்மா” என்றனர் செம்மலர், ஆதித்தன் இருவரும்.

“விரதம் இருக்கப் போற அன்னைக்குக் காலையில மூணு மணிக்கு எந்திரிச்சு தாமிரபரணியில் முழுக்குப் போடணும். அப்படி முழுக்குப் போடும் போது நான் ஒரு மந்திரம் சொல்லித்தருவேன், அதை சொல்லிக்கிட்டே முழுகணும். சத்தமா சொல்லக் கூடாது, வாய்க்குள்ள சொல்லணும்.”

“சரி தாயே”

“பிறகு நேரா வனப்பேச்சியம்மன் கோயிலுக்குப் போயி விளக்கேத்தி பூஜை செய்யணும். முதல் நாள் செண்பக மலர்களைக் கொண்டும், இரண்டாம் நாள் செம்பருத்தி மலர்களைக் கொண்டும், மூணாம் நாள் செவ்வரளி மலர்களைக் கொண்டும் பூஜை செய்யணும். பூஜை செய்த மலர்களை பத்திரமா மறு நாள் சுத்தமான ஒரு துணியில முடிஞ்சு வெச்சுக்கணும். எக்காரணம் கொண்டும் தூக்கிப் போடக் கூடாது.”

“சரி தாயே”

“முதல் நாள் பூஜையின் போது பிரச்சனை எதுவும் வராது. பூஜை முடிஞ்சதுமே நீங்க அவளை அழிக்க விரதம் இருக்கீங்கன்னு தெரிஞ்சிரும். அதனால இரண்டாம் நாள், மூணாம் நாள் பூஜையைச் செய்ய விடாமல் தடுக்கப் பார்ப்பா. அப்பத்தான் வேங்கையன் உதவி தேவை.”

“சொல்லுங்க தாயே” என்றான் வேங்கையன் பணிவாக.

“அவ ஆதித்தனையோ, செம்மலரையோ பார்த்துடக் கூடாது. பார்த்துட்டா பரிகார பூஜை அதுக்கான சாங்கியம்னு நாள் அதிகமாயிரும்,அமாவாசை வந்திரும். அதனால நீ எக்காரணம் கொண்டும் ஆதித்தனையோ செம்மலரையோ நித்யமல்லி கண்ணுல படாமக் காப்பாத்தணும்.” என்றாள் சித்தரம்மாள்.

“அதை நான் எப்படிச் செய்யணும் அம்மா?”

“உனக்கும் சில பூஜைகள் இருக்கு. நீ வனப்பேச்சியோட தளபதியான சங்கிலி கருப்பனையும், சொரி முத்தையனையும் நெனச்சு அவங்க கோயில்ல நாளையில இருந்து விரதம் இருக்கணும். மூணு நாளு நீ கோயிலை விட்டு வெளிய வரவே கூடாது. வெறும் பழங்கள் மட்டும் தான் ஆகாரம். மூணாம் நாளு வேம்பு சாமியும் நானும் வந்து உனக்கு புனித நீராட்டுவோம். அப்ப சொரிமுத்தையனார்

காலடியில வெச்சு பூஜித்த வாளை நீ எடுத்துக்கணும். அந்த வாள் உன் கையில இருக்குற வரை நித்யமல்லியால உன்னை எதுவும் செய்ய முடியாது.'' என்றாள் சித்தரம்மாள்.

பயபக்தியோடு கேட்டுக்கொண்டிருந்தார்கள் மூவரும்.

''உன்னோட சாங்கியம் முடிஞ்சு நீ வாளை எடுத்த பிறகு தான் செம்மலரும், ஆதித்தனும் வனப்பேச்சி கோயில்ல விரதம் இருப்பாங்க. அதனால உன்னோட பூஜைக்கும் விரதத்துக்கும் பங்கம் வராம பார்த்துக்கணும். இந்தப் பொறுப்பை செம்மலர் தான் எடுத்துக்கணும்.'' என்றார் வேம்புசாமி.

''ஐயா! செம்மலர் பாவம் சிறு பெண். நானிருக்கும் போது அவ எதுக்கு இந்த வேலையைச் செய்யணும்? இந்தப் பொறுப்பை எங்கிட்ட கொடுங்களேன்'' என்றான் ஆதித்தன்.

''உன் வீரத்து மேல நம்பிக்கை இல்லாம இல்ல. இன்னில இருந்து நீ நித்யமல்லி கண்ணுல படவே கூடாது. அதனால தான் செம்மலரைச் சொன்னேன். கவனமாக் கேளு செம்மலர். உங்கண்ணன் சொரி முத்தையனார் கோயில்ல பூஜை செய்யுற மூணு நாளும் நீ கோயில் வாசல்ல காவல் இருக்கணும். அதுவும் 24 மணி நேரமும் இருக்கணும். ''

''சரிங்க''

''நல்லது! இப்ப என்ன செய்யணும்னு நீங்க தெளிவா இருக்கீங்களா?''

''இருக்கோம் தாயே! ஆனாலும் பல சந்தேகங்கள் இருக்கத்தான் செய்யுது.''

''இருக்கும் இருக்கும். ஆனா அதை இப்ப விளக்க நேரமில்ல. நாங்க எப்பவும் உங்க கூடத்தானே இருப்போம். அதனால உங்க சந்தேகங்கள் எல்லாத்துக்கும் அப்பப்ப விளக்கம் சொல்றேன்.'' என்றாள் சித்தரம்மாள்.

பணிவோடு கேட்டுக்கொண்டனர் மூவரும்.

''வேங்கையா நாளைக்கு அதிகாலை மூணு மணிக்கு நீ முதல்ல சொரி முத்தையனார் கோயிலுக்குப் போ. அதுக்குப் பின்னால இருக்குற தாமிரபரணியில முழுகிட்டு ஈரத்துணியோட சங்கிலி கருப்பு அப்புறம் சொரி முத்தையன் இவங்க ரெண்டு சன்னதியும்

தெரியுறா மாதிரி ஒரு இடம் இருக்கு. அங்க உக்காந்து நான் சொல்லித்தர மந்திரத்தை சொல்லு.''

''அப்படியே செய்யுறேன் தாயே''

''நல்லது! உண்மையான பக்தியோட நீ சொன்னா, உனக்குக் கட்டாயம் சொரி முத்தையன் இல்லைன்னா சங்கிலி கருப்பன் தரிசனம் கிடைக்கும். கனவுலயாவது வருவாங்க. அப்ப அவங்க என்ன சொல்றாங்கன்னு கவனமாக் கேட்டுக்கோ. அதுதான் நமக்கு வழி காட்டி. என்ன?'' என்றான்.

பயமும் பதட்டமும் வந்து சூழ்ந்து கொண்டது வேங்கையனை.

''அம்மா! நான் சாதாரண மனிதன். உங்களை மாதிரி சித்தரோ இல்லை சாமி மாதிரி பக்திமானோ இல்ல. ஒரு வேளை என் கனவுல சாமிங்க வராமலே போயிடிச்சின்னா?'' என்றான் கலவரத்தோடு.

சித்தரம்மாளும் வேம்பு சாமியும் ஒருவரை ஒருவர் பார்த்துக்கொண்டனர்.

''கவலைப்படாதேப்பா! நீ ஒரு நல்ல காரியத்துக்காகத்தானே சாமியைக் கும்புடப் போற? உன்னோட சுயநலம் இதுல இல்ல. அதனால கட்டாயம் சொரி முத்தையன் மனம் இரங்குவான். நீ மட்டும் நம்பிக்கையோட இரு. இந்தா இந்த தாயத்தை வாங்கிக்கோ. இதை உன் கழுத்துல கட்டிக்கோ. மனசு சஞ்சலப்படாது'' என்றார் வேம்புசாமி.

இரு கரங்களையும் நீட்டி அதை வாங்கிக்கொண்டு உடனே கழுத்தில் கட்டிக்கொண்டான்.

''தாயே! எங்கண்ணனை நான் எப்படிக் காவல் காக்கணும்னு சொல்லலியே?'' என்றாள் செம்மலர்.

''சொல்றேன் செம்மலர்! உனக்கும் உன் அண்ணனுக்கும் தொப்புள் கொடி உறவு. அது மத்த உறவுகளை விட பலமானது. அதனால தான் நான் உன்னைத் தேர்ந்தெடுத்தேன்.''

''சொல்லுங்க அம்மா''

''இப்ப முதல்ல நான் உனக்கு ஒரு மந்திரம் உபதேசிப்பேன். இன்னைக்கு சாயங்காலம் குளிச்சிட்டு விளக்கேத்தி வணங்கு. விளக்கு முன்னால நான் சொல்ற மந்திரத்தைச் சொல்லி தியானம் பண்ணு. நல்ல நினைவு வெச்சுக்கோ உங்கண்ணன் உயிர், உன்

அத்தான் உயிர் எல்லாமே உன் கையில தான் இருக்கு. அதனால வனப்பேச்சி கிட்ட உனக்கு சக்தி கொடுக்கச் சொல்லி மன்றாடு. அவ உனக்கு சில நிமித்தங்கள் தருவா. அதை வெச்சு உன்னோட ஆயுதம் எதுன்னு உனக்குத் தெரியும். " என்றாள்.

வேம்புசாமி பேசினார்.

"மூணு பேரும் இப்ப நல்லா ஓய்வு எடுத்துக்குங்க. வரப்போற ஒரு வாரமும் நமக்கு ரொம்ப சவாலான வாரம். நமக்கு உடல் பலம், மன பலம் ரெண்டும் தேவைப்படும். தேவையான ஓய்வை இப்பவே எடுத்துக்குங்க" என்று சொல்லிக் கிளம்பினார்.

"செம்மலர்! மாலை பொழுது சாயும் நேரம் நான் வந்து உன்னை அழைச்சுக்கிட்டுப் போய் சாங்கியங்களை ஆரம்பிச்சுருவேன். சாங்கியம் ஆரம்பிச்சாச்சுன்னா நீங்க மூணு பேரும் ஒருத்தரை ஒருத்தர் பார்க்கக் கூடாது. செம்மலர் என் கூட இருப்பா. வேங்கையனை வேம்புசாமி தங்க வெச்சுப்பான். நீ மட்டும் தனியா இருப்பியா ஆதித்தா? இல்லை உன் கூடத் தங்குறதுக்கு யாரையாவது ஏற்பாடு செய்யட்டுமா?" என்றாள் சித்தரம்மாள்.

"இல்லம்மா! எனக்கு பயமில்ல. நான் தனியா வாழ்ந்து பழகுனவன் தான்." என்றான் ஆதித்தன்.

"உம்! நல்லது! மாலை பார்க்கலாம்" என்று சொல்லி விட்டு எழுந்து சென்று விட்டனர் சித்தரம்மாளும் வேம்புசாமியும். அவர்கள் போனதும் ஆதித்தன் பேச ஆரம்பித்தான்.

"வேங்கையா! இவங்க எதையுமே தெளிவா சொல்ல மாட்டேங்குறாங்க. இவங்க உண்மையிலேயே நல்லவங்க தானா? இல்லை நம்மைப் பயன்படுத்தி ஏதாவது கெடுதல் செய்ய நினைக்கிறாங்களா?" என்றான்.

செம்மலர் பதறிப் போனாள்.

"அத்தான்! விளையாட்டுக்குக் கூட அப்படிப் பேசாதீங்க. சித்தரம்மா கடவுள் நம்பிக்கை உள்ளவங்க. கோயில்ல தானே நம்மை கும்பிடச் சொல்றாங்க? இதுல என்ன கெடுதல் வர முடியும்?" என்றாள்.

"உம்! நீ சொல்றதும் சரி தான். பார்ப்போம். ஏதாவது விபரீதமா நடக்கப் போகுதுன்னு தோணுச்சுன்னா உங்களைப் பாதுகாக்குறது என் கடமை." என்றான் ஆதித்தன்.

மதிய உணவு அருந்தி விட்டு தென்றல் தாலாட்ட மெல்ல உறங்கிப் போனார்கள் மூவரும்.

அங்கே நித்யமல்லியின் அருகே ஒரு சிறு பெண் அமர்ந்திருந்தாள். இங்கே நடந்தது அத்தனையும் அவள் சொல்லச் சொல்ல கண்கள் சிவப்பேறின முகம் பயங்கரமாக மாறியது அவளுக்கு.

அத்தியாயம் 16

கண்கள் சிவப்பேறிய நிலையில் நித்யமல்லியைப் பார்க்கவே பயமாக இருந்தது. அவள் அருகில் பொன்வண்டு , ஆம்! இறந்து போன பொன்வண்டே தான் அமர்ந்திருந்தாள்.

"ஓஹோ! என்னைக் கட்டப் போறாங்களா? அதுவும் ஆதித்தன் மூலமாவா? எப்படி முடியும்னு நான் பார்க்கறேன். பொன் வண்டு. நீ எப்பவும் கவனத்தோட இரு. அங்க செம்மலர்னு ஒரு பொண்ணு இருக்கா. அவளை எப்படியாவது தீர்த்துக் கட்டிடு. அப்படி செஞ்சா வேங்கையனால சாங்கியம் செய்ய முடியாது. " என்றாள்.

பொன்வண்டு ரத்த வெறியோடு சிரித்தாள்.

"அவளைப் போயா? அவ வெறும் பூச்சி. என் விரலால நசுக்கித் தூக்கிப் போட்டுருவேன்." என்றாள்.

"அப்படி சுலபமா நினைக்காதே! அவ கிட்ட அன்பு, காதல் இதெல்லாம் தான் நிறைய இருக்கு. அவைகள் எல்லாமே நமக்கு எதிரான ஆயுதங்கள் தான். அன்புக்கு நிறைய சக்தி உண்டு. அதனால அவளை எப்படியாவது ஆதித்தன் மேல வெறுப்பு வரா மாதிரி செஞ்சுரு. அப்ப அவ வெளிய வருவா. அதுக்குப்பிறகு நான் சொல்லவே தேவையில்ல." என்றாள்.

பொன்வண்டு காற்றில் பறந்தாள்.

அங்கே வேங்கையன் குளித்து சொரிமுத்தையன் சன்னதியில் அமர்ந்து தியானம் செய்ய ஆரம்பித்தான். பொன் வண்டு நேரே செம்மலரைக் குறி வைத்தாள். அவள் அப்போது தான் சித்தரம்மாளின் குடிலில் இருந்து வெளியில் வந்து வனப்பேச்சிக்குப் பூக்கள் பறிக்கப் போனாள்.

"ஏய்! பொண்ணே" என்ற குரல் மட்டும் கேட்க திடுக்கிட்டுப் பார்த்தாள் செம்மலர்.

"ஏய்! எங்கே பார்க்குற? நான் தான் உன் பக்கதுலயே இருக்கேனே?" என்ற குரல் மீண்டும் வர சுற்று முற்றும் பார்த்தாள்.

செம்மலர் நின்றிருந்த மரத்தின் மேலிருந்து குரல் வரவே பயந்து போனாள். தைரியத்தை வரவழைத்துக்கொண்டு பார்த்த போது யாரோ ஒரு சிறு பெண் அமர்ந்திருப்பது கண்ணில் பட்டது. சிரிப்பு

வந்து விட்டது செம்மலருக்கு. இந்தப் பெண்ணுக்குப் போயா பயந்தோம்? என எண்ணிக் கொண்டாள்.

"உனக்கு என்ன வேணும்? மரத்துல இருந்து எறங்கத் தெரியலியா?" என்றாள் செம்மலர்.

"ஹ! எனக்கா தெரியாது?" என்று சொல்லி அடுத்த கணம் தரையில் செம்மலரின் அருகில் வந்து நின்றது அந்த உருவம்.

இம்முறை நிஜமாகவே பயந்து போனாள் செம்மலர். ஓட முயன்றாள் கால்கள் ஒத்துழைக்கவில்லை.

"பயப்படாதே! உன்னை ஒண்ணும் செய்ய மாட்டேன். ஏன்னா நீ இந்தப் பகுதிக்கே ராணியாகப் போற" என்றது அந்த உருவம்.

வாயே திறக்க இயலாமல் கலக்கத்தில் இருந்தாள் செம்மலர்.

"பேச மாட்டியா? பேசாட்டிப் போ! நான் ஒரு சின்னப் பொண்ணு. எங்கிட்டப் போயி பயப்படுறியே? நீ எப்படி ராணியாவே?" என்றது மீண்டும்.

எதிரில் நிற்கும் உருவத்தைப் பார்த்தாள் செம்மலர். சிறு பெண். வயது பத்துக்குள் தான் இருக்கும். அவளும் சாதாரணமாகப் பேசவே, பயம் தெளிந்தது.

"நீ யாரு? எதுக்கு என்னைப் போயி ராணீன்னு சொல்ற?" என்றாள் மெல்ல.

"என்னைத் தெரியலையா? எனக்கும் சிங்கப்பட்டி தான் ஊரு. பேரு பொன்வண்டு. உன்னை நம்ம ராசாவுக்கு ரொம்பப் பிடிச்சுப் போச்சு. உன்னையே கல்யாணம் கட்டிக்கணும்னு நினைக்கிறாரு. உனக்கு சம்மதமான்னு கேட்டுட்டு வரச் சொன்னாரு." என்றாள் அந்தப் பெண்.

குதூகலமாக இருப்பதற்கு பதில் கோபம் வந்தது செம்மலருக்கு.

"நம்ம ராசா அப்படிப்பட்டவரு இல்ல. அப்படியே இருந்தாலும் இந்த விஷயத்தைப் போயி ஒரு சின்னப் பொண்ணு கிட்ட சொல்லுவாரா?" என்றாள் செம்மலர்.

"நீ என்னைத் தவறாவே புரிஞ்சுக்கிட்டு இருக்கே மலர்! நம்ம ராசாவுக்கு வயசு 28 தான் ஆகுது. கல்யாணம் பண்ண வேண்டிய வயசு தானே? அதை அவர் எங்கிட்ட ஏன் சொன்னாருன்னா,

எங்கம்மா அவருக்கு சித்தி. நான் தங்கச்சி. அதான் ரகசியமா என்னை அனுப்பியிருக்காரு'' என்றாள் அந்தப் பெண்.

''இதைப் பாரு. நீ சொல்றது உண்மையாவே இருந்தாலும் எனக்கு இதுல இஷ்டமில்ல. நான் ஆதித்தனைத்தான் கல்யாணம் செஞ்சுப்பேன்.'' என்றாள் திடமாக.

''ஆதித்தன் சாதாரண உப தளபதி. ஆனா நீ ராசாவைக் கல்யாணம் செஞ்சுக்கிட்டா எல்லாரும் உன் காலடியில கெடப்பாங்க. புடவைங்க, நகைங்க, தினமும் விதம் விதமான சாப்பாடு, கூப்பிட்ட குரலுக்கு வேலலையாட்கள்னு உன் வாழ்க்கையே மாறிடும். நல்லா யோசிச்சுப் பாரு.'' என்றாள் அந்தப் பெண் மீண்டும்.

''நீ என்ன சொன்னாலும் என்னால என் மனசை மாத்திக்க முடியாது. நான் ஆதித்தனைத்தான் கட்டுவேன்.'' என்றாள் செம்மலர்.

பொன்வண்டின் முகம் பயங்கரமாக மாறியது.

''நீ இப்படிப் பேசப் பேச உன் அத்தான் ஆதித்தனோட உசிருக்கு ஆபத்து. உன் அண்ணன் வேற கோயிலுக்கு உள்ள போயிட்டான். எப்படி அவனைக் காப்பாத்துவ? நீ ஆதித்தனைப் பார்ப்பியா? இல்லை உன் அண்ணனைப் பார்ப்பியா?'' என்றாள் பயங்கரமாக.

உடல் நடுங்கியது செம்மலருக்கு.

''ஐயையோ! அவங்க ரெண்டு பேரையும் எதுவும் செஞ்சிடாதே! நீ சொன்னபடி நான் கேக்குறேன்.''

''நான் என்ன செய்யப் போறேன் மலர்? நீ கல்யாணத்துக்கு ஒத்துக்கலைன்னா ராஜாவே அவங்களைக் கொலை செஞ்சிருவாரு.'' என்றாள்.

''இப்ப நான் என்ன செய்யணும்?''

''முதல்ல நீ இந்தக் காட்டுப்பகுதியை விட்டு வெளிய வரணும். சிங்கம்பட்டியில ஒளி மயமான வாழ்க்கை உனக்குக் காத்துக்கிட்டு இருக்கு. இப்பவே நீ என் கூட வா'' என்றாள் பொன்வண்டு.

''வந்து...அந்தப் பூஜை....வந்து.....நித்யமல்லி...''

''நித்யமல்லியைப் பத்தி நீ ஏன் கவலைப்படுற? பாவம் அவ சாதாரணப் பெண். ஆனா அவளை என்னவோ பேய் பிசாசு மாதிரி நடத்துறாங்க. அவ உன்னை என்ன செய்யப் போறா?''

“வந்து..” தயங்கினாள் செம்மலர்.

“இன்னமும் என்ன தயக்கம்? நான் உனக்கு நல்லது தான் சொல்வேன்” என்றாள்.

செம்மலரின் மனம் மயங்கியது. பொன் வண்டு சொல்வது போல நான் போகவில்லையென்றால் ராஜா, வேங்கையனையும், ஆதித்தனையும் ஏதாவது செய்து விடுவாரோ? என்னால் ஆதித்தனுக்கு ஆபத்து என்றால் அதைத் தாங்க என்னால் முடியாது. பொன்வண்டு என்ற இந்தப் பெண் சொல்வதைப் போல அவளுடன் போய் விட வேண்டியது தான். ஆனால்? அதன் பிறகு? ராஜாவைத் திருமணம் செய்து கொள்ள என் மனம் இடம் தருமா? அவ்வளவு தூரத்துக்கு நான் ஏன் யோசிக்க வேண்டும். இப்போது முதல் தேவை ஆதித்தனும் என் அண்ணனும் நலமாக இருக்க வேண்டும் என்பது தான். ஆகையால் நான் காட்டை விட்டு வெளியேறி விடுகிறேன். பிறகு என் பெண்மைக்குக் களங்கம் வரும் எனத் தோன்றினால் என்னால் உயிர்த்தியாகம் செய்ய முடியாதா என்ன?” என முடிவெடுத்துக்கொண்டாள்.

“நான் உன் கூட வரேன். ஆனா நீ அரசர் கிட்ட சொல்லி, ஆதித்தனையும், வேங்கையனையும் எதுவும் செய்யாமப் பார்த்துக்கணும் என்ன?” என்றாள்.

இரு பெண்களும் நடக்கத் தொடங்கினர். அதிகாலை போலவே இல்லை அந்த நேரம். கடுமையான இருளும், ஒரு விதமான நாற்றமும் வந்தது. அவர்கள் நடக்க நடக்க எதிரே யாரோ வருவது போலத் தெரிந்தது. பொன்வண்டு பதட்டம் ஆகி விட்டாள்.

“நீ இந்த மரத்துக்குப் பின்னால ஒளிஞ்சிக்கோ. அவங்க என்ன கூப்பிட்டாலும் வராதே” என்றாள்.

குழப்பம் தோன்ற மறைந்து கொண்டாள் செம்மலர். வந்தது வேம்புசாமியும், சித்தரம்மாளும் தான். அவர்களைப் பார்த்ததும் இனம் புரியாத நிம்மதி நெஞ்சில் பிறந்தது. அவர்களை நோக்கி ஓட முயன்றாள். ஆனால் அவளது கரங்களை இறுகப்பற்றிக்கொண்டிருந்தாள் பொன்வண்டு. இப்போது அவள் முகம் மிகவும் கொடூரமாக இருந்தது. வாயைத் திறக்கவும் முடியவில்லை.

“நாம பொன்வண்டைப் பத்தி யோசிக்கவே இல்ல வேம்பு. நித்யமல்லி அவளை ஏவி விடுவான்னு நாம நினைக்கல்ல” என்றாள் சித்தரம்மாள்.

“என் மேலயும் தவறு இருக்கும்மா! பொன்வண்டோட உடம்பை நாங்க எரிக்கும் போது அவ எழுந்து போய் நித்யமல்லி கிட்ட சேர்ந்ததை நானே என் கண்ணால பார்த்தேன். ஆனா அதை உங்க கிட்டச் சொல்லல்ல. அப்படிச் சொல்லியிருந்தா இதை நீங்க எதிர்பார்த்திருப்பீங்க” என்றார் வேம்பு சாமி.

இந்த உரையாடல்கள் காதில் விழ விழ செம்மலருக்கு என்னவோ மயக்கம் தெளிந்தாற் போல இருந்தது. தன்னுடன் நிற்கும் இவள் பெண்ணே அல்ல. இறந்து போய் மீண்டும் வந்திருக்கும் பிசாசு. அதுவும் நித்யமல்லிக்குத் துணையாக வந்திருக்கிறது. என யோசித்தாள்.

“சித்தரம்மா! நான் இங்கே மரத்துக்குப் பின்னாடி இருக்கேன். காப்பாத்துங்க” என்று கத்தத் துடித்தாள். ஆனால் வாயை அசைக்கக் கூட முடியவில்லை. நாக்கு வேலையே செய்யவில்லை. சட்டென தனது காலால் மண்ணைக் கிளறினாள் செம்மலர்.

“தாயே வனப்பேச்சி! நீ தான் காவல்! இந்தச் சத்தம் சித்தரம்மாவுக்குக் கேக்கண்ணும். அருள் செய் தாயே” என மனமுருகிப் பிராத்தித்தாள்.

நடந்து கொண்டே வந்த சித்தரம்மாள் சட்டென நின்றாள்.

“என்ன? என்ன ஆச்சு அம்மா?” என்றார் வேம்புசாமி.

அதற்கு சித்தரம்மாள் என்ன சொன்னாள் என்பது கேட்கவில்லை செம்மலருக்கு. ஆனால் பொன்வண்டின் பிடி தன் மீது இறுகுவது தெரிந்தது. தைரியம் அவளைக் கை விட்டுப் போனது. ஆனால் ஆழ் மனம் வனபேச்சியை தியானித்தது.

அப்போது பொன்வண்டிடமிருந்து ஓவென்ற அலறல் கேட்க அடுத்த நிமிடம் செம்மலர் தூரப் போய் விழுந்தாள். நல்ல அடி. அவளை நோக்கி வேம்பு சாமி ஓடி வந்தார். ஆனால் அதற்குள் சுதாரித்துக்கொண்டு எழுந்து விட்டாள் செம்மலர். பொன்வண்டைக் காணவேயில்லை.

“மெல்ல எழுந்திரும்மா! “ என்றார் வேம்புசாமி.

“எனக்கு லேசாத்தான் அடிபட்டிருக்கு ஐயா! நல்லவேளை நீங்களும் சித்தரம்மாவும் சரியான நேரத்துல வந்தீங்க. இல்லேன்னா என் நிலை என்ன ஆகியிருக்குமோ?” என்றாள் செம்மலர். அவள் உடல் நடுங்கியது.

“செம்மலர்! இப்போதைக்கு நான் பொன்வண்டை விரட்டிட்டேன். ஆனா அவ திரும்பவும் வருவா! முதல்ல நீ போய்க் குளிச்சிட்டு வனப்பேச்சியை பூஜை செஞ்சுட்டு வா. அப்புறம் சொரிமுத்தையனார் கோயிலுக்குப் போகலாம்“ என்றாள்.

சித்தரம்மாள் உத்தரவிட்டபடியே எல்லாம் செய்தாள் செம்மலர். வாழைப் பழம், கொய்யாப்பழம் இவை தவிர வேறு எதையும் உண்ணாமல், எந்த விதமான கெட்ட சிந்தனைகளுக்கும் இடம் கொடுக்காமல் தன் அண்ணன் சாங்கியத்துக்கு உதவி செய்தாள் செம்மலர். மூன்று நாட்களும் நல்லபடியாகவே கழிந்தன. சில சமயம் நித்யமல்லியின் தொந்தரவு இருந்தாலும் அவற்றை சித்தரம்மாள் சமாளித்தாள்.

கோயிலின் உள்ளே தியானத்தில் அமர்ந்திருந்தான் வேங்கையன். அன்று மூன்றாவது நாள். இது வரையிலும் அவன் அன்ன ஆகாரம் எதுவும் எடுத்துக்கொள்ளவே இல்லை. சங்கிலி கருப்பன், சொரி முத்தையனார் சன்னதி இரண்டையும் ஒரே நேரத்தில் பார்க்குமாறு அமர்ந்து தியானத்தில் ஈடுபட்டிருந்தான் அவன்.

“சங்கிலி கருப்பா! சொரிமுத்தையனாரே! இது எனக்காகவோ என் தங்கச்சிக்காகவோ நான் செய்யுற சாங்கியம் இல்ல. நித்யமல்லின்னு ஒரு தீய சக்தி வந்திருக்கிறதா சித்தரம்மா சொல்றாங்க. எந்தத் தீய சக்தியும் உன் முன்னாடி எதுவும் செய்ய முடியாது. நீ காவல் தெய்வம். உன் காட்டுக்குள்ள இருக்குற அந்த தீய சக்தியை அழிச்சு மக்களுக்கு நன்மை செய்யுறதுக்காகத்தான் நான் இந்த சங்கியம் செய்யுறேன். எனக்கு வழி காட்ட வா” என்று மனமுருகி வேண்டினான்.

மாலை சுமார் ஐந்து மணி இருக்கலாம். ஏதோ புகை மண்டலம் சூழ்வது போலிருக்க கண் மயங்கியது வேங்கையனுக்கு. சன்னதிக்கு எதிரே ஆஜானுபாகுவாக இரு ஆட்கள் நின்றிருந்தார்கள். குதிரை ஒரு ஓரமாக நின்றிருந்தது. நெற்றியில் பட்டையாக விபூதி, கழுத்தில் கனமான தங்க சங்கிலி, திறந்த மார்பு, முறுக்கிய மீசை என

இருவரும் வீரத்தில் மறு உருவமாக நின்றிருந்தனர். சிவப்பு ஆடை அணிந்து பெரிய நாமம் தரித்திருவர் கைகளில் ஒரு குத்தீட்டி.

"வேங்கையா! உனக்கு அருள் செய்யத் தீர்மானிச்சுட்டோம். இந்த குத்தீட்டி நித்யமல்லியை கட்டிடும். அவளை பாணினி சொன்ன அந்த பெரிய அரண்மனைக்குள்ள வெச்சு கட்டிடுங்க. என் கோயில்ல பூஜை செஞ்ச மலரையும், வனப்பேச்சிக்கு பூஜை செஞ்ச மலர்க:ளையும் காவலா வைங்க. எத்தனை வருசம் ஆனாலும் இந்தப் பூக்களுக்கு சக்தி குறைவே குறையாது. " என்றார்.

"சாமி!" என உணர்ச்சிவசப்பட்டவன் விழுந்து கும்பிட்டான்.

"நல்ல கவனமா கேட்டுக்கோ! இன்னும் 500 ஆண்டுகள் கழிச்சு நீயும் உன் நண்பனும் திரும்ப வரணும். அப்ப உங்க கையாலேயே நித்யமல்லியை அழிக்குற வழியை நானே சொல்லித்தரேன். இப்போதைக்கு அவளைக் கட்டுங்க." என்றார் கறுப்பு ஆடை அணிந்த நபர்.

குத்தீட்டியை பயபக்தியோடு இரு கரங்களாலும் நீட்டி வாங்கிக்கொண்டான் வேங்கையன். சட்டென மின்னல் தீண்டியது போலிருக்க மயங்கினான். மீண்டும் கண் விழித்த போது அவனருகே இருந்த குத்தீட்டி எதுவும் கனவில்லை எனச் சொன்னது.

அதனை எடுத்துக்கொண்டு சங்கிலி கருப்பனையும், சொரிமுத்தையனாரையும் வணங்கி விட்டு சித்தரமமாளைப் பார்க்க ஓடினான். குடிலில் செம்மலர், ஆதித்தன் இவர்களுடன் அமர்ந்திருந்தாள் சித்தரம்மாள். குத்தீட்டியுடன் வரும் வேங்கையனைக் கண்டதும் கன்னத்தில் போட்டுக்கொண்டார் வேம்புசாமி.

"ஐயாமார் ரெண்டு பேரும் தரிசனம் தந்தாங்களா?" என்றாள் சித்தரம்மாள். அவள் முகம் முழுவதும் மகிழ்ச்சி.

"ஆமா அம்மா" என்றான். விவரமாக எல்லாவற்றையும் சொன்னான். அவன் சொல்லச் சொல்ல அழுதே விட்டாள் செம்மலர்.

"எல்லாம் நல்லபடியாவே முடிஞ்சிருச்சு. எல்லாம் வனப்பேச்சியோட அருள்" என்றாள் சித்தரம்மாள்.

"ஆனா அம்மா! ஐயன் யாரோ பாணினின்னு ஒரு ஆளைப் பத்திச் சொன்னாரு. அது யாருன்னு தெரியலையே?" என்றான் வேங்கையன்.

"அது நான் தான்ப்பா! என் பேரு தான் பாணினி. சித்தரம்மான்னு கூப்புடுறதால என் பேர் உனக்குத் தெரியல்ல. சரி! இனிமே ஆதித்தன் சாங்கியம் செய்யணும். கால தாமதம் வேண்டாம்." என்றாள்.

மறு நாளிலிருந்து ஆதித்தன் வனப்பேச்சியம்மன் கோயிலில் சாங்கியத்தையும் பூஜையையும் தொடங்கினான். அவனுக்குக் காவலாக செம்மலரும் வேங்கையனும் நின்றிருந்தார்கள். பல விதமான மாயத் தோற்றங்களைக் காட்டினாள் நித்யமல்லி. எதற்கும் மயங்கவில்லை அண்ணனும் தங்கையும். பெரும் சூறைக் காற்று, கடுமையான மழைப்பொழிவு என ஏவினாள். ஐயனின் குத்தீட்டியால் எல்லாவற்றையும் தவிடு பொடியாக்கினான் வேங்கையன்.

கோயிலின் உள்ளே ஆதித்தன் கடுமையான சாங்கியங்கள் செய்தான். உணவு, தண்ணீர் என எதுவும் இல்லை. எந்நேரமும் வனப்பேச்சியையே தியானித்தான். வெளியில் ஏற்பட்ட பல பயங்கரங்களைப் பற்றி அவன் கவலைப்படவே இல்லை. ஐந்தாவது நாள் காலையில் அவனுக்கு தெய்வ தரிசனம் கிடைத்தது. அழகே உருவான இளம் பெண் ஒருத்தி கையில் ஒரு வாளை ஏந்தியபடி வந்தாள். அவளது காலடியில் விழுந்து வணங்கினான் ஆதித்தன்.

"ஆதித்தா! நீ ஒரு பெரிய பொறுப்பை சுமந்து கொண்டிருக்கிறாய். இப்போது உன்னால் நித்யமல்லியை வெறுமே கட்ட முடியுமே அன்றி அழிக்க முடியாது. அதற்காக நீங்கள் மூவரும் திரும்ப வருவீர்கள். அப்போது சொரிமுத்தையனும், சங்கிலி கருப்பனும் உங்களுக்கு உதவுவார்கள். இதோ இந்த வாள் தான் உன் ஆயுதம். இதனை நீ பத்திரமாக வைத்துக்கொள்ள வேண்டும். நித்யமல்லியைக் கட்டிய பிறகு இதனை நீ எங்காவது மறைத்து வைத்து விடு. மீண்டும் நீயே வந்து தான் இதனை எடுக்க வேண்டும். " என்றாள் அந்த அன்னை.

"தாயே! நான் சாதாரணமான மனிதன். பல ஆண்டுகள் கழித்து நான் வருவேனா? அப்படியே உன் அருளால் வந்தாலும் எனக்கு இவை அனைத்தும் நினைவிருக்குமா? இந்த வாளை எடுக்க முடியவில்லை என்றால் நான் என்ன செய்ய தாயே? வழி காட்டியருள வேண்டும் அம்மா" என்றான் நெஞ்சுருக.

"கவலைப் பாடாதே ஆதித்தா! இப்போது உனக்கு வழி காட்டும் பாணினியும், வேம்புசாமியும் அப்போதும் வழி காட்ட வருவார்கள்.

நீ மனதைத் தடுமாற விடாமல் இருத்தல் முக்கியம். இந்த வாள் உன்னை எல்லா இடரிலிருந்தும் காப்பாற்றும்'' என்று சொல்லி மறைந்து விட்டாள் அன்னை வனப்பேச்சி.

சாமிக்கண்ணு சித்தர் சொன்னதை எல்லாம் வாயைத் திறந்தபடி கேட்டுக்கொண்டிருந்தனர் வெங்கியும், பாலாவும்.

அத்தியாயம் 15.

சாமிக்கண்ணு சித்தர் பேசி முடித்த பிறகு அங்கே மௌனம் நிலவியது. நால்வருமே பழங்காலத்திலிருந்து இன்னமும் விடுபடவில்லை என்பதை அவர்களது மௌனம் சொல்லியது. இன்னமும் சொல்வார் சித்தர் என்பதைப் போல பேசாமல் அமர்ந்திருந்தார்கள்.

''என்ன? நான் சொன்னதை எல்லாம் மனசுல வாங்கிக்கிட்டீங்களா?'' என்றார் சாமிக்கண்ணு சித்தர்,

''சாமி! நீங்க சொன்னதை நாங்க வெறுமே கேக்கல்ல சாமி. நாங்களே அந்தக் காலத்துக்குப் போனா மாதிரி இருந்தது. ஆனா நிறைய கேள்விகள் இருக்கே?'' என்றான் வெங்கி.

அவனைப் பார்த்து புன்னகைத்தார் சாமிக்கண்ணு.

''கேள்விகள் கேட்டாத்தான் மனுஷன். என்ன கேக்கணுமோ கேளு'' என்றார்.

''சாமி! அவங்க நித்யமல்லியைக் கட்டிட்டாங்கன்னு புரிஞ்சது. ஆனா அதை எப்படி செஞ்சாங்கன்னு சொல்லலியே? அந்த குத்தீட்டி அப்புறம் வாள் இது ரெண்டும் என்ன ஆச்சு? ஏன்னா அந்த மாளிகையில பூக்கள் தான் இருந்ததே தவிர வாளோ, குத்தீட்டியோ இருந்தா மாதிரி தெரியலியே?'' என்றான் வெங்கி.

''எல்லாமே அத்தனை எளிதா கெடச்சிருமாப்பா? உங்களோட கர்ம யோகம் அது. நீங்க தான் தேடிக் கண்டு பிடிக்கணும்.''

'' நீங்க சொன்ன சம்பவங்கள்ல இருந்து நீங்க தான் அந்த வேம்புசாமின்னு புரிஞ்சுக்கிட்டேன். ஆனா மத்தவங்க யார்யார்னு தெரியலியே? இதுல நான் எப்படி வந்தேன்? அதுவும் புரியல்ல'' என்றார் கரியமாணிக்கம்.

''எல்லாத்துக்கும் காரணம் இருக்கு மாணிக்கம். நீ அந்த காலகட்டத்துல வாழ்ந்த ஒரு போர் வீரன். நித்யல்லியால நாசமான

குடும்பத்துல உன் குடும்பமும் ஒண்ணு. அதனால அவளை அழிக்குறவங்களுக்கு உதவி செஞ்சே ஆகணும்னு நீ ஆசைப்பட்ட. அதனால தான் இந்தப் பிறவியில வெங்கிக்கும், பாலாவுக்கும் உதவி செய்யுற சந்தர்ப்பம் உனக்குக் கெடச்சது.'' என்றார்.

கடவுளர்களின் விளையாட்டு, கணக்கு இவைகளை நினைத்து சற்று நேரம் நால்வரும் அமைதியாக இருந்தனர்.

"என்னப்பா? எல்லாமே அதிசயமா இருக்கா?'' என்றான் சாமிக்கண்ணு சித்தர்.

"ஆமா சாமி! என்னால நம்பவும் முடியல்ல. நம்பாம இருக்கவும் முடியல்ல'' என்றான் வெங்கி.

"ஆனா என்னால நம்ப முடியுது சாமி. சின்ன வயசுல எனக்கு பலவிதமான பயங்கரக் கனவுகள் வரும். அப்ப அதுக்கு எனக்கு அர்த்தம் புரியல்ல. ஆனா இப்பப் புரியுது.''

"சாமி! பாலாவுக்கு நம்ப முடியுது, மாணிக்கம் ஐயாவுக்கு நம்ப முடியுது. ஆனா எனக்கு மட்டும் சட்டுனு ஏன் நம்பிக்கை வர மாட்டேங்குது? பாலாவுக்கு வந்தா மாதிரி எனக்குக் கனவுகளும் கூட வரலியே?'' என்றான் வெங்கி.

"அது தான்ப்பா கர்மான்றது. நீ ஆதித்தனா இருந்தப்ப, நித்யமல்லியை பாவம் ஒரு பொண்ணு! எல்லாரும் சேர்ந்து அவளை அழிக்குறாங்கன்னு நெனச்சே. அதனால தான் அவளால உன் மேல அதிகமா ஆதிக்கம் செலுத்த முடிஞ்சது . இல்லைன்னா நீ அவ கட்டை அவுத்து விட்டிருப்பியா?'' என்றார் சாமிக்கண்ணு.

பக்கென்றது மூவருக்கும்.

"சாமி! நாங்களா அவ கட்டை அவுத்து விட்டோம்? ஆதித்தனா நானே கட்டுனதை நானே எதுக்கு அவுக்கணும்? புரியலியே?''

"தீய சக்தியோட மாய விளையாட்டுக்கு நீ ஆட்பட்டுட்டேப்பா! உன்னையே அறியாம அவளோட வசியத்துல ஆட்பட்டு கட்டை அவுத்து விட்டுட்டே. அவ உன்னைக் கொல்லாம விட்டதே பெரிய விஷயம்.''

"இதைத்தான் எங்களைக் கப்பாத்துன அம்மாவும் சொன்னாங்க.''

"சொல்லியிருப்பாங்க. ஏன்னா நீ சொல்ற நாச்சியாரம்மா தான் சித்தரம்மா. இப்ப சொல்றேன் நல்லாக் கேட்டுக்குங்க. உங்க

ஆபீசுக்கு வந்தாங்க இல்ல ரெண்டு பெண்கள்? அவங்க வேற யாரும் இல்ல. நித்யமல்லியும், பொன்வண்டும் தான்.'' என்றார் சாமிக்கண்ணு.

திகைத்துப் போய்ப் பார்த்தான் வெங்கி.

''ஆமாப்பா! நீங்களே ஓரளவு ஊகிச்சிருப்பீங்க. இல்லியா?''

''உம்! நித்யமல்லின்னு ஊகிச்சோம். ஆனா ரக்ஷிதா தான் பொன்வண்டுன்னு தெரியல்ல.''

மீண்டும் மௌனம் சூழ்ந்தது அந்த இடத்தை.

''என்ன? இங்க உக்காந்துருக்கீங்க? போங்க! போயி சாப்பிடுங்க. அம்மன் பிரசாதம். அருமையா இருக்கு'' என்று ஒருவர் அவர்களை அவசரப்படுத்தினார்.

''ஆமாப்பா! அவர் சொல்றதும் சரி. முதல்ல சாமி பிரசாதம் சாப்பிடுங்க.'' என்றார் சாமிக்கண்ணு.

''சாமி நீங்க?''

''நான் இன்னைக்கு பழங்களைத் தவிர எதுவும் சாப்பிட மாட்டேன்பா. வாரத்துல ஒரு நாள் தான் சமைச்ச சாப்பாடு. மத்த நாள் எல்லாமே பழங்கள் மட்டும் தான்.'' என்றார்.

மூவரும் உணவுக்கூடத்தை அடைந்து அமர்ந்தனர். சாம்பார் சாதம், லெமன் ரைஸ், நிறைய காய்கள் போட்ட பொரியல், தயிர் சாதம் எனப் பரிமாறினார்கள். திருப்தியாக உண்டு விட்டு மீண்டும் அந்த மண்டபத்துக்கே வந்தனர். ஆனால் சித்தரை அங்கே காணவில்லை. கோயிலில் சென்று பார்க்கலாம் எனப் போன போது அவர் அம்மன் எதிரே பத்மாசனமிட்டு அமர்ந்திருந்தார். தியானத்தைக் கலைக்க வேண்டாம் என மூவரும் அமர்ந்தனர். உண்ட களைப்பு, இரவு சரியாகத் தூங்காத களைப்பு என எல்லாம் சேர்ந்து கொள்ள உறக்கம் கரும்பைப் போல தழுவியது வெங்கியையும் பாலாவையும். சிந்தனை, கவலை என எதுவும் இல்லாமல் தன்னை அறியாமல் கண்ணயர்ந்தனர்.

மீண்டும் கண் விழித்த போது தெளிவாக இருந்தது. எதிரே சாமிக்கண்ணு சித்தர் அமர்ந்து பார்த்துக்கொண்டிருந்தார். அவர் அருகில் கரியமாணிக்கம்.

"சாரி சாமி! எங்களை அறியாம தூங்கிட்டோம்" என்றபடியே வாரிச் சுருட்டிக்கொண்டு எழுந்தார்கள் வெங்கியும் பாலாவும்.

"பரவாயில்ல. தாயோட சன்னதியில உங்களை எதுவும் அண்டாது. அதனால தான் தூங்க முடிஞ்சது."

"எல்லாம் உங்க தயவு சாமி" என்றான் பாலா. சிரித்து விட்டுத் தொடர்ந்தார் சாமி.

"அப்பா! இதுவரைக்கும் பல நூற்றாண்டுகள் முன்னால என்ன நடந்ததுன்னு சொல்லிட்டேன். இப்ப உங்க கடமை என்ன? அது உங்களுக்குப் புரிஞ்சிருக்குமே?"

"நல்லாப் புரிஞ்சது சாமி. எங்க கடமை நித்யமல்லியைக் அழிக்குறது தான். ஆனா..."

"உம்! உங்க ஆனாவுக்கு அர்த்தம் புரியுது. என்ன இன்னமும் செம்மலர் வரலியேன்னு பார்க்கறீங்க. அதானே?"

மௌனமானார்கள்.

"வர நேரம் வந்தாச்சு. இன்னைக்கு அவ இங்க வரணும்னு இருக்கு. சாயங்காலம் வரை நான் அவளை எதிர்பார்க்குறேன்." என்றார் சாமிக்கண்ணு.

மனதில் இனம் புரியாத உணர்வு ஒன்று எழுந்தது வெங்கிக்கு.

"செம்மலர் என்றால்? அவள் போன ஜென்மத்தில் என் காதலி. இப்போது எப்படி இருப்பாளோ? அழகும் குணமும் ஒருங்கே படைத்தவளாக இருப்பாளா? படித்திருப்பாளா? அமைதியான சுபாவமா? இல்லை காட்டாறு போலப் பேசுவாளா? என யோசித்தான் வெங்கி.

"காலம் உனக்கு பல அதிர்ச்சிகளை தர காத்திருக்கு !" என்றார் சாமிக்கண்ணு சித்தர். திடுக்கிட்டு மனதை அம்மனிடம் இருப்பினான்.

"இனி நாங்க என்ன செய்யணும் சாமி?" என்றான் பாலா.

"இப்போதைக்கு ஒண்ணுமில்ல. இனிமே செம்மலர் வந்தாத்தான். இப்ப அம்மன் கோயிலைச் சுத்திப் பாருங்க. மக்கள் சாப்பிட்டு குப்பை போடுறாங்க இல்ல? அதை எடுத்துக் குப்பைத் தொட்டியில போடுங்க. இதெல்லாம் தான் நீங்க செய்யுற சேவை." என்றார்.

‘‘சாமி! இவங்க ரெண்டு பேரும் ஐடி கம்பெனியில வேலை செய்யுறவங்க. மாசம் ஒரு லட்சத்துக்கு மேல சம்பளம். இவங்களைப் போயி....’’ என இழுத்தார் கரிய மாணிக்கம்.

‘‘ஹாஹா! அதெல்லாம் ஆத்தாளுக்கு முன்னாடி ஒண்ணுமே இல்லப்பா! நாட்டுக்கே ராஜான்னாலும் அம்மனுக்கு குழந்தைங்க தானே?’’ என்றார் சாமிக்கண்ணு சித்தர். எதுவும் பேசாமல் வெங்கியும், பாலாவும் கோயிலை விட்டு வெளியே வந்தார்கள். கடந்த சில நாட்களாக தங்கள் வாழ்க்கையில் என்னென்னவோ நடந்து விட்டது. கொஞ்சம் இறைச் சேவை செய்தால் மனதுக்கு அமைதி கிடைக்கும். என எண்ணினார்கள். குப்பைகளால் நிறைந்திருந்தது அந்த இடம். பிளாஸ்டிக் கவர்கள், உடைந்த பொம்மைகள், சிறு சிறு கட்டைகள் என ஒரே குப்பை கூளம். மெதுவாக எல்லாவற்றையும் எடுத்து பக்கத்தில் வைக்கப்பட்டிருந்த குப்பைத் தொட்டியில் போட்டார்கள் நண்பர்கள் இருவரும்.

திடீரென ஒரே சத்தம். யாரோ ஒரு பெண் கத்துவது போலக் கேட்டது. திரும்பிப் பார்த்தான் வெங்கி. யாரோ ஒரு பெண்ணை இரு வயதான பெண்மணிகள் அடக்கிப் பிடித்திருந்தார்கள். அவள் திமிறினாள். தலை முடி முகத்தை மூடிக் கிடந்தது. உடையெல்லாம் ஒரே அழுக்கு அதோடு அங்கங்கே கிழிந்திருந்தது. பாவம் யாரோ மன நோயாளி போலிருக்கிறது. கோயிலுக்கு வந்தால் சரியாகி விடும் என நம்பி அழைத்து வந்திருக்கிறார்கள் போல என எண்ணிக் கொண்டு தன் வேலையில் ஆழ்ந்தான் வெங்கி.

‘‘ஐயையோ! அவளைப் பிடிங்க! பிடிங்க! என் கையைக் கடிச்சுட்டு ஓடுறா’’ என்ற குரல் கேட்க திகைத்துத் திரும்பினான். அந்த மன நோயாளிப் பெண் நேரே இவனைப் பார்த்து தான் ஓடி வந்து கொண்டிருந்தாள்.

‘‘அத்தான்! என்னைக் காப்பாத்துங்க. இவங்க எனக்குப் பைத்தியம்னு சொல்றாங்க. என்னைக் காப்பாத்துங்க’’ என்று இவனது கரங்களைப் பிடித்துக்கொண்டாள் அந்தப் பெண்.

அழுக்கும் கிழிசலுமாக இருக்கும் ஒரு பெண் தன்னைத் தொடுவதை வெங்கி விரும்பவில்லை. ஆகையால் தன்னை விடுவித்துக்கொள்ள முயன்றான். ஆனால் அந்தப் பெண்ணோ விடவே இல்லை. அவளைத் தொடர்ந்து ஒரு பெண்மணி வந்தாள்.

“தம்பி! தயவு செஞ்சு தப்பா நினைச்சுக்காதீங்க. இவ என் மக. மன நிலை சரியில்லை” என்றாள்.

“பரவாயில்லங்க! நான் தப்பா நினைக்கல்ல. நீங்க கூட்டிக்கிட்டுப் போங்க” என்றான். ஆனால் அந்தப் பெண் போக மறுத்தாள்.

“விடுடி என்னை! அத்தான் இப்பத்தான் கெடச்சிருக்காரு. அவரை விட்டுட்டு நான் வர மாட்டேன். நீ போ!” என்று கத்தினாள்.

“தங்கச்சி! நீ நல்ல பொண்ணு இல்ல?” என்றபடியே வந்தான் பாலா.

“அண்ணே! நீயாவது என்னைப் புரிஞ்சுக்கிட்டியே? இவங்க எல்லாம்...என்னை...என்னை பைத்தியமுன்னு சொல்றாங்கண்ணே” என்று ஆதித்தனை விட்டு விட்டு, பாலாவின் பின்னால் ஒளிந்து கொண்டாள்.

“அம்மா! நான் உங்க மகளை ஒண்ணும் செய்ய மாட்டேன். என்னை நம்புங்க. இவளை என் தங்கச்சியா மதிக்குறேன். கோயிலுக்குள்ள சித்தர் ஒருத்தர் இருக்காருங்க. அவரு கிட்டக் கூட்டிக்கிட்டுப் போங்க. எல்லாம் சரியாயிரும்.” என்றான் பாலா.

“தம்பி! நீங்க யாரோ எவரோ தெரியல்ல. தெய்வம் மாதிரி வழி காட்டுறீங்க. நாங்களும் அதுக்குத்தான் வந்தோம். நாச்சியாரம்மான்னு ஒரு அம்மா வந்து எங்களை இங்கே போகச் சொன்னாங்க.” என்றாள் அந்தப் பெண்மணி.

இப்போது வெங்கிக்கு நிலைமை புரிந்து விட்டது. பாலாவின் பின்னால் நின்றிருந்த பெண்ணை ஏற இறங்கப் பார்த்தான்.

“இவளா? இவளா செம்மலர்? அழகு, பண்பு, படிப்பு என எதுவுமே இல்லையே? இவளையா நான் காதலித்தேன்? மன நிலை சரியில்லாதவள் வேறு. இவளால் நித்யமல்லியை அழிக்க எப்படி உதவ முடியும்? ஆனால் இந்த பாலா எந்த விதமான தயக்கமுமே இல்லாமல் தங்கச்சி என்கிறானே? அந்தப் பெண் வேறு அவனை அண்ணன் என்கிறாள் அதோடு என்னை அத்தான் என்று வேறு சொல்கிறாள். சாமிக்கண்ணு சித்தரால் இவளை சரி செய்ய முடியுமா? என பல எண்ணகள் மின்னல் வேகத்தில் ஓடின.

“என்ன நிக்குற வெங்கி வாடா! இவங்களை கோயிலுக்குள்ள கூட்டிக்கிட்டுப் போவோம்“ என்றான் பாலா.

அவனைத் தனியாக அழைத்தான் வெங்கி. கூடவே வந்தாள் அந்தப் பெண்.

"அம்மா! உங்க மகளைக் கொஞ்சம் கோயிலுக்குக் கூட்டிக்கிட்டுப் போங்க. நாங்க பின்னாலயே வரோம்." என்றான் வெங்கி. புரிந்து கொண்ட அந்த அம்மாள் வலுக்கட்டாயமாகப் பிடித்து இழுத்தாள், ஆனால் ஓவெனக் கத்தினாள் அந்தப் பெண்.

"தங்கச்சி! நீ இப்ப இவங்க கூட கோயிலுக்குப் போ! நான் அத்தானைக் கூட்டிக்கிட்டு பின்னால வரேன்" என்றான் பாலா. மறு பேச்சுப் பேசாமல் போனாள் அந்தப் பெண்.

பாலாவைத் தனியாக இழுத்தான் வெங்கி.

"பாலா! என்னடா நடக்குது இங்க? யாரோ ஒரு பைத்தியக்காரப் பொண்ணை தங்கச்சிங்குற, அவளும் என்னை அத்தான்னு சொல்லுறா. என்னடா இதெல்லாம்?

"உனக்குப் புரியலையா வெங்கி! இவ தாண்டா செம்மலர். கரெக்டா உன்னைப் பார்த்து அத்தான்னு சொன்னாளே? சாமிக்கண்ணு சித்தர் சொல்லல? இன்னைக்கு சாயங்காலத்துக்குள்ள செம்மலர் வருவான்னு?" என்றான் அவசரமாக.

"அது எப்படி இவ தான் செம்மலர்னு அவ்வளவு உறுதியாச் சொல்லுற? இது ஏன் நித்யமல்லியோட சூழ்ச்சியா இருக்கக் கூடாது? யோசிச்சியா நீ?"

"இருக்க வாய்ப்பே இல்லடா! நீ தான் யோசிக்கணும் வெங்கி. அந்தம்மா என்ன சொன்னாங்க? இவங்களை கோயிலுக்குக் கூட்டிக்கிட்டுப் போகச் சொல்லி நாச்சியாரம்மா சொன்னாங்கன்னு சொல்லல்ல? நாச்சியாரம்மா தாண்டா சித்தரம்மா."

சற்று நேரம் மௌனமானான் வெங்கி. அந்தப் பெண்ணை தனது காதலியாக ஏற்றுக்கொள்ள மனம் மறுத்தது.

"இதைப் பாரு வெங்கி! நீ என்ன வேணும்னாலும் நெனச்சுக்கோ. முதல்ல இப்ப நீ என் கூட கோயிலுக்குள்ள வா! அங்க போனாத்தான் உனக்கு எல்லாமே புரியும். சாமிக்கண்ணு சித்தர் சொல்லுவாரு. பேசாம வா" என்று அழைத்துப் போனான்.

கொஞ்சமும் விருப்பம் இல்லாமல் பாலாவைத் தொடர்ந்து நடந்தான் வெங்கி.

இரு நண்பர்களும் கோயிலின் உள்ளே நுழைந்த போது அங்கே ஒரே சத்தமாக இருந்தது. அந்தப் பெண்ணை அவளது தாயார் இழுத்துப் பிடித்துக் கொண்டிருந்தாள். அதை மீறி சாமிக்கண்ணு சித்தரை நோக்கிக் கத்திக் கொண்டிருந்தாள்.

“ஐயா! என்னைத் தெரியலியா? நான் தான் செம்மலர். நித்யமல்லி கட்டுல இருந்து விடுபட்டுட்டா ஐயா! அவ எந்த நேரமும் ஆதித்தனைத் தேடி வரலாம். காப்பாத்துங்க!” என்று அலறினாள்.

அவளைப் பார்க்கவே பரிதாபமாக இருந்தது. அழுகை அழுகை அப்படி ஒரு அழுகை. அவள் குரலில் ஆற்றாமை, அவலம் என எல்லாம் உடன் இருப்பவர்களின் நெஞ்சை உலுக்கியது.

சாமிக்கண்ணு சித்தர் பேசினார்.

“செம்மலர்! கொஞ்சம் பதட்டப் படாம நான் சொல்றதைக் கேளும்மா. உனக்கு முன்னாடியே ஆதித்தனும் உங்க அண்ணனும் வந்துட்டாங்க. அவங்களுக்கு நித்யமல்லி வந்தது தெரியும். சித்தரம்மா அவங்களைக் காப்பாத்திட்டாங்க.” என்றார் இதமான குரலில்.

சற்றே அமைதியானாள் அந்தப் பெண். அவளை அம்மன் சன்னதியின் முன் அமர வைத்து விட்டு மற்றவர்களிடம் மெதுவாகப் பேசினார் சாமிக்கண்ணு சித்தர்.

“அம்மா! உங்க பொண்ணுக்கு பயப்படும் படியா மனநோய் எதுவும் இல்ல. அவளுக்கு பூர்வ ஜென்ம நினைவு வந்திருக்கு அவ்வளவு தான். இவ சாதாரணமான பொண்ணு இல்ல. ஒரு மிகப் பெரிய செயலைச் செய்ய வந்திருக்கா.” என்றார்.

“ஐயா! நீங்க என் மகளுக்குப் பைத்தியம் இல்லேன்னு சொன்னதே எனக்கு வயத்துல பால் வார்த்தா மாதிரி இருக்கு. எப்ப இவ சரியாவா?” என்றாள் அந்தப் பெண்ணின் தாய்.

“இன்னைக்கே அவளை சரி பண்ணிரலாம்மா! நீங்க வனபேச்சியம்மாவோட சன்னதிக்கு வந்துட்டீங்க இல்ல? எல்லாம் நல்லதாவே நடக்கும்.” என்று சொல்லி விட்டு அந்தப் பெண்ணை நோக்கினார்.

“செம்மலர்! உனக்கு சில வழிபாடுகள் சொல்லப்போறேன் அதை தட்டாம செய்வியா?” என்றார் சாமிக்கண்ணு சித்தர்.

“நீங்க சொல்லி நான் கேக்காம இருப்பேனா? சொல்லுங்க என்ன செய்யணும்?”

“இதோ நிக்கறாங்களே ஒரு அம்மா, அவங்க உன் தலையிலயும், இடுப்புலயும் நான் குடுக்குற மருந்தை தேய்ப்பாங்க, அப்புறமா அவங்களே உன்னை குளிக்க வெப்பாங்க. அதுக்கு நீ மறுப்பு சொல்லக் கூடாது.”

“அப்படியே செய்யறேன் ஐயா” என்றாள் அமைதியாக.

சாமிக்கண்ணு சித்தர் அந்தப் பெண்ணின் தாயின் பக்கம் திரும்பினார்.

“அம்மா! நல்லா கவனமாக் கேட்டுக்குங்க! நான் குடுக்குற மருந்தை தலையில இடுப்புல நல்லா தேயுங்க. குளிப்பாட்டினதுக்கு அப்புறமா அவ சாதாரணமா ஆகிடுவா. அதுக்காக உடனே அப்படியே அவளை வீட்டுக்குக் கூட்டிக்கிட்டுப் போயிடாதீங்க. இங்க கூட்டிக்கிட்டு வாங்க. எல்லாத்தையும் விவரமா சொல்றேன்.” என்றார்.

அப்படியே அவளை அழைத்துச் சென்றாள் அந்தப் பெண்மணி. அவர்கள் போனதும் வெங்கி, பாலா பக்கம் திரும்பினார் சாமிக்கண்ணு சித்தர். கரிய மாணிக்கத்தையும் அழைத்தார்.

“நாம வேலையை ஆரம்பிக்க வேண்டிய நேரம் வந்துட்டுது. இப்ப செம்மலர் குளிச்சுட்டு வருவா. அவளை நீ பார்க்கக் கூடாது. நான் சில பூஜைகள் செஞ்சு முடிச்ச பிறகு உன்னைக் கூப்பிடுவேன். அப்பத்தான் நீ அவளைப் பார்க்கணும். என்ன?” என்றார்.

தலையாட்டினான் வெங்கி.

“கரிய மாணிக்கம். நீ தான் போயி அந்தப் பொண்ணை கூட்டிக்கிட்டு வரணும். இதோ இந்த கோலத்து மேல உக்கார வைக்கணும். அந்த கணம் உனக்கு நீ யாருன்ற நினைவும், செம்மலருக்கு நீ எப்படி உதவியா இருக்கலாம்னும் உனக்கு தெரிய வரும். அது வனப்பேச்சியாத்தா கருணையினால உனக்குத் தெரிய வரும். “

இரு கரங்களையும் குவித்து வணங்கினார் கரியமாணிக்கம்.

“பாலா! நீயும் வெங்கியும் இங்கருந்து போங்க. கரியமாணிக்கம் வந்து உங்களைக் கூப்பிடுவாரு. அப்ப நீ வந்தாப் போதும். அதோ தெரியுதே? அந்த கட்டிடத்துக்குள்ள போயி இருங்க” என்றார் அவசரமாக.

இரு நண்பர்களும் எழுந்து சென்றனர். சாமிக்கண்ணு சித்தர் காட்டிய கட்டிடம் வனப்பேச்சியம்மன் கோயில் ஆபீஸ் கட்டிடம். கோயில் கும்பாபிஷேகத் திருப்பணிக்காக அதைத் திறந்தே வைத்திருந்தார்கள். வெங்கிக்குள் பல கேள்விகள். ஆனால் பாலா நிச்சலனமாக அமர்ந்திருந்தான்.

“பாலா! அந்தப் பொண்ணு தான் செம்மலர்னா, அவளை நான் இப்பவும் காதலிக்கணுமா என்ன?” என்றான் கேள்வியாக.

“தெரியல்ல வெங்கி! ஆனா அவளைப் பார்த்ததுக்கப்புறம் அவ என் தங்கச்சின்ற நெனப்பு எனக்கு மாறவேயில்லடா. நீ அவளை காதலிச்சாலும் சரி இல்லைன்னாலும் சரி, அவ என் தங்கச்சி தான்.”

இரு நண்பர்களுக்கும் இடையே மௌனம் நிலவியது. எத்தனை நேரம் இப்படியே உட்கார்ந்திருப்பது? வீட்டுக்கு எப்போது போகலாம்? அப்படியே போனாலும் நித்யமல்லியும் அவளது துணை பொன்வண்டும் வந்தால் என்ன செய்ய? எதிர் வீட்டு மனிதர் வேறு ஏதோ தாயத்து கயிறு என்று பயமுறுத்துகிறார். என் வாழ்க்கை எப்போது சாதாரணமாக மாறும்? இன்னும் எத்தனை நாள் அலைந்து திரிய வேண்டும்?” யோசித்தபடி அமர்ந்திருந்தான் வெங்கி. அரை மணி நேரம் சென்ற பிறகு கரிய மாணிக்கம் வந்து அழைத்தார். அவரது முகம் மலர்ந்து காணப்பட்டது.

“என்ன சார்? அம்மன் அருளால உங்களுக்கு எல்லாமே நெனவு வந்திடுச்சா?” என்றான் பாலா.

“ஆமாப்பா! நான் யாரு தெரியுமா? உங்களோட படையில இருந்த ஒரு வீரன். என் தங்கச்சியும் செம்மலரும் தோழிகள். என் அத்தை மக தாமரையை நான் கல்யாணம் பண்ணிக்க இருந்தப்ப நித்யமல்லி என் தங்கச்சி தாமரை ரெண்டு பேரையுமே கொன்னுட்டா. அந்த துக்கம் தாங்காம எனக்கு பைத்தியம் பிடிச்சுடிச்சு. அப்ப என்னை நீயும் செம்மலரும் தான் காப்பாத்துனீங்க வெங்கி.” என்றார்.

அவர் பேசியதைக் கேட்டு அழுவதா சிரிப்பதா? எனத் தெரியவில்லை வெங்கிக்கு. எதுவும் பேசாமல் நடந்தான். கோயிலை நெருங்க நெருங்க ஏதோ ஒரு அதிர்வு அவனைத் தாக்கியது போல இருந்தது. முன்பு எப்போதோ பார்த்துப் பழகிய உறவு ஒன்று அவனுக்காகக் காத்திருப்பதாகப் பட்டது. கை கால்கள் லேசாக நடுங்கின. இதயம் படபடத்தது. கண்களில் பனி மூட்டம் போலத் தென்பட பாலாவின் கைகளைப் பிடித்துக்கொண்டான் வெங்கி.

“என்ன ஆச்சு வெங்கி? ஏன் முகம் வெளிறியிருக்கு? முகமெல்லாம் வேர்த்திருக்கு?” என்று பதறினான். மெல்ல நண்பனின் கைகளைப் பிடித்து அழைத்துப் போனான் பாலா. முதலில் வெங்கியின் கண்களுக்குத் தெளிவாகத் தெரிந்தது அம்மனின் திருமுகம் தான். அதில் இருந்த ஒளி, கருணை எல்லாம் வெங்கிய என்னவோ செய்ய மயங்கிச் சரிந்தான் அவன்.

“வெங்கி! என்னடா ஆச்சு?” என்று பதறினான் பாலா. அவனை அமைதியாக இருக்குமாறு சொன்னார் சாமிக்கண்ணு.

“பயப்பட ஒண்ணுமில்ல. வெங்கிக்கு தான் யாருன்னு தெரியப் போற நேரம் நெருங்கிட்டுது. அதுவும் செம்மலர் மூலமாத்தான் தெரியப் போகுது. என்ன பார்க்குற பாலா? இவ தான் செம்மலர் உன் தங்கச்சி, போன ஜென்மத்துல. இப்ப பேரு திவ்யா.” என்றார்.

திவ்யா என அழைக்கப்பட்ட பெண்ணை ஏற இறங்கப் பார்த்தான் பாலா. முடியெல்லாம் அலங்கோலமாக, ஆடை கலைந்து காணப்பட்ட அந்தப் பெண் இப்போது அழகாக பட்டுப்புடவை அணிந்து தலை நிறையப் பூ வைத்து, மஞ்சள் பூசி அழகே உருவாகக் காணப்பட்டாள்.

“அம்மா! திவ்யா! இங்க வா! உன் கையால இந்த அபிஷேக தீர்த்தத்தை வெங்கிக்கு குடு” என்றார் சாமிக்கண்ணு. அப்படியே செய்தாள் திவ்யா. மெல்லக் கண்களைத் திறந்தான் வெங்கி. அவனுக்குத் தன் கண் முன்னால் தெரிந்த முகம் உண்மையா பொய்யா? எனத் தெரியவில்லை.

“செம்மலர்! நீ வந்துட்டியா? இத்தனை நாள் எங்கே போயிருந்தே?” என்றான் குழறலாக.

கேட்டுக்கொண்டிருந்த அனைவருக்கும் மனதில் நிம்மதியும் மகிழ்ச்சியும் தோன்றியது. அவனது வாயில் மந்திரித்த விபூதியைப் போட்டார் கரியமாணிக்கம். மெல்ல எழுந்து அமர்ந்தான் வெங்கி. அவனுக்கு எல்லாமே குழப்பமாக இருந்தது. தான் யார்? ஆதித்தனா? இல்லை வெங்கியா? இப்போது எங்கே இருக்கிறோம்? பாலா தானே என் பக்கத்தில் நிற்பது? அப்படியானால் நான் வெங்கி தான். ஆதித்தன் இல்லை.” என குழம்பியது மனது.

“வெங்கி! உனக்கு அந்த ஆத்தா கருணை செஞ்சிட்டாப்பா. உனக்கு எல்லா உண்மையைப் பத்தியும் தெரிய வெச்சுட்டா” என்றார் கரியமாணிக்கம். அதைக் கேட்டு நண்பனை கட்டியணைத்துக்கொண்டான் பாலா.

அத்தியாயம் 18

நடப்பது எல்லாம் கனவா? இல்லை நனவா? என்று குழப்பமாக இருந்தது வெங்கிக்கு. அழகான பெண் அவன் வாயில் ஏதோ ஊற்றினாள். அவள் எனக்கு மிகவும் நெருங்கியவள் போலத் தோன்றியது. செம்மலர் என்பது அவள் பெயர் எனவும் தெரிந்தது. ஆனால் நான் யார்?

“எனக்கு ஒரே குழப்பமா இருக்கே? நான் ஆதித்தன் மாதிரியும் தோணுது, வெங்கி மாதிரியும் இருக்கு. தலையே வெடிச்சிரும் போல இருக்கே? ஆனா பாலாவைப் பார்த்தால் வேங்கையன் என்று தோன்றுகிறதே? இது என்ன? நானே வெங்கி இல்லை போலவும் ஆதித்தன் போலவும் தோன்றுகிறது. இதெற்கெல்லாம் என்ன காரணம்? ஒரு வேளை இந்த சாமிக்கண்ணு சித்தர் ஏதாவது மந்திரம் மாயம் செய்திருப்பாரோ?'' என்று எண்ணினான்.'' என்று தலையைக் கைகளால் பிடித்துக்கொண்டான்.

“வெங்கி! என்னத் தெரியுதா? நான் யாரு சொல்லு?'' என்றான் பாலா.

“டேய்! நீ வேற குழப்பாதடா! நீ பாலாவா? வேங்கையனா? ஒண்ணுமே புரியல்லியே? இந்த அழகான பொண்ணு யாரு? இவ பேரு செம்மலரா?'' என்றான் வெங்கி குழப்பமாக.

“நீ சொல்றது எல்லாமே உண்மை. நீ வெங்கி தான். ஆனா போன ஜென்மத்துல தான் நீ ஆதித்தன். நான் சொன்னேனே நித்யமல்லியைக் கட்டிய ஆதித்தன், அது நீயே தான். அதான் நித்யமல்லி திரும்பவும் உன்னைத் தேடியே வந்துட்டா.'' நீ இப்ப வெங்கி தான். ஆதித்தன்றது உன்னோட கடந்த காலம். அது முடிஞ்சு போச்சு.'' என்றார் சித்தர்.

தலையை திருப்பி நாற்புறமும் பார்த்தான் வெங்கி. மெல்ல மெல்ல அவனுக்கு எல்லாமே நினைவுக்கு வந்தது. காலையில் கும்பாபிஷேகம் பார்க்க கோயிலுக்கு வந்தது, அங்கே கரியமாணிக்கம் மற்றும் சாமிக்கண்ணு சித்தரை சந்தித்தது. அவர் நித்யமல்லியைப் பற்றிச் சொன்னவைகள் என ஒவ்வொன்றாக நினவுக்கு வர ஆரம்பித்தன. அதே நேரம் தான் ஆதித்தன். இந்தப் பிறவியில் வெங்கியாகப் பிறந்திருக்கிறோம் என்பதையும் புரிந்து கொண்டான். இவைகளை நம்புவதே கடினமாக இருந்தது அவனுக்கு.

“பாலா! ஒரு பைத்தியம் நம்மைப் பார்த்து கத்துச்சே? அவ தானே செம்மலர்? அப்ப இவங்க யாரு?” என்றான் திவ்யாவைக் காட்டி.

“பொண்ணுன்னா மட்டும் மறக்கவே மாட்டியே? இவ தான் நீ சொல்ற அந்தப் பைத்தியக்காரப் பொண்ணு. பேரு திவ்யா.” என்றான். வைத்த கண் வாங்காமல் அவளையே பார்த்திருந்தான். இருவரும் சேர்ந்து பேசியது, சிரித்தது பிறகு நித்யமல்லியைக் கட்டுவதற்காக விரதம் இருந்தது என எல்லாம் வந்து போனது.

“ஆமா இவ ஏன் பைத்தியமா இருந்தா?” என்றான் வெங்கி.

“அதுக்குக் காரணம் இருக்குப்பா! இவளுக்கு போன ஜென்ம நினைவு ரொம்ப அதிகமா வந்துட்டுது. அவளால போன ஜென்மம் எது? இந்த ஜென்மம் எதுன்னு பகுத்துச் சொல்ல முடியல்ல. அதோட நித்யமல்லி மீண்டும் வந்துட்டான்ற விஷயமும் உள்ளுணர்வு மூலமாத் தெரிஞ்சு போச்சு. உங்களைத் தேடி அலைஞ்சா. ஆனா விஷயம் தெரியாத அவங்க அம்மா அதைப் பைத்தியம்னு முடிவு செஞ்சுட்டங்க. நல்லவேளை சித்தரம்மா போயி வழிப்படுத்துனாங்க. இல்லைன்னா இந்தப் பொண்ணு பாவம் தான்.” என்றார் கரியமாணிக்கம்.

சாமிக்கண்ணு சித்தரை பார்த்தான் வெங்கி. அவரது பார்வை கரியமாணிக்கம் சொன்னது உண்மை எனச் சொல்லவே மீண்டும் திவ்யாவைப் பார்த்தான். அவள் அருகில் வந்து அமர்ந்து கொண்டாள்.

“உங்களை நான் வெங்கின்னே கூப்பிடட்டுமா?” என்றாள்.

“உம்! கூப்பிடு! உன்னைப் பார்த்ததும் தான் எனக்கு எல்லாமே புரிஞ்சது. அது வரையில நான் எதையுமே நம்பல்ல. இப்பத்தான் நம்ப முடியுது.” என்றான். அவள் அருகில் அமர்ந்து கொண்டாள்.

தொண்டையைக் கனைத்துக்கொண்டார் கரியமாணிக்கம். சட்டென விலகி அமர்ந்தாள் திவ்யா.

“சாமி! இப்ப வெங்கிக்கும் எல்லா நினைவும் வந்தாச்சு. இப்ப நாங்க என்ன செய்யணும்? சொல்லுங்க” என்றான் பாலா.

“அதுக்காகத்தானே நான் காத்துக்கிட்டு இருக்கேன். அதுக்கு முன்னாடி திவ்யாவோட அம்மா கிட்டயும் நாம சில விஷயங்கள் பேசணும்.” என்றார் சாமிக்கண்ணு.

“திவ்யா அவங்க அம்மா தவிர மத்தவங்க எல்லாரும் வெளிய போங்க” என்றார் கரியமாணிக்கம். நின்றிருந்த மற்றவர்கள் அனைவரும் போய் விட இப்போது கோயிலில் கூட்டம் இல்லை. கரியமாணிக்கம், சாமிக்கண்ணு சித்தர், வெங்கி, பாலா, திவ்யா அவள் தாய். இவ்வளாவு தான்.

“அம்மா! இப்ப நடந்ததை வெச்சு ஓரளவு விஷயத்தை நீங்க புரிஞ்சுக்கிட்டு இருப்பீங்க இல்லியா?” என்றார் சித்தர்.

“ஐயா! நீங்க என் மகளைக் காப்பாத்துன தெய்வம். ஆனா நீங்க பேசுன, போன ஜென்மம், செம்மலர், இந்தத் தம்பி சொன்னது, எதுவுமே எனக்குப் புரியல்லய்யா! திவ்யா யாரு? என் மகளா? இல்லையா?” என்றாள் அந்தத்தாய் கண்ணீரோடு.

“இந்த ஜென்மத்துல அவ உங்க மக தான். அதுல மாற்றமே இல்ல. ஆனா அவளுக்குன்னு சில பொறுப்புக்கள் இருக்கு. அதை அவ முடிச்சே ஆகணும். அதுக்காகத்தான் வனப்பேச்சி திரும்பவும் செம்மலரை உங்க வயத்துல பிறக்க வெச்சிருக்கா. சரியான நேரத்துல ஒண்ணாவும் சேர்த்துட்டா.” என்றார்.

“சாமி! என் மக வயசுப்பொண்ணு. அவளுக்கு நான் கல்யாணம் காட்சின்னு செய்யணுமே? இப்ப வந்து அவளுக்கு பொறுப்பு இருக்குன்னா எப்படி சாமி?” என்றாள் அந்த அம்மாள்.

“அம்மா! உங்க மகளுக்கு எந்த ஆபத்தும் வராம பார்த்துக்க வேண்டியது இவங்க பொறுப்பு. ஏன்னா இதோ நிக்குறானே பாலா அவன் போன ஜென்மத்துல திவ்யாவோட அண்ணன். இவன் திவ்யாவோட காதலன். போன ஜென்மத்துல சேர முடியாம போனவங்க. இப்ப வந்திருக்காங்க. இவங்களால உங்க மகளுக்கு எந்த ஆபத்தும் வராமப் பார்த்துக்க வேண்டியது என் பொறுப்பு போதுமா?”

“எனக்குத் தயக்கமா தான் இருக்கு. ஏன் சாமி! அந்தப் பொறுப்பு ஒரு நாள்ல முடிஞ்சிரும்மா? நான் வேணும்னா இங்கேயே தங்கியிருந்து அவளை வீட்டுக்குக் கூட்டிக்கிடுப் போகட்டுமா?” என்றாள்.

தாயின் அறியாமையையும் பாசத்தையும் புரிந்து கொண்டார் கரியமாணிக்கம்.

“அம்மா! என் பேரு கரியமாணிக்கம். சாமிக்கண்ணு சித்தரோட சீடன். திவ்யாவுக்கு கொடுக்கப்பட்டிருக்கும் பொறுப்பு ரொம்ப

பெரிசு, ரொம்ப முக்கியமானதும் கூட. இந்த உலத்துக்கே நல்லது நடக்கும்னா பார்த்துக்கோங்களேன். அந்த மாதிரி வேலை ஒரு நாள்ல எப்படியம்மா முடியும்? கொஞ்சம் யோசிச்சுப் பருங்க.'' என்றார் பொறுமையாக.

சொல்லத் தெரியாமல் தவித்தாள் திவ்யாவின் தாய். அவளை நெருங்கி வந்து கட்டிக்கொண்டாள் திவ்யா.

''அம்மா! நீ ஏன் கவலைப்படுறேன்னு எனக்குப் புரியுது. என்னைத் தனியா விட உனக்கு மனசில்ல. எனக்கும் உன்னை விட்டுட்டுப் போக இஷ்டமில்ல. ஏன் சாமி! இந்தக் காரியத்துக்கு எங்கம்மாவும் உதவட்டுமே? இல்லைன்னா கூடவாவது இருக்கட்டுமே? அப்படி செஞ்சா அவங்களுக்கும் நிம்மதி, உங்களுக்கும் வேலை நடக்கும்.'' என்றாள் திவ்யா.

சற்று நேரம் யோசித்தார் சித்தர். பிறகு அம்மனை நோக்கி கை கூப்பினார்.

''உலகத்துக்கே தாயான நீ என்ன மனசுல நெனச்சிருக்கேன்னு யாருக்கு தெரியும்? சரிம்மா! உன் இஷ்டப்படியே எல்லாம் நடக்கும்.'' என்றார்.

புரியாமல் விழித்து நின்ற இளைஞர்களிடம் விளக்கினார் கரியமாணிக்கம்.

''தம்பி! நீங்க ஈடுபடப்போறது ரொம்பவும் ஆபத்தான வேலையில. ஒரு தாயோட பாதுகாப்பும் அரவணைப்பும் உங்களுக்கு வேணும்னு வனப்பேச்சி முடிவு செஞ்சுட்டா. அதனால தான் சாமி அப்படி சொன்னாரு.'' என்றார்.

உணர்ச்சிவசப்பட்டாள் திவ்யாவின் தாய்.

''சாமி! என்னையும் இந்த முக்கியமான வேலையில் ஈடுபடுத்தணுமுன்னு அம்மன் நெனச்சாளா? நான் பண்ணுன பூஜைக்கு பலன் கெடச்சது சாமி! இனிமே திவ்யா மட்டும் என் மக இல்ல. பாலாவும் வெங்கியும் என் மகனுங்க.'' என்றாள்.

''ஐயையோ'' என்று ஒரு சேரக் கத்தினார்கள் வெங்கியும் திவ்யாவும்.

சிரித்து விட்டார்கள் சாமிக்கண்ணு சித்தரும், கரியமாணிக்கமும்.

''ஒரு பேச்சுக்கு சொல்றாங்கப்பா. இந்த காரியம் நல்லபடியா முடியட்டும். நாங்களே இந்தம்மா கிட்டப் பேசி நல்லபடியா உங்க

கல்யாணத்தை முடிச்சு வெக்கறோம்.'' என்றார் கரியமாணிக்கம். சிரித்தார்கள் அனைவரும்.

முகம் சீரியசானது சாமிக்கண்ணு சித்தருக்கு.

''என்ன சாமி?''

''நமக்கு முன்னால பெரிய பெரிய தடைகள் எல்லாம் இருக்குப்பா! அதை நாம தாண்டணும். அப்பத்தான் நித்யமல்லியை ஒரேயடியா அழிக்க முடியும். நாட்களும் அதிகம் இல்ல அதான் யோசிச்சேன்.''

மற்றவர்கள் முகமும் சீரியசானது.

''சாமி! நித்யமல்லி தான் நம்ம எதிரின்னு தெரியும். அவளை எப்படி அழிக்குறதுன்னும் தெரியும். பிறகென்ன தடை?'' என்றான் வெங்கி.

''சாமி'' என்று ஏதோ ஆரம்பித்தாள் திவ்யாவின் தாய். இடைமறித்தார் கரியமாணிக்கம்.

''அம்மா! உங்களுக்கு எதுவும் புரியாது. ஆனா பேச்சுக்கு நடுவுல பேசி இடைஞ்சல் செய்யாதீங்க. திவ்யா எல்லாத்தையும் விளக்கமா உங்க கிட்ட சொல்லுவா. அதனால கொஞ்சம் பொறுமையா இருங்க. இப்ப எங்களைப் பேச விடுங்க'' என்றார். வாயை மூடிக்கொண்டாள் அந்த அம்மாள்.

''வெங்கி! என்ன இப்படிக் கேக்குற? நித்யமல்லியை சொரிமுத்தையன்னும் சங்கிலி கருப்பனும் கொடுத்த வாள் மற்றும் குத்தீட்டியால தானே தாக்கி அழிக்கணும். அது இப்ப எங்கே இருக்குன்னு தெரியல்லியே?'' என்றான் பாலா.

''அது மட்டுமில்ல பாலா! உங்களுக்கு நித்யமல்லியை எப்படிக் கட்டுனாங்கன்ற விவரமும் இன்னமும் நினைவுக்கு வரல்ல. நித்யமல்லியைக் கட்டும் போது ஆதித்தனுக்கு, வேங்கையனுக்கு செம்மலருக்கு என்ன ஆச்சு? அதுக்கப்புறம் அவங்க எங்கே போனாங்க? இது எதுவும் நமக்குத் தெரியலியே?'' என்றார் சாமிக்கண்ணு.

யோசனையில் ஆழ்ந்தனர் அனைவரும்.

''சித்தர் சாமி சொல்வது உண்மை. நமக்குத் தெரியாத பல விஷயங்கள் இருக்கின்றன. ஒரு வேளை குத்தீட்டியும், வாளும் கிடைக்கிறது என்றே வைத்துக்கொண்டாலும் அதைக் கொண்டு எப்படி நித்யமல்லியை அழிப்பது எனத் தெரிய வேண்டும். நாங்கள்

கடவுள் கொடுத்த ஆயுதங்களோடு போய் நின்றால் அப்படியே சரணடைந்து விடுவாளா நித்யமல்லி? அதுவும் பல மாயங்களும் செய்ய முடியும் அவளால். அவற்றை எப்படி சமாளிப்பது? இதுவும் தெரிய வேண்டும். எங்கே? எப்போது? அவளை அழிப்பது எளிது? இது போன்ற விவரங்கள் வேண்டுமே? அவைகளை எப்படி பெறுவது?'' என்று யோசித்துக்கொண்டிருந்தான்.

''சாமி! என்ன செய்யறதுன்னு புரியலியே?'' என்றார் கரியமாணிக்கம்.

''உம்! வனப்பேச்சி நம்மை இவ்வளவு தூரம் எல்லாத்தையும் உணர வெச்சிருக்கா. இனியும் அவ உதவுவா. ஆனா நாமளும் முயற்சி செய்யணும். எல்லாமே தெய்வச் செயல்னு உக்காரக் கூடாது இல்லியா?'' என்றார் சாமிக்கண்ணு.

''சொல்லுங்க சாமி. நாங்க என்ன செய்யணும்?'' என்றான் பாலா.

''நான் கொஞ்ச நேரம் தியானத்துல உக்காருறேன் வனப்பேச்சியம்மன் சந்நதியில. ஏதாவது தோணுதா எனக்கு பார்ப்போம். நீங்களும் கொஞ்சம் வெளிய நின்னு யோசிங்க. முதல்ல இந்தம்மாவுக்கு நடந்ததையெல்லாம் சொல்லுங்க.'' என்றார் சாமிக்கண்ணு சித்தர்.

''சரி சாமி! ஆனா ஒரு சந்தேகம்?''

''என்ன? சொல்லு வெங்கி?''

''என்னை, பாலாவை அப்புறம் திவ்யாவை சரியான பாதையில கூட்டிக்கிட்டு வந்தது சித்தரம்மா தானே? அவங்களை கூப்பிட்டுக் கேட்டா அவங்க என்ன செய்யணும்ன் சொல்ல மாட்டாங்களா?'' என்றான் வெங்கி.

''நல்ல யோசனை தான் வெங்கி. ஆனா அவங்க எப்ப வரணுமோ அப்பத்தான் வருவாங்க. நாம கூப்பிட முடியாது. ஆனா நிச்சயம் அவங்க அருள் நமக்கு எப்பவும் உண்டு.'' என்றார். பேசாமல் ஐவரும் வெளியில் வந்தனர். மண்டபத்தில் போய் அமர்ந்து கொண்டானர். கூட்டம் இப்போது அவ்வளவாக இல்லை. அன்னதான பந்தல்களில் ஆங்காங்கே சிலர் அமர்ந்து சாப்பிட்டுக்கொண்டு இருந்தனர். டீக்கடைகளில் கொஞ்சம் கூட்டம் இருந்தது.

''திவ்யா! இதுக்கு மேல என்னால பொறுத்துக்க முடியாது. சாமியே சொல்லிட்டாரு. அதனால எனக்கு எல்லா விஷயத்தையும் இப்பவே சொல்லு'' என்றாள் சிவகாமியம்மாள்.

"திவ்யா! நீயும் கரியமாணிக்கம் சாரும் சொல்லுங்க. நானும் பாலாவும் போய் ஏதாவது சோடா வாங்கிட்டு வந்திடுறோம். " என்று சொல்லி விட்டு நடந்தனர்.

"பாலா! என்னால இன்னமும் நம்பவே முடியலடா! நீயும் நானும் போன ஜென்மத்துல இருந்தே ஃபிரெண்ட்சா?"

"ஆமாடா வெங்கி! என்னாலயும் தான் நம்ப முடியல்ல. ஆனா நடக்குற விஷயங்களைப் பார்க்கும் போது நம்பும்படியாத்தானே இருக்கு." என்றான் பாலா.

"பல கேள்விகள் மனசுல இருக்கு பாலா!"

"என்ன கேள்விகள்?"

"சாமிக்கண்ணு சித்தர் கேட்ட அதே கேள்விகள் தான். நாம எப்படி நித்யமல்லியைக் கட்டினோம்? மறு ஜென்மத்துல நாம ஏன் பாவநாசம் போனோம்? அவ எப்படி நம்மை அவளை திறந்து விட வெச்சா? இப்ப அவளோட பலம் இன்னும் அதிகம் தானே ஆகியிருக்கு? அப்படி இருக்கும் போது நம்மால அவளை அழிக்க முடியுமா? முடியும்னாலும் எப்படி? எல்லாத்துக்கும் மேலா, ஒரு வேளை நம்மால அவளை அழிக்க முடியல்லேன்னா என்ன ஆகும்?" என்றான் வெங்கி.

"நம்மால நிச்சயம் முடியும் வெங்கி. நமக்கு தெய்வத்தோட அருள் இருக்கு. பாதை கஷ்டமானது தான். ஆனா நாம ஜெயிப்போம் வெங்கி. " என்றான் பாலா. பேசிய நண்பனை யோசனையோடு பார்த்தான் வெங்கி.

"இவன் எல்லாமே எளிது என நினைக்கிறான். தெய்வ அருள் இருக்கிறது என்றால் ஏன் தெய்வம் இத்தனை தடைகள் வைத்திருக்கிறது? அதில் ஒரு விஷயத்தைக் கூட நமக்குச் சொல்லவில்லை? சித்தரம்மா உதவுவார்கள் என்றால் அவர்களை நாம் கூப்பிட முடியாதாம். இது என்ன விளையாட்டு? நாங்கள் என்ன எங்களுக்காகவா இதில் ஈடுபடுகிறோம்? மனித குலத்துக்கே நன்மை அல்லவா? அதை ஏன் இவர்கள் புரிந்து கொள்ள மாட்டேன் என்கிறார்கள். இவர்களுக்கென்ன? நித்யமல்லி எங்களைக் கொன்று விட்டால் வேறு ஆட்களை தேடிப் பிடிப்பார்கள். ஆனால் எங்கள் உயிர்? போனால் வருமா?" என்று யோசித்துக்கொண்டே நடந்தான்.

சட்டென பார்க்கும் போது, தான் மட்டும் தனியாக ஒரு இடத்தில் நிற்பது போலத் தோன்றியது. சுற்று முற்றும் பார்த்தான். பாலாவைக் காணவில்லை. அது மட்டுமா? பக்கத்தில் கடைகள் கூட இல்லை. வெட்ட வெளியாக இருந்தது. திவ்யாவும் கரியமாணிக்கமும் அமர்ந்திருந்த மண்டபத்தையும் காணவில்லை.

"பாலா" என்று குரல் கொடுத்தான். பதிலில்லை.

"ஹலோ! யாராவது இருக்கீங்களா?" என்றான்.

அப்போது தூரத்தில் ஒரு சிறு புள்ளியாக ஏதோ தெரிந்தது. கண்ணைக் கசக்கிக் கொண்டு பார்க்க அந்தப் புள்ளி நெருங்கி வருகிறாற் போலத் தோன்ற கண்மண் தெரியாமல் ஓட ஆரம்பித்தான் வெங்கி.

அத்தியாயம் 19

தன்னைச் சுற்றிலும் என்ன நடக்கிறது என்றே தெரியாமல் ஓட ஆரம்பித்தான் வெங்கி. எதை நோக்கி ஓடுகிறோம்? அல்லது எதிலிருந்து தப்பித்து ஓடுகிறோம் என எதுவும் அவனுக்குத் தெரியவில்லை. மூச்சு வாங்க ஓடினான். எதிரே ஏதோ கோயில் மண்டபம் போலத் தெரிய அதை நோக்கி ஓடத்தொடங்கினான். மூச்சுத்திணற அந்த கோயில் மண்டபத்தை அடைந்தான். இதற்கு மேல் ஓட முடியாது என அப்படியே அமர்ந்து விட்டான். இப்போது யாரும் அவனை நோக்கி வருவது போலத் தோன்றவில்லை. சுற்றுமுற்றும் பார்த்தான். அந்த இடம் தெரிந்த இடம் போல இருந்தது! ஆனால் எந்த இடம்? எங்கே பார்த்திருக்கிறோம்? என எதுவும் புரியவில்லை.

மண்டபத்துக்குப் பக்கத்தில் சிறிய வீடு போன்ற ஒன்று இருந்தது. அதன் வாயில் திறந்திருந்தது. உள்ளே பர்த்த போது யாரோ ஒருவர் தியானத்தில் அமர்ந்திருப்பது போலத் தென்பட தன்னையுமறியாமல் அந்த வீட்டை நோக்கி நடந்தான் வெங்கி.

"கதவு திறந்து தான் இருக்கு! உள்ள வா" என்று குரல் கேட்க பயந்து போனான்.

"யாரு? யாரு நீங்க? என்னை எப்படி உங்களுக்குத் தெரியும்?" என்றான் குழறலாக.

"நீ ஆதித்தன் அல்லது வெங்கடேஷ் தானே? நீயும் உன் நண்பனும் நித்யமல்லியை அழிக்க வழி தேடுறீங்க. இல்லியா?" என்றார் அந்த மனிதர்.

அயர்ந்து போனான்.

"அதெல்லாம் உங்களுக்கு எப்படித் தெரியும்? இது என்ன இடம்?" என்றான் மெல்ல.

"இது வனப்பேச்சியம்மான் கோயில் இருக்கப் போற இடம் தான்ப்பா. இங்கே பக்கத்துல தான் கோயில் வரப்போகுது." என்றார்.

"ஐயா! தப்பா நினைக்காதீங்க. வனப்பேச்சியம்மன் கோயில் கட்டி முடிச்சாச்சு. நானும் பாலாவும் கூட கும்பாபிஷேகத்துக்குத்தான்

வந்தோம். ஆனா இங்கேயே இருக்கீங்க உங்களுக்கு கோயில் கட்டுனதே தெரியாதா?'' என்றான்.

கடகடவென சிரித்தார் அந்தப் பெரியவர்.

''காலம்! காலம்! அது தான் எத்தனை விசித்திரமானது'' என்றார்.

''என்ன சாமி சொல்றீங்க? புரியலையே?'' என்றான்.

''முதல்ல உள்ள வாப்பா! வந்து உக்காரு. நீ கேக்குற எல்லா கேள்விக்கும் எனக்குத் தெரிஞ்ச பதிலைச் சொல்றேன். பயப்படாதே! நான் நித்யமல்லியோட கையாள் இல்ல. வனப்பேச்சி தான் என் தெய்வம்.'' என்றார். அவரது தோற்றம் பேச்சு எல்லாமே நம்பிக்கையூட்டும்படி இருக்கவே வீட்டின் உள்ளே சென்று அமர்ந்து கொண்டான்.

''இப்பக் கேளு''

''ஐயா! நீங்க யாரு? என்னை எப்படி உங்களுக்குத் தெரியும்?''

''உனக்குப் புரியும்படி சொல்லணும்னா உனக்காகக் காத்துக்கிட்டு இருக்கிற ஒரு தூதுவன். வனப்பேச்சியோட தூதுவன். சாமிக்கண்ணு, கரியமணிக்கம், திவ்யா, பாலா இப்படி உங்க எல்லாரையும் எனக்குத் தெரியும்.'' என்றார்.

''இவ்வளவு தெரிஞ்சு வெச்சிருக்கீங்களே? ஆனா பக்கத்துலயே கோயில் கட்டியிருக்காங்க அது தெரியலையா உங்களுக்கு?'' என்றான். அவன் குரலில் சற்றே ஏளனம்.

''அப்படியா? சரி! பக்கத்துல கட்டியிருக்காங்கன்னு சொல்றே இல்ல? எங்கே? அந்தக் கோயிலைக் காட்டு?'' என்றார்.

திகைத்துப் போனான் வெங்கி. அவன் வந்த இடத்தில் மரங்களும், செடிகளும் அடர்ந்து இருந்ததே தவிர கோயில் இல்லையே? இது என்ன மாயம்?

''என்னப்பா? பதிலே காணோம்?''

''வந்து...ஐயா...நீங்க தான் கோயிலை மறைச்சுட்டீங்களோன்னு....'' இழுத்தான் வெங்கி.

''சிவ சிவா! கோயிலை நான் மறைக்கிறதாவது? அதை யாராலயும் செய்ய முடியாதுப்பா. நீ கேக்க தயார்னா விளக்க நான் தயார்.'' என்றார்.

“எனக்கு எல்லாமே புதிராவும் பயமாவும் இருக்கு சாமி! ஏற்கனவே நித்யமல்லி, மறு பிறவின்னு ஒரே குழப்பம். இதுல நீங்க வேற கோயிலே இனிமே தான் கட்டுவாங்கன்னு சொல்றீங்க! நான் என்னன்னு புரிஞ்சுக்க? சொல்லுங்க சாமி” என்றான் பரிதாபமாக.

“உன்னோட இந்தக் கோயில் குழப்பத்தைத் தீர்த்துட்டு மத்த விஷயங்களுக்கு வரேன். இதோ இப்ப நீ உக்காந்திருக்கியே? இந்த வீடு, இந்த இடத்துல தான் 400 ஆண்டுகளுக்குப் பிறகு கோயில் வரப்போகுது.” என்றார்.

ஐயோ என்று கத்தி தலையைப் பிய்த்துக்கொள்ளலாம் போல இருந்தது.

“சாமி! என்னை ரொம்ப சோதிக்காதீங்க. புரியல்ல” என்றான்.

“அப்பா! நீ இப்ப கடந்த காலத்துல நிற்குறேப்பா. கோயில் 2021ஆம் ஆண்டு கட்டப்படப் போகுது. இது என்ன ஆண்டு தெரியுமா? 1621. எல்லாமே அந்தத் தாய் வனப்பேச்சியோட விளையாட்டு. 1521ல தான் நீ, பாலா, திவ்யா சேர்ந்து நித்யமல்லியைக் கட்டுனீங்க. அதுக்கு நூறாண்டுகளுக்குப் பிறகு சங்கிலி கருப்பனும், சொரிமுத்தையாரும் என்னை இந்த இடத்துக்குக் காவலா நியமிச்சாங்க. ஏன் தெரியுமா? வனப்பேச்சி உன்னை இங்கே கூட்டிக்கிட்டு வருவா! உனக்கு விஷயங்களை விளக்கிச் சொல்லத்தான்.” என்றார்.

குழப்பம் அதிகரித்ததே தவிரக் குறையவில்லை வெங்கிக்கு.

“சாமி! அப்படீன்னா நான் டயம் டிராவல் பண்ணி வந்துருக்கேன்னா சொல்றீங்க?”

“ஆமாப்பா! நீயா செய்யல்ல! சங்கிலி கருப்போட குதிரை உன்னை இங்கே கொண்டு வந்ததுப்பா! அந்தக் குதிரையால எந்த காலத்துக்கு வேணும்னாலும் போக முடியும். அது தான் உன்னை இங்கே கொண்டு வந்தது.” என்றார் மீண்டும்.

“நான் ஓடியில்ல வந்தேன்? குதிரையில வரலியே?”

“தம்பி! அது சங்கிலி கருப்போட குதிரையப்பா! அதுல உன்னால சவாரி பண்ண முடியுமா? அது துரத்த நீ ஓட, அப்படியே அது உன்னை இந்தக் காலத்துக்குக் கூட்டிக்கிட்டு வந்திடிச்சு.” என்றார்.

நம்பவே முடியாத அந்த விஷயத்தை நம்பித்தான் ஆக வேண்டும் போல. ஆனால் டயம் டிராவல்? முடியுமா? ஏன் முடியாது? வெளி

நாட்டில் பல அறிஞர்களும் இதைப் பற்றிப் பேசியும், எழுதியும் வந்திருக்கிறார்களே? அப்படிப் பேசிய பல விஷயங்கள் நம் நாட்டில் சாத்தியாமாயிற்றே? ஏன் அதே போல இந்த விஷயமும் நடந்திருக்கக் கூடாது? எண்ணிக் கொண்டான் வெங்கி.

"என்னப்பா? என்ன யோசனை? வேற என்ன சந்தேகம் உனக்கு? கேளு?" என்றார் அந்தப் பெரியவர்.

முதன் முறையாக அவரை நன்றாகப் பார்த்தான் வெங்கடேஷ்.

காவி நிறத்தில் வேஷ்டி, அதற்கு மேல் அதே நிறத்தில் மேல் துண்டு. மிகவும் ஒல்லியான உருவம். நெற்றியில் பளிச்கிட்ட வெண்மையான திருநீறு, அதன் நடுவில் 50 காசு அளவு குங்குமம். சடாமுடி. கழுத்தில் மட்டும் ருத்திராக்ஷ மாலை. மற்றபடி வேறு எந்த ஆபரணங்களும் இல்லை. வணங்கத்தக்க உருவம்.

"சாமி! உண்மையிலேயே நான் யாரு? வெங்கடேஷா? இல்லை ஆதித்தனா? பாலா தன்னை வேங்கையன்னு சொல்லிக்கறான். திடீர்னு ஒரு அழகான பொண்ணு வந்து நான் தான் செம்மலர்னு சொல்லுது. இதைக் கொஞ்சம் விளக்க முடியுமா சாமி?" என்றான் பணிவாக.

"கட்டாயம் விளக்கறேன் வெங்கி! இதையெல்லாம் உனக்குச் சொல்வது தான் என் பணி. அதற்காகவே நியமிக்கப்பட்டவன் நான். வெங்கி நீ தான் வெங்கடேஷும், நீ தான் ஆதித்தனும். ரெண்டுமே நீ தானப்பா. ஒரு நாணயத்தோட இரு பக்கங்கள் மாதிரி." என்றார்.

"சாமி"

"அப்பா! நமது ஆன்மாவுக்கு அழிவே கிடையாது. இறைவனது எண்ணப்படி அவ்வப்போது நமக்குச் சில பிறவிகள் வரலாம். அப்படி வரும் போது சிலர் சில முக்கியமான பணிக்காகக் கடவுளால் தேர்ந்தெடுக்கப்படுகிறார்கள். ஆரம்பித்த அந்தப் பணியை முடிப்பதற்காக அவர்கள் மேலும் சில பிறவிகள் எடுக்கலாம்."

"உம்! ஓரளவு புரியுது சாமி! இப்ப வெங்கியா என் உடம்புக்குள்ள இருக்குற அதே ஆன்மா தான் ஆதித்தன் உடம்புலயும் இருந்தது. அதே மாதிரி தான் பாலா அப்புறம் திவ்யாவுக்கு. இல்லியா சாமி?"

"ரொம்பவும் சரி! சரியாப் புரிஞ்சுக்கிட்ட"

“சாமி! ஆனா எனக்கோ, பாலாவுக்கோ அந்தப் பொண்ணு திவ்யாவுக்கோ நாங்க நித்யமல்லியை எப்படி கட்டுனோம்? அவளைக் கட்டப் பயன்பட்ட குத்தீட்டியும், வாளும் இப்ப எங்கே இருக்கு? இதெல்லாம் தெரியலியே சாமி? ஒரே ஆன்மான்னா எங்களுக்கு இதெல்லாம் தெரிஞ்சிருக்கணுமே?” என்றான் வெங்கி.

“கேக்குறது நியாயமான கேள்வி தான். ஆனா இதுக்கு பதில் சொல்றது அத்தனை சுலபமில்ல வெங்கி. நாம தாயோட கர்ப்பத்துல இருக்கும் போது நமக்கு எல்லா நினைவுகளும் இருக்கும். நாம பஞ்ச பூதங்களால் ஆன இந்த உலகத்துக்குள்ள வரும் போது நம்மை சடம் என்ற காற்று தீண்டும். அந்த நொடியே நமக்கு எல்லாமே மறந்து போயிரும். அதை மாயைன்னும் சொல்லுவாங்க. ஆனா மிகப்பெரிய ஞானிகள், ரிஷிகள் இவங்கள்ல சிலர் இந்த சடத்தை வென்றிருக்காங்க. அவங்களைப் போன்றவங்க மனித இனத்தைக் காப்பாத்துறதை தன் கடமையா நெனச்சு செய்வாங்க. அவங்களுக்கு தெய்வம் உதவி செய்யும்.” என்றார்.

அவரது பேச்சு முழுமையும் உள்வாங்கி மனதில் யோசித்தபடியே அமர்ந்திருந்தான்.

“மனசுல இன்னமும் கேள்விகள் இருக்கு இல்லே? கேட்டுடுப்பா” என்றார் அன்பாக.

“தெய்வம் மனுசனுக்கு உதவி செய்யும்னு சொன்னீங்க. ஆனா ஏன் விஷயங்களை இத்தனை சுத்தி வளச்சு செய்யணும். நேரா எங்க கிட்ட வந்து வாளும் குத்தீட்டியும் இருக்குற இடம் இது தான். இப்படித்தான் நித்யமல்லியை அழிக்கணும்னு ஏன் சொல்ல மாட்டேங்குது?” என்றான்.

“நெனச்சேன். இதை நீ இதைக் கேப்பேன்னு நெனச்சேன். அப்பா! நம்ம பூமி கர்ம பூமியப்பா! நம்மோட செயல்களால தான் நல்லதும் நடக்குது, கெட்டதும் நடக்குது. நம்ம மனசு, செய்கை, பேச்சு இதெல்லாம் உண்மையா மட்டுமே இருந்தா இந்த உலகம் எப்படி இருந்திருக்கும்? ஆனா நம்மால அப்படி இருக்க முடியுதா? அதனால தான் தெய்வங்கள் மனிதர்கள் மூலமாகவே தான் உதவி செய்யுறாங்க. ஆனா அதுவும் போதாம தெய்வமே எல்லாத்தையும் செய்யணும்னு எதிர்பார்க்கறீங்க” என்றார்.

“இல்ல சாமி! வந்து...”

"ஏன் வனப்பேச்சியம்மன் நெனச்சா நித்யமல்லியை அழிக்க முடியாதா? சில நொடிகள்ல செஞ்சிடலாம். ஆனா மனிதர்களானப் பிறந்த உங்க கடமை என்ன? அதை நாம தெரிஞ்சுக்கணும் இல்ல? அம்மா அப்பா ஒரு குழந்தைக்கு 3 வயசு மிஞ்சிப்போனா 6 வயசு வரைக்கும் சாப்பாடு ஊட்டுவாங்க. அதுக்குப் பிறகு, தானே சாப்பிடச் சொல்லித்தரதோட, வருங்காலத்துல அவன் உணவை அவனே சம்பாதிச்சுக்கத் தேவையான கல்வியையும் குடுக்குக்கறாங்க இல்ல? அதுக்குப் பதிலா, என் மகன் எனக்கு ரொம்ப செல்லம். அதனால அவன் படிக்க வேண்டாம், வெளியுலகத்துக்குப் போக வேண்டாம், நானே எல்லாத்தையும் செய்வேன்னு நெனச்சா, அந்தக் குழந்தையோட எதிர்காலம் என்ன ஆகும்? அதே போலத்தான்பா தெய்வமும். நாமளே முயற்சி செய்யணும். நம்மால முடியாத போது இறைவனை நெனச்சாப் போதும் உடனே வந்து உதவி செய்வான். அதுக்காக முயற்சியே செய்யாம எல்லாமே தெய்வம் தான் செய்யணும்னு எதிர்பார்க்குறது தவறு." என்று சொல்லி நிறுத்தினார்.

நன்றாகவே புரிந்தது வெங்கிக்கு.

"புரிஞ்சது சாமி! இத்தனை தூரம் நாங்க வந்ததுக்கு நிச்சயம் தெய்வ அருள் தான் காரணம். இதுக்கு மேல நாங்க என்ன செய்யணும் சாமி?"

"காலத்தைத் தாண்டி நீ வரணும்னு தெய்வம் நெனச்சதால தான் உன்னால வர முடிஞ்சது. அதுக்கு ஒரு காரணமும் இருக்கு. நல்லா யோசி. உனக்கு என்ன தேவை? அதை எப்படி அடைய? இதைப் பத்தியோசி."

"யோசிச்சுட்டேன் சாமி! இப்ப எங்க முதல் தேவை, சங்கிலிகருப்பண்ண சாமியும், சொரிமுத்தையனாரும் குடுத்த குத்தீட்டியையும் வாளையும் எப்படியாவது கண்டு பிடிக்கணும், அதைக் கண்டு பிடிச்ச உடனே நித்யமல்லியை எப்படி அழிக்குறதுன்னு தெரிஞ் சிரும்னு நெனக்கிறேன் சாமி" என்றான் பணிவாக.

"சபாஷ்! நல்லாவே யோசிக்கிற. இன்னும் சில நிமிடங்கள்ல நீ 2021ஆம் ஆண்டுக்குத் திரும்பிப் போகப் போற. ஆனா அப்படிப் போறதுக்கு முன்னால சங்கிலி கருப்பன் குதிரையையும், இந்த குடிசையையும் நல்லா மனசுல பதிய வெச்சுக்கோ. அது உனக்கு உதவும்." என்றார்.

வெங்கியை அழைத்துக்கொண்டு வெளியில் வந்தார் அந்த சாமியார். கூப்பிடும் தொலைவில் அழகான கருமையான குதிரை நின்று கொண்டிருந்தது. அதன் மேல் வான நீலத்தில் ஒரு துணி போர்த்தப்பட்டிருந்தது. அருகில் சென்றான் வெங்கி. அந்த நீலத் துணி, துணி போலவே இல்லை. மெல்லிய புகை போல இருந்தது. அதில் சில எழுத்துக்கள் தெரிந்தன. ஊன்றிப் படித்தான் வெங்கி. மொத்தம் மூன்றே சொற்கள். 'பாவநாசம்', 'அக்கினிமூலை', 'பாணதீர்ந்தம்.' அவ்வளவு தான். அவைகளைப் படித்து மனதில் பதிய வைத்துக்கொண்டான். அவனை உள்ளே அழைத்துச் சென்றார் சாமியார். அந்தக் குடிசையின் ஈசான மூலையில் பெரிய விளக்கு ஒன்று ஏற்றி வைக்கப்பட்டிருந்தது. அதன் அடியில் மரப்பலகை புதிதாகக் காணப்பட்டது. அதிலும் சில எழுத்துக்கள் இருந்தன.

ஆனால் வெங்கி அவற்றைப் படிக்க முயல்வதற்குள் மீண்டும் அவனைச் சுற்றி இருள் போலப் போர்த்திக்கொண்டது. தாறுமாறாக மீண்டும் தான் எங்கோ ஓடுவதை உணர்ந்தான் வெங்கி. ஆனால் இம்முறை பயமில்லை. சில விநாடிகளில் தலை கனக்க அப்படியே மயங்கிச் சரிந்தான்.

அத்தியாயம் 20

தன்னைச் சுற்றிலும் மேகப்படலம் சுழல்வது போலத் தோன்றியது வெங்கிக்கு. ஏதேதோ பேச்சுக்குரல்கள் கேட்டன. ஆனால் பேசுவது எதுவும் புரியவில்லை. தான் எங்கே இருக்கிறோம்? எப்படி வந்தோம்? என யோசித்துப் பார்த்தான் ஒரே குழப்பமாக இருந்தது. ஏதோ ஒரு குதிரை தன்னைத் துரத்துவது போலத் தோன்ற சட்டெனக் கண் விழித்தான்.

"என்ன ஆச்சு வெங்கி உனக்கு?" என்று கேட்ட குரலை நிமிர்ந்து பார்த்தான். கவலையோடு திவ்யாவும் பாலாவும் இவனையே பார்த்தபடி நின்றிருந்தார்கள்.

"நீங்களும் இங்க வந்துட்டீங்களா? உங்களையும் சங்கிலி கருப்பசாமியோட குதிரை தான் கூட்டிக்கிட்டு வந்துதா?" என்றான்.

குழப்பத்தோடு பார்த்தார்கள் இருவரும்.

"இவன் என்ன இப்படி சம்பந்தமில்லாம பேசுறான் சாமி? என் கூடவே வந்தவன் திடீர்னு காணாமப் போயிட்டான். அப்புறமாப் பாத்தா மண்டபத்துப் பக்கமா மயக்கமா கெடந்தான். இதெல்லாம் நித்யமல்லியோட வேலையா?" என்றான் பாலா கவலையோடு.

"இல்லப்பா! வனப்பேச்சி கோயில் இருக்குற சுற்று வட்டாரத்துல கூட நித்யமல்லியால வர முடியாது. இது வேற. நான் தியானத்துல பார்த்தது உண்மைன்னு நினைக்கறேன். வனப்பேச்சி வெங்கிக்கு ஏதோ செய்தி சொல்லியிருக்கா. அவன் நிதானத்துக்கு வரட்டும். அப்புறமா கேக்கலாம்" என்றார் சித்தர்.

வெங்கி தலையைத் திருப்பிப் பார்த்தான். வனப்பேச்சியம்மன் கோயில் அழகாக கோபுரத்தோடு காட்சியளித்தது. அத்தோடு சிறு சிறு கடைகள் வேறு. மனித நடமாட்டமும் இருக்கவே தான் மீண்டும் 2021க்கே வந்து விட்டோம் எனப் புரிந்து கொண்டான். ஆனால் தான் உண்மையிலேயே 1521ஆம் ஆண்டுக்குப் போனோமா? இல்லை மயக்கம் வந்ததால் என் மனதில் தோன்றிய மாயத் தோற்றமா? இதைச் சொன்னால் என்னைப் பைத்தியம் என்பார்களோ? என யோசித்தபடி அமர்ந்திருந்தான்.

"இப்போ எப்படி இருக்கு வெங்கி? முதல்ல இந்த சோடாவைக் குடி." என்று லெமன் சோடவை நீட்டினாள் திவ்யா. அவள்

முகத்தில் கவலை, பயம் எல்லாம் இருந்தது. அவள் மேல் அன்பு பெருகியது வெங்கிக்கு. இதைத்தான் விட்ட குறை தொட்ட குறை என்பார்களோ? போன ஜென்மத்தில் இணைய முடியாமல் போனதால் இந்த ஜென்மத்தில் என்னைத் தேடிக்கொண்டு வந்து விட்டாளோ? இவளுக்குத்தான் என் மேல் எத்தனை அன்பு? காதல்? பாலா மட்டும் என்ன? அவனது நட்பும் ஆழமானது அல்லவா? அதனால் தானே அடுத்த பிறவியிலும் எங்களால் நட்பாக இருக்க முடிந்தது? இவை எல்லாமே இறைவன் நடத்தும் திருவிளையாடல். இதில் என் பங்கை நான் சிறப்பாகச் செய்ய வேண்டும். செய்து முடித்தால் தான் என்னால் திவ்யாவைக் கல்யாணம் செய்து கொள்ள முடியும்.

''என்னடா இப்படி முழிக்குற? என்ன ஆச்சு உனக்கு? எதையாவது பார்த்து பயந்துட்டியா?'' என்றான் பாலா அன்பாக.

எழுந்து அமர்ந்தான் வெங்கி.

''இங்க வெச்சு எதுவும் பேச வேண்டாம்ப்பா! என்னோட இருப்பிடத்துக்குக் கூட்டிக்கிட்டுப் போயிருவோம். அது தான் நல்லது.'' என்றார் சாமிக்கண்ணு சித்தர். மக்கள் நடமாட்டமும், கோயிலுக்கு வரும் பக்தர்கள் நடமாட்டமும் அதிகரித்திருந்தன. ஒரு சிலர் இங்கே என்ன கும்பல் என வேடிக்கை வேறு பார்த்துக்கொண்டிருந்தனர். பேசாமல் கரிமாணிக்கம், பாலா இருவரும் கைத்தாங்கலாக எழுப்பினர் வெங்கியை.

''எனக்கு ஒண்ணுமில்ல! என்னால நல்லா நடக்க முடியும்'' என்று சொல்லி விட்டு அவர்களது கைகளை உதறினான் வெங்கி.

''உங்களுக்கு வீடு இருக்குன்னு சொல்லவே இல்லையே? எங்க இருக்கு?'' என்றார் கருமாணிக்கம்.

''அதை வீடுன்னு சொல்ல முடியாது. இருப்பிடம் அவ்வளவு தான். ஆனா ஓரளவு வசதியா இருக்கும். என்னைப் போல சித்தனுக்கு அதிக வசதி ஆகாதுப்பா.'' என்று கூறியபடி வழி காட்டி அழைத்துச் சென்றார். மண்டபத்திலிருந்து சற்றே தூரத்தில் ஒரு குடிசை போலத் தென்பட்டது. புதிதாக ஓலை வேயப்பட்ட குடிசை. வாயில் கதவு திறந்தே இருந்தது. அதைப் பார்த்ததும் மின்னல் வெட்டியது வெங்கியின் கண்களில்.

''இதே போல ஒரு குடிசை தானே நான் பார்த்தேன்? அதுவும் கிட்டத்தட்ட இதே இடத்தில் தானே பார்த்தேன்? அப்படியானால்

நான் பார்த்தது மாயத்தோற்றம் இல்லை போல. சாமிக்கண்ணு சித்தர் யார்? ஒருவேளை அவர் தான் நான் பார்த்த சாமியாரோ?'' என்று எண்ணிக் கொண்டே சித்தரைப் பார்த்தான்.

''எல்லாத்துக்கும் விளக்கம் கிடைக்கும் வெங்கி. முதல்ல உள்ள வா'' என்றார். அதே வார்த்தைகள். கோயில் இருக்கிறதா இல்லையா? என தலையைத் திருப்பிப் பார்த்தான். அழகான வண்ணங்கள் அடிக்கப்பட்ட கோபுரம் காட்சியளிக்க நிம்மதியானான். அனைவரும் உள்ளே போய் அமர்ந்து கொண்டனர். சற்று தள்ளி ஒரு குத்து விளக்கு மிகவும் பழைமையான பலகையின் மேல் வைக்கப்பட்டிருந்தது. அதன் சுடரொளி அந்த குடிசையை மஞ்சள் வெளிச்சத்தில் குளிப்பாட்டிக்கொண்டிருந்தது. அந்தக் குத்து விளக்கு, மரப்பலகை என எல்லாமே வெங்கியை யோசிக்க வைத்தது.

''வெங்கிக்கு என்ன ஆச்சு சாமி? ஏன் அவன் மயங்கி விழுந்தான்? அதோட பேசவே மாட்டேங்குறானே? பயமா இருக்கு சாமி'' என்றாள் திவ்யா.

''கவலைப்பட ஒண்ணுமில்ல. அவன் இப்ப பெரிய பயணம் போயிட்டு வந்திருக்கான். அதுவும் கிட்டத்தட்ட 500 ஆண்டுகளுக்கு முன்னால போயிட்டு வந்திருக்கான். சரி தானா வெங்கி?'' என்றார் சித்தர் புன்னகைத்தபடி.

''ஆமா சாமி'' என்றான் வெங்கி. அவனை அதிசயமாகப் பார்த்தனர் அனைவரும்.

''பாலா நீ முதல்ல என்ன நடந்ததுன்னு சொல்லு. அதுல இருந்து ஆரம்பிச்சாத்தான் நல்லா விளங்கும்.'' என்றார் சித்தர்.

''உங்களை மண்டபத்துல விட்டுட்டு நானும் வெங்கியும் கூல் டிரிங்ஸ் வாங்க நடந்து போயிக்கிட்டே இருந்தோம். ஏதேதோ பேசிக்கிட்டே போனோம். அப்ப திடீர்னு ஏதோ கறுப்பா வந்தா மாதிரி தெரிஞ்சது எனக்கு. ஒரே காத்தடிச்சது. என்னால சரியாவே பார்க்க் முடியல்ல. கொஞ்ச நேரம் நான் அப்படியே நின்னுட்டேன். கண் திறந்து பார்த்தா இவனைக் காணும். எங்கே போனான்னு தேடினேன். கொஞ்ச நேரம் கழிச்சுப் பார்த்தா இவன் அதே இடத்துல மயங்கி விழுந்து கிடந்தான். கரிமாணிக்கம் ஐயாவும் நானும் தான் இவனை மண்டபத்துக்குத் தூக்கிட்டு வந்தோம்.'' என்றான் கோர்வையாக.

“இப்ப உனக்கு என்ன நடந்ததுன்னு சொல்லுப்பா! அப்பத்தான் இவங்களுக்குப் புரியும்“ என்றார் சித்தர்.

சொல்லத் தொடங்கினான் வெங்கி. குடிசையைப் பார்த்தது, அதில் இருந்த சாமியார் சொன்னது சங்கிலி கறுப்ப சாமியின் குதிரை, இறுதியாக அதன் மேல் இருந்த எழுத்துக்கள், என எல்லாவற்றையும் மெதுவாக ஆனால் நிறுத்தாமல் கூறினான். அவன் பேசப் பேசவே மற்றவர்களை அதிசயமும் ஆச்சரியமும் சூழ்ந்து கொண்டது. இந்த கம்ப்யூட்டர் காலத்திலும் இப்படியெல்லாம் நடக்குமா? நம்ப முடியவில்லையே? ஆனால் நம்பித்தான் ஆக வேண்டும். ஏனெனில் வெங்கி கிட்டத்தட்ட 25 நிமிடம் காணாமல் போயிருந்தான். அப்படியானால் அவன் சொல்வது உண்மை தான். என எண்ணிக் கொண்டனர்.

“இப்பவாவது நீ நம்புறியா தம்பி?” என்றார் சித்தர் வெங்கியை நோக்கி.

“நிச்சயம் நம்புறேன் சாமி! கண்ணால பார்த்த பிறகும் நம்பலைன்னா நான் மனுசனே இல்ல” என்றான் உணர்ச்சியாக.

வேறு யரும் பேசவே இல்லை. அவரவர் எண்ணத்தில் ஆழ்ந்திருந்தனர்.

“உங்களுக்கு இப்ப என்ன செய்யணும்னு புரிஞ்சிருக்குமே?” என்றார் சித்தர்.

“உங்களை மாதிரி நாங்க அத்தனை புத்திசாலிகள் இல்ல சாமி! கொஞ்சம் விளக்கமா சொன்னா நல்லா இருக்கும்.” என்றார் கரியமாணிக்கம்.

அவரை ஒரு மாதிரி பார்த்து விட்டுப் பேசினார் சாமிக்கண்ணு.

“உங்களுக்கு வழிகாட்டியிருக்காருப்பா சங்கிலி கருப்ப சாமி. சில குறிப்புக்கள் காட்டியிருக்காரு. அதைப் புரிஞ்சுக்கிட்டு அது படி செஞ்சீங்கன்னா நிச்சயம் நித்யமல்லியை அழிக்குற வழி கிடைக்கும்.” என்றார்.

மௌனம் காத்தனர் அனைவரும்.

“என்னப்பா நீங்க? இன்னமுமா புரியல்ல? குதிரை மேல இருந்த துணியில சில வார்த்தைகள் இருந்ததுன்னு சொன்னே இல்ல? அந்த வார்த்தைகள் என்னென்ன?”

"பாவநாசம், அக்கினி மூலை பாண தீர்த்தம் இந்த மூணு வார்த்தை தான் என்னால படிக்க முடிஞ்சது சாமி"

"உம்! ஒருவேளை பாவநாசக் காட்டுக்குள்ள பாண தீர்த்த அருவி இருக்குற இடத்துக்குப் பக்கத்துல அக்கினி மூலையில ஏன் அந்த வாளும் குத்தீட்டியும் புதச்சு வைக்கப்பட்டிருக்கக் கூடாது?"

"இருக்கலாம் சாமி! ஆனா அந்த விளக்குக்கு அடியில ஒரு புதுப்பலகை இருந்தது. அதுலயும் சில எழுத்துக்கள் தெரிஞ்சது. ஆனா நான் அதைப் படிக்கு முன்ன இங்கே வந்துட்டேனே? அதுல என்ன இருக்குன்னு தெரிஞ்சா நமக்கு வேலை இன்னமும் ஈசி இல்ல?" என்றான் வெங்கி.

சித்தரது கண்கள் அந்த குடிலில் இருந்த விளக்கின் அடியை நோக்கின. மிகவும் அழுக்காக எண்ணெய்ப் பிசுக்கு சேர்ந்து பழையதாக ஒரு மரப்பலகை இருந்தது.

"இந்தப் பலகை இல்ல சாமி! அது ரொம்பவும் புதுசா இருந்ததுன்னு வெங்கி சொன்னானே?" என்றான் பாலா.

"ஏன்ப்பா! 1521ல புதுசா இருந்தது 500 ஆண்டுகளுக்குப் பிறகுமா புதுசாவே இருக்கும்? கொஞ்சம் யோசி பாலா" என்றார் கரியமாணிக்கம்.

அப்படீன்னா வெங்கி பார்த்த பலகை இது தானா? இதுல எழுத்துக்கள் இருக்கணுமே?" என்றாள் திவ்யா. பேசியவள் எழுந்து சென்று அந்த விளக்கின் அடியில் இருந்த பலகையை உற்றுப் பார்த்தாள். ம்ஹூம் எதுவும் தெரியவில்லை.

"இதுல எந்த எழுத்தும் இல்ல சாமி" என்றாள் ஏமாற்றமான குரலில்.

"இத்தனை எண்ணெய்ப்பிசுக்கு இருந்தா எழுத்து எப்படித் தெரியும்? முதல்ல நாம இந்த எண்ணெய்ப் பிசுக்கை எடுக்கணும். அப்பத்தான் நம்மால அதுல என்ன எழுதியிருக்குன்னு படிக்க முடியும்" என்றான் வெங்கி.

"உம்! ஏதாவது ஆசிட் வாங்கி ஊத்திப் பாப்போம். ஆசிட்ல எண்ணெய்ப் பிசிக்கு போயிரும்" என்றாள் சிவகாமியம்மாள்.

"எண்ணெய்ப் பிசுக்கும் போகும் அதோட எழுத்துக்களும் போயிரும். ஆசிட் கூடவே கூடாது. பேசாம உப்புக் காகிதத்தை வெச்சுத் தேய்ச்சுப் பார்க்கலாமா?" என்றார் கரியமாணிக்கம்.

“அப்ப மட்டும் எழுத்து போகாதா? என்ன சார் நீங்க?” என்றான் பாலா.

“இப்போ என்ன தான் வழி?” என்றான் வெங்கி.

“எலுமிச்சம் பழம் தான்ப்பா வழி. கொஞ்ச நேரம் ஆகும், உழைப்பும் தேவைப்படும். ஆனா நிச்சயாமா எழுத்துக்கள் மறையாது. நான் சொன்னபடி செஞ்சு பார்க்கறீங்களா?” என்றார் சித்தர்.

“சொல்லுங்க சாமி”

“25 எலுமிச்சம் பழம் வாங்கிக்குங்க அதை நல்லா பிழிஞ்சு சாறு எடுத்து ஒரு பாத்திரத்துல வெச்சிக்கிக்குங்க. அதோட புங்காங்காய் ஊற வெச்ச தண்ணியையும் கலந்துக்குங்க. மெதுவா மென்மையான துணி வெச்சு அதை பலகை முழுக்க பூசிட்டு கொஞ்ச நேரம் கழிச்சு துணியால மெதுவா துடைங்க.” என்றார்.

இதை விட நல்ல யோசனை இருக்க முடியாது என்பதால் அவர் சொன்ன பொருட்களை சேகரிக்கச் சென்றனர். நல்லவேளையாக பக்கத்தில் இருந்த நாட்டுமருந்து கடையில் புங்காங்காய் கிடைத்தது. குடிலில் எந்த விதமான பாத்திரங்களுமே இல்லை என்பதால் பிளாஸ்டிக் டப் ஒன்று வாங்கி அதில் குழாயிலிருந்து நீர் நிரப்பி புங்காங்காய்களை போட்டார் கரிமாணிக்கம். அதே நேரத்தில் பை நிறைய எலுமிச்சம் பழங்களோடு உள்ளே நுழைந்தனர் பாலாவும் வெங்கியும். திவ்யாவும் அவள் தாயும் பழைய மெல்லிய காட்டன் துணிகளை கொண்டு வந்தனர். நீரில் போட்ட புங்காங்காய்கள் நுரைத்துக்கொண்டிருந்தன. அவற்றை அவ்வப்போது கைகளால் கசக்கிக் கொடுக்கச் சொன்னார் சித்தர். கரிமாணிக்க அப்படியே செய்ய மேலும் நுரை வந்தது.

“எப்படியும் பத்து நிமிடம் ஆகும்.” என்றார் சித்தர். மீண்டும் மௌனமாக அமர்ந்தனர்.

“நான் சில சந்தேகங்கள் கேக்கலாமா சாமி?” என்றான் வெங்கி.

புன்னகையால் கேட்கலாம் என்றார் சாமிக்கண்ணு சித்தர்.

“1521ல நான் பார்த்த சாமியார் நீங்க தானா? ஏன்னா உங்க குடில் இருந்த இடத்துல தான் அந்தக் குடிலும் இருந்தது. அதான் கேக்கறேன் சாமி” என்றான்.

எதிர்பார்ப்போடு அனைவரும் அவரை ஏறிட்டனர்.

"இல்லப்பா! அவர் வேற! அவர் மிகச் சிறந்த சித்த மகான். அவரோடு ஒப்பிட்டா நான் சின்ன எறும்பு தான். காலத்தைத் தாண்டி வாழும் ஆற்றலும், காலங்களைக் கடந்து போகும் ஆற்றலும் அவருக்கு உண்டு." என்றார்.

"அப்படீன்னா இந்தக் குடில்?"

"நீ நினைக்கிறது தவறுப்பா. அந்த மகான் சொன்ன வார்த்தைகளை நல்லா நினைவு படுத்திப் பாரு. இதே இடத்துல தான் வெனப்பேச்சியம்மான் கோயில் வரப்போகுதுன்னு சொன்னாரு இல்லியா?"

"ஆமா சாமி! அப்படீன்னா அந்த குடில் இப்ப கோயிலா மாறிடிச்சா?"

"ஆமாப்பா! நம்ம இந்திய நாட்டுல பல இடங்கள்லயும் பெரிய மகான்கள், ரிஷிகள் வாழ்ந்த இடங்கள் இப்ப கோயில்களாத்தான் இருக்கு. இன்னும் சொல்லப் போனா இப்படி மக்கள் வழிபடுற இடங்கள் வேணும்னு தான் அவங்க நாட்டுக்குள்ள சில இடங்கள்ல வந்து தங்குனாங்க." என்றார்.

மலைப்பாக இருந்தது அனைவருக்கும். நம் நாடு தான் எப்படிப்பட்ட தேசம்? எத்தனை மகான்கள்? தங்கள் சுயநலம் பாராமல் மக்களின் நலனுக்காகவே வாழ்ந்தார்களே? அவர்கள் உதவி நமக்குக் கிடைத்திருக்கிறது. நிச்சயம் நம்மால் நினைத்த காரியத்தை சாதிக்க முடியும் என எண்ணிக் கொண்டிருந்தனர். பத்து நிமிடம் கடந்து விடவே திவ்யா வாங்கி வைத்திருந்த ஒரு பிளாஸ்டிக் கப்பில் எலுமிச்சை சாற்றையும் புங்கங்காய் தண்ணீரையும் சேர்த்தாள். நன்றாக நுரைத்து வந்தது. துணியில் அதனைத் தோய்த்து மிகவும் மென்மையாக அந்தப் பலகையைத் துடைக்க ஆரம்பித்தனர் தாயும் மகளும். மற்றவர்கள் பார்த்துக்கொண்டிருந்தனர்.

கிட்டத்தட்ட அரை மணி நேரமாகத் துடைத்தும் பிசுக்கு போனதே தவிர எழுத்துக்கள் கண்ணில் படவில்லை. சோர்ந்து போய் விட்டனர் பெண்கள். இப்போது பாலா, கரியமாணிக்கம் மற்றும் வெங்கி களத்தில் இறங்கினர். அவர்கள் 20 நிமிடம் துடைத்ததும் பலகையின் நிறம் சற்றே வித்தியாசமாக ஆனது.

"வெங்கி! அதோ பாருடா! ஏதோ சில எறும்பு ஊறுறா மாதிரி எழுத்துக்கள் இருக்கு பாரு" என்று கத்தினான் பாலா. மற்றவர்களையும் ஆர்வமும் பதற்றமும் தொற்றிக்கொண்டது.

பலகையைச் சுற்றி நின்று கொண்டனர். பாலா சொன்னது போலவே பலகையின் ஒரு ஓரத்தில் சில எழுத்துக்கள் செதுக்கப்பட்டிருந்தன. ஆனால் அவை தெளிவாகவே இல்லை. பலகையின் நிறமும் அந்த எழுத்துக்களும் ஒன்று போல இருந்ததால் அவர்களால் படிக்க இயலவில்லை. ஏமாற்றம் சூழ்ந்து கொண்டது.

"என்ன இது? நாம இவ்வளவு தூரம் முயற்சி செஞ்சும் எழுத்துக்களைப் படிக்க முடியலியே?" என்றாள் திவ்யா ஏமாற்றத்தோடு.

"முடியும்பா! அதுக்கும் நம்ம முன்னோர்கள் வழி செஞ்சிருக்காங்க" என்றார் கரியமாணிக்கம். அவரை நோக்கின அனைத்துக் கண்களும்.

"நான் தமிழ் படிச்சவன். சுவடிகள்ல இருக்குற எழுத்துக்களை நான் படிச்சிருக்கேன். சில சுவடிகள்ல இதே மாதிரி தான் எழுத்துக்கள் தெரியவே தெரியாது. அப்ப நாங்க மஞ்சப்பொடியில தண்ணி கலந்து அதை ஓலை மேல மெல்லத் தேய்ப்போம். அப்ப எழுத்துக்கள் பளிச்சுனு தெரியும். அதையே நாம இப்பவும் செஞ்சா என்ன?" என்றார்.

அவரை கட்டிக்கொண்டான் பாலா. "சூப்பர் சார் நீங்க! இப்பவே போயி மஞ்சப்பொடி பாக்கெட் வாங்கிட்டு வரேன்" என ஓடினான். அவர் சொன்னபடியே மஞ்சள் தூளை தண்ணீரில் திக்காக குழைத்து பலகை மேல் தடவ எழுத்துக்கள் இருந்த இடத்தில் மஞ்சள் பொடி போய் தேங்கியது. ஆகையால் எழுத்துக்கள் பளிச்செனத் தெரிந்தன.

"நீங்கள் இதைப் படிக்கும் நேரம் நித்யமல்லி சிலரை வசப்படுத்தியிருப்பாள். வரும் பௌர்ணமியில் தான் அவளை அழிக்க முடியும். சங்கிலி கருப்பசாமியும், சொரிமுத்தையனாரும் உறையும் இடத்தில் ரகசியம் இருக்கிறது. அவளை அழிக்க அதுவே வழி. இளைஞர்களோடு தாய் ஒருத்தியும் செல்ல வேண்டும். நவரத்தினத்தின் பெயர் கொண்டவன் துணை புரிவான். வனப்பேச்சி வழி காட்டுவாள்" என்றிருந்தது.

"நித்யமல்லி சிலரை வசப்படுத்தியிருப்பாள்னு போட்டிருக்கே? யாரா இருக்கும்?" என்றான் பாலா.

"இப்ப அது முக்கியமில்ல பாலா. இன்னைக்கு சதுர்த்தி. அப்படின்னான் இன்னமும் பௌர்ணமி வரதுக்கு 10 நாட்கள் தான் இருக்கு. அதுக்குள்ள நாம வாளையும் குத்தீட்டியையும் கண்டு

பிடிச்சு அவளை அழிக்குற வழியையும் கண்டு பிடிக்கணும். நேரமே இல்லை நமக்கு'' என்றார் கரியமாணிக்கம்.

''முதல்ல பதட்டப்படுறதை விடுங்க. பலகையில இருக்குற செய்தியை நல்லாப் புரிஞ்சுக்குங்க.'' என்றார் சித்தர்.

அதே நேரம் நித்யமல்லி பல திட்டங்களை வகுத்துக்கொண்டிருந்தாள்.

அத்தியாயம் 21

சென்னையிலிருந்து சற்றே தொலைவில் அமைந்திருந்தது ஒரு தென்னந்தோப்பு. தோப்பில் இருர்ந்த மரங்கள் பலவும் பராமரிக்கப்படாமல் காய்ந்து போய் இருந்தன. ஒரு சிலவற்றில் காய்கள் தென்பட்டன. மற்ற தோப்புக்களைப் போலில்லாமல் அது மதில் சுவர்களால் சூழப்பட்டு மிகவும் தனிமைப்படுத்தப்பட்டது போலிருந்தது. அதன் வெளியில் மிகப்பெரிய இரும்புக் கதவு. துருப்பிடித்திருந்தாலும் நல்ல உறுதியாகவே இருந்தது. அதில் பூட்டு தொங்கிக்கொண்டிருந்தது. இந்த இடம் விற்பனைக்கு என்று போட்டு ஏதோ ஒரு செல் ஃபோன் எண் எழுதப்பட்டிருந்தது. அதன் எதிரே நின்றிருந்தனர் மல்லிகாவும் ரக்ஷிதாவும்.

"எப்படி உள்ள போறது?" என்று ரக்ஷிதா கேட்டு முடிக்குமுன் அவளையும் இழுத்துப் பிடித்தவாறு பறந்தாள் மல்லிகா. அடுத்த கணம் இருவரும் தோப்பின் உள்ளே நின்றிருந்தனர்.

"இத்தனை வருசம் ஆகியும் உன்னோட சக்தி மட்டும் குறையவே இல்ல" என்றாள் ரக்ஷிதா.

"குறையாது" என்றாள் மல்லிகா சுருக்கமாக. அவளது தோற்றமே வேறு மாதிரி இருந்தது. தலை முடி கலையவில்லை, கண்கள் சிவப்பாக இல்லை. ஆனாலும் அவளைப் பார்த்தவர்களுக்கு நெஞ்சில் பயம் ஊடுருவும். இருளும் பயமும் தன்னால் வந்து சூழ்ந்து கொள்ளும். அவளது கண்களை நேரிடையாகப் பார்க்க முடியாது. அப்படியே பார்த்தாலும் அரை வினாடிக்கு மேல் முடியாது.

"இங்க எதுக்கு வந்தோம்?" என்றாள் ரக்ஷிதா.

"சொல்றேன்." என்றவள் அந்தப் பகலிலேயே இருட்டாக இருந்த ஒரு மூலையைத் தேர்ந்தெடுத்து அமர்ந்தாள். அவள் எதிரே அமர்ந்து கொண்டாள் ரக்ஷிதா.

"வெங்கியும், பாலாவும் எங்கே போயிருக்காங்கன்னே தெரியல்ல. அவங்களுக்கு பூர்வ ஜென்ம நினைவு வந்திருக்கும் இந்நேரம். அதனால அவங்களை எப்படி அழிக்கலாம்னு திட்டம் போடணும். அதுக்குத்தான் யாருமே தொந்தரவு செய்யாத இடத்துக்கு வந்தேன்." என்றாள் மல்லிகா. அவள் முகம் கொடூரமாக இருந்தது.

“நீ நித்யமல்லியாவும் நான் பொன் வண்டாகவும் இருக்கும் போதே நீ ஆதித்தனை சாகடிச்சிருந்தா இன்னைக்கு நமக்கு இந்த நிமைமை இல்லையே?” என்றாள் ரக்ஷிதா. அவளைக் கடுமையாக முறைத்தாள் மல்லிகா. கைகளில் மிகப்பெரிய புடைப்பு உண்டாகி அதிலிருந்து சீழும், ரத்தமும் வடியலாயிற்று ரக்ஷிதாவுக்கு.

“வலி தாங்க முடியல்ல நித்யமல்லி! என்னை சித்திரவதை செய்யுறதைத் தவிர உன்னால வேற எதுவும் உருப்படியாச் செய்ய முடியாதா?” என்றாள் பொன்வண்டு எரிச்சலோடு.

“என்னை யாரும் கிண்டல் செஞ்சா எனக்குப் பிடிக்காது. அதுவும் நான் செஞ்ச தப்பை சொல்லிக்காட்டினா பிடிக்கவே பிடிக்காது. அதுக்குத்தான் இந்த தண்டனை.“ என்றாள் நித்யமல்லி கடுமையாக.

சற்று நேரத்தில் அந்தப் புடைப்பு மறைம்ந்து விட்டது.

“ஹ‌ூம்! மேல சொல்லு மல்லி” என்றாள் பொன்வண்டு எரிச்சலாக.

“போன தடவை செம்மலர் அவங்க கூட இருந்தா!. அவளோட அன்பின் சக்தி என்னோட சக்தியை விட அதிகமா இருந்தது. அதனால தான் என்னால அவனைக் கொல்ல முடியல்ல.”

“சரி. ஆனா அவங்க உன்னோட கட்டை அவுத்து விட்டாங்க இல்ல? அப்பவாவது அவங்களைக் கொன்னிருக்கலாமே?”

தன் கைகளைக் குத்திக்கொண்டாள் நித்யமல்லி. நரம்புகளும், ரத்தமும் தெறித்தன. ஆனால் எல்லாமே வினாடிக்கும் குறைவான நேரத்துக்குத்தான். சமாளித்துக்கொண்டாள்.

“அப்பவும் அந்த பாலா வெங்கியோடவே இருந்தானே? அவங்க ஒருத்தர் மேல ஒருத்தர் வெச்சிருக்குற அன்பும் நம்பிக்கையும் என்னால உடைக்க முடியல்ல. அதுவே ஒரு பாதுகாப்பு அரணா மாறி அவங்களைக் காப்பாதிச்சு. எப்படியாவது அவங்க உயிரை எடுத்துடணும்ம்னு தான் நானும் முயற்சி செஞ்சேன். ஆனா முடியல்ல” என்றாள் நித்யமல்லி.

“இப்ப அடுத்த திட்டம் என்ன?”

“என்னை இந்த பூமிக்கு அனுப்புன முதல் கடமை, இந்த பூமியில மனித இனமே இல்லாம ஆக்கணும். அதுக்குத் தடையா இருக்குறவங்க யாரா இருந்தாலும் அவங்களை நான் கொல்லணும், இல்லை வசியப்படுத்தி எனக்கு அடிமைகளா ஆக்கிக்கணும். இப்ப

கொஞ்ச நாளா வெங்கியயியும் பாலாவையும் பாக்கவே முடியல்ல. எங்க இருக்காங்கன்னு கண்டு பிடிக்கவும் முடியல்ல. அது தான் எனக்கு கவலை.''

''உன்னாலயே கண்டு பிடிக்க முடியல்லையா?''

''ஆமா பொன்வண்டு! அந்த சித்தரம்மா அதான் நாச்சியா அவளும், அவளோட ஜால்ரா ஒருத்தன் இருந்தானே வேம்புசாமி அவனும் சேர்ந்து தான் ஏதோ செய்யுறாங்களோன்னு நெனைக்கிறேன்.''

''சித்தரம்மாவும் வேம்புசாமியும் இன்னமுமா இருப்பாங்க?''

''ஆதித்தனும், வேங்கையனும் வெங்கியாவும், பாலாவாகவும் திரும்ப வந்திருக்கும் போது இவங்க வரமாட்டாங்களா? ஆனா செம்மலர் பத்தி தான் ஒண்ணுமே தெரியல்ல. ஆனா அவளைத்தான் நாம குறி வைக்கணும்.''

''ஒரு வேளை செம்மலரும் திரும்ப வந்து இவங்களோட சேர்ந்துட்டாங்கன்னா?''

''அதுக்கு ஒரே வழி தான் இருக்கு. அவங்களை இப்போதைக்கு புறக்கணிச்சுட்டு, நம்ம வேலையை ஆரம்பிக்க வேண்டியது தான். முதல் வேலையா புதுசா குழந்தைகள் இந்த பூமிக்கு வரதை நாம நிறுத்தணும். அதுக்கு ஆணும் பெண்ணும் சேரவே கூடாது. அந்த மாதிரி செய்யணும். எவ்வளவு உயிரை அழிக்க முடியுமோ, அவ்வளவு அழிக்கணும். அப்படி செஞ்சா நிச்சயம் வெங்கி நம்மை அழிக்க முயற்சி செய்ய வெளிய வந்து தான் ஆகணும். அப்ப அவனை நான் .....'' பாதியில் நிறுத்தி விட்டுச் சிரித்தாள் நித்யமல்லி. அவளது தோற்றம் கொடூரமான விலங்கைப் போல இருந்தது.

''கேக்கவே பயங்கரமா இருக்கு. ஆனா எனக்குப் பிடிச்சிருக்கு'' என்று சொல்லி பயங்கரமாகச் சிரித்தாள் பொன்வண்டு. அவளது சிரிப்பில் இணைந்து கொண்டாள் நித்யமல்லி.

''முதல்ல புதுசா கல்யாணம் ஆனவங்களைக் குறி வெப்போம். அவங்க சந்தோஷமா இருக்கக் கூடாது. நம்மால பெண்களை நெருங்க முடியாது. இயற்கையோட பாதுகாப்புல அவங்க இருக்காங்க. அதனால ஆண்களை குறி வெப்போம். கணவனுக்கு மனைவி மேல வெறுப்பு வரணும். வெறுப்புலயும் கோபத்துலயும்

அவங்க மனைவியைக் கொலை செய்யக் கூடத் துணியணும். அந்த அளவு நாம வெறுப்பை வளக்கணும்.'' என்றாள்.

''உம்! அது சுலபம் தான்.''

''ஆமா! நீயும் நானும் தனித்தனியாப் போய்த்தான் இதைச் செய்யப் போறோம். ஒரு நாளைக்கு குறைஞ்சது அஞ்சு தம்பதிகளாவது பிரியணும். தெரிஞ்சுதா?''

''தெரிஞ்சது மல்லி! ஆனா அவங்களை எப்படித் தேர்ந்தெடுக்க?''

''ஆண்கள் மட்டும் தனியா ஏதாவது பொருள் வாங்க இரவு நேரத்துல வெளிய வருவாங்க. அப்ப நீ அவங்களை உன் வசப்படுத்திக்கோ. அதுக்கான சக்தியை நான் உனக்குத் தரேன். வசப்படுத்தின பிறகு அவங்க மனைவி மேல வெறுப்பு வர வைக்கணும். அவங்க மனைவி அன்பாப் பேசினாலே அவங்களுக்கு வெறுப்பு வரணும். கிட்ட வந்தா, தொட்டா இப்படி எது அவங்க மனைவி செஞ்சாலும் அந்த ஆண்கள் வெறுப்பை மட்டும் தான் காமிக்கணும். அதனால அவங்க மனைவிகளுக்கு கணவன் மேல சந்தேகம் வரும். அது போதாதா அவங்களைப் பிரிக்க?''

''நல்ல யோசனை தான் மல்லி! அப்படி செஞ்சா பெண்கள் மனசு உடைஞ்சு போயிருவாங்க. கணவன் மேல அவங்களுக்குக் கோபம் வரும். வெறுப்பும் வரலாம். வாக்குவாதம் முத்தும். அப்ப கணவன் மனைவியைத் தனியாக் கூட்டிக்கிட்டுப் போயி கொலை செய்யப் பாக்கணும். அதானே உன் திட்டம்?''

''ரொம்ப சரி! இதுல எத்தனை பெண்களோட உயிர் போகுதுன்னு பாக்காதே! ஆண்கள் உயிர் போனாலும் கவலைப்படாதே! நாமாளா சாகடிக்குறதை விட அவங்களா சாகுறது நமக்கு வேலையைக் குறைக்கும்.'' என்றாள்.

''முதல்ல இந்த ஊர்ல இருந்தே அதாவது சென்னையில இருந்து ஆரம்பிப்போம். ஏதாவது செய்தி வெங்கியை எட்டுச்சுன்னா அவன் உடனே இங்க வருவான். அப்ப அவனைக் கொல்லுறது ஈசியா இருக்கும்'' என்றாள் பொன்வண்டு.

''உனக்கும் மூளை இருக்கே?'' என்றாள் நித்யமல்லி.

''ஆனா எனக்கு ஒரு சந்தேகம்? நாம ரெண்டே பேர் தான். இப்படி எத்தனை தம்பதிகளைப் பிரிச்சு....இந்த உலகத்துல கோடிக்கணக்கான பேர் இருக்காங்களே?'' என்றாள் பொவ்ண்டு.

“என்னோட சக்தியை நீ இன்னமும் புரிஞ்சுக்கல. நீயும் நானும் ஒரு ஆளைக் குறி வெச்சு அவங்க உடம்புல நம்ம நகக்கண் வழியா விசத்தை ஏத்திடுவோம். அவங்க முழுக்க முழுக்க வெறுப்பை மட்டுமே கக்குற ஆட்களா மாறிடுவாங்க. அப்புறம் அவங்க 2 பேருக்கு நகக்கண் மூலமா விசத்தை ஏத்துவங்க. இப்படிப் பரவும். 10, 100ஆகும். 100 ஆயிரம்னு இப்படி வேகமாகப் பரவும். யாருக்குமே என்ன காரணம்னு தெரியாது.” என்றாள் நித்யமல்லி.

“ரொம்ப நல்ல திட்டமா இருக்கே? அப்ப நாம ஒரு ஆளைக் குறி வெச்சாப் போதும். அப்புறம் மனுஷங்களுக்கு தானா அந்த விசம் பரவ ஆரம்பிச்சிரும். இல்லியா?”

“அதே தான்! ஆனா நமக்கு இன்னொரு முக்கிய வேலையும் இருக்கு. வர பௌர்ணமிக்குள்ள நாம எப்படியாவது வெங்கி, பாலா செம்மலர் இவங்களைக் கண்டு பிடிச்சுக் கொல்லணும். இல்லைனா நமக்குத்தான் ஆபத்து.” என்றாள் நித்யமல்லி.

அவர்கள் பேசிக்கொண்டிருக்கும் போதே கதவைத் திறக்கும் சத்தம் கேட்டது.

“ஒரு ரியல் எஸ்டேட் ஆளு தான் வரான். இவனும் புதுசாக் கல்யாணமானவன் தான். இவன் கிட்ட இருந்தே நாம வேலையை ஆரம்பிப்போம். இவன் கண்ணுக்கு உன்னைத் தெரியாம ஆக்கிடறேன். நான் மட்டும் தான் இருக்கேன்னு அவன் நினைச்சுக்கட்டும். நான் எப்படி அவனை வசப்படுத்தறேன்னு பார்த்துக்கோ.” என்றாள்.

தலையசைத்தாள் பொன்வண்டு. தனது துப்பட்டாவை ஒரு கூடாரம் போலச் செய்தாள். அதனுள்ளே தான் பொன்வண்டு நின்று கொண்டிருந்தாள். யாரோ நடக்கும் காலடிச் சத்தம் கேட்டது. வந்தவன் அங்கே ஒரு பெண் இருப்பதைப் பார்த்து திகைத்து அப்படியே நின்று விட்டான்.

“என்னை ஒண்ணும் செஞ்சிராதீங்க! என்னை விட்டிருங்க” என்று அழுதாள் நித்யமல்லி.

“நான் உன்னை ஒண்ணும் செய்ய மாட்டேன். பயப்படாதே! ஆமா நீ யாரு? கேட் பூட்டியில்ல இருக்கு? நீ எப்படி உள்ளே வந்த?” என்றான்.

ஓவென அழுதாள் நித்யமல்லி.

"என்னை மூணு பேர் துரத்திக்கிட்டு வந்தாங்க. அவங்க கையில நான் கெடச்சிருந்தேன்னா என் நிலைமை அதோ கதி தான். அப்ப எனக்கிருந்த வேகத்துல கதவுல கால் வெச்சு எம்பிக் குதிச்சுட்டேன். பாருங்க கால்ல காயம்" என்று காட்டினாள். உள்ளங்கலாலில் ஓரே ரத்தமாக இருந்தது.

"சே! பெண்களுக்குப் பாதுகாப்பே இல்லாமப் போச்சே நம்ம நாட்டுல? ஏம்மா? வந்தவங்க யாரு? உனக்குத் தெரிஞ்சவங்களா? போலீஸ்ல புகார் குடுப்போமா?" என்றான்.

"ஐயோ! அதெல்லாம் வேண்டாம்ங்க! எனக்கு இன்னமும் கல்யாணமே ஆகல்ல. போலீஸ், புகார்னா அப்புறம் என் எதிர்காலமே கேள்விக்குறியா ஆயிடும்" எனப் பேசியபடியே அவனை நெருங்கி வந்தாள்.

"சரிம்மா! உன் வீடு எங்க இருக்குன்னு சொல்லு. நான் கொண்டு போயி விட்டுடறேன். நீ ரொம்ப பயந்து போயிருக்க" என்றான் அவன்.

"உங்க பேரு என்ன சார்? என் பேரு மல்லிகா. உங்களை மாதிரி நல்ல ஆம்பிளைங்க கூட இந்த உலகத்துல இருக்காங்களா?" என்றாள். பேசிக்கொண்டே நெருங்கிச் சென்று அவனது கரங்களைப் பிடித்தாள். அவளது ஆட்காட்டி விரலின் நகம் நீண்டு அவனது சதையைத் துளைத்தது.

"என் பேரு நடராஜன்...ஸ்ஸ்ஸ்ஸ்...ஆஆ...என்னம்மா செய்யுற? நகம் வெட்ட மாட்டியா?" என்றான். அடுத்த கணம் அவனது கண்கள் செருகின, கால்கள் தள்ளாடின.

"உன் மனைவி பேர் என்ன?"

"அவ பேரு நளினி. என் மேல அவளுக்கு ரொம்ப அன்பு."

" ஹாஹா! நீ சரியான லூசு நடராஜன். தான் நெனச்சதை சாதிச்சுக்க அவ உன்னை நல்லா யூஸ் பண்ணிக்கறா. அவ சிரிக்குறது, பேசுறது எல்லாமே உன் கிட்ட இருந்து பணத்தைக் கறக்கத்தான். உன்னை நல்லா மயக்கி வெச்சிருக்கா. நீயும் அவளை ரொம்ப நல்லவன்னு நெனச்சு அவ கிட்ட அன்பு காட்டுறியே?" என்றாள் நித்யமல்லி.

"அப்படியா? நளினி எங்கூட பணத்துக்காகத்தான் இருக்காளா?"

“ஆமா! அவ உன்னைக் கொஞ்சுறதும், குழையிறதும் எல்லாமே உன்னை தனக்கு அடிமையா ஆக்காத்தான். உன்னை தனக்கு அடிமையா ஆக்கிக்கிட்டு உங்கம்மா, அப்பா எல்லாரையும் கொல்லத் திட்டம் போட்டிருக்கா. அப்பத்தானே உங்க வீடு அவ கைக்கு வரும்? வீடு கைக்கு வந்தாத்தானே அவளோட கள்ளக்காதலனோட அவ ஜாலியா வாழ முடியும்?”

“ஆ...அப்படியா? அவ்வளவு மோசமானவளா நளினி?”

“பின்ன? அவ உன்னை இந்தத் திட்டத்தோட தான் கல்யாணமே செஞ்சுக்கிட்டா. அநேகமா இன்னைக்கே உன்னைக் கொலை செஞ் சாலும் ஆச்சரியப்பட முடியாது. அவ சமைச்சதை சாப்பிடாதே! உன்னை கொஞ்சிக்கிட்டு கிட்ட வந்தா நம்பாதே! எல்லாமே போலி, நடிப்பு. அவ உன்னைக் கோலை செய்யுறதுக்கு முன்ன நீ அவளைக் கொலை செஞ்சிரு.” என்றாள்.

அதைக் கேட்டவன் ஆத்திரமானான்.

“இத்தனை நாள் என்னை ஏமாத்திக்கிட்டா இருந்தா அவ? அவளை என்ன செய்யறேன் பாரு” என்றான்.

“அங்க தான் நீ தப்பு பண்ற நடராஜா! அவ உன்னை நம்ப வெச்சு ஏமாத்தினா இல்ல? அதே மாதிரி நீயும் அவளை நம்ப வெச்சு ஏமாத்த வேண்டாமா?”

“என்னை என்ன தான் செய்யச் சொல்ற?” என்றான் விரக்தியாக.

“அவ உன்னை நம்ப வெச்சு ஏமாத்தினா மாதிரி நீயும் அவளை நம்ப வெச்சு ஏமாத்து. சின்னச் சின்ன விஷயங்களுக்கு அவ கூட சண்டை போடு. அப்பத்தான் அவ சுய ரூபம் உனக்குத் தெரியும்.”

“அப்படியா?”

“ஆமா! அவ நல்லவ! உன்னை மனசுக்காக மட்டும் தான் நேசிக்குறான்னா அவ பதிலுக்கு உன் கூட சண்டை போட மாட்டா. உன்னைத் திட்ட மாட்டா. ஆனா அவ திட்டுனா இல்லை சண்டை போட்டான்னு வெச்சுக்கோ நான் சொன்னது உண்மைன்னு நீ புரிஞ்சிக்கலாம்.” என்றாள் நித்யமல்லி.

மேலும் அரை மணி நேரம் பேசிப் பேசியே நடராஜன் மனதில் அவன் மனைவியைப் பற்றிய கேவலமான அபிப்பிராயத்தை உண்டாக்கினாள். இவற்றையெல்லாம் பொன்வண்டு மிகுந்த

மகிழ்ச்சியோடு பார்த்துக்கொண்டிருந்தாள். நடராஜன் போய் விட்டான்.

இரு நாட்களுக்குப் பிறகு செய்தித்தாளில் இளம் மனைவி கொலை. என்ற செய்தி வெளி வந்தது.

அத்தியாயம் 19:

நாளுக்கு நாள் செய்தித்தாள்களில் மனைவி கொலை, கணவன் சாவு போன்ற செய்திகள் அதிகம் வந்து கொண்டே இருந்தன. குறைந்தது தினம் இரு பெண்களாவது கொல்லப்பட்டனர். இந்தச் செய்திகள் சாமிக்கண்ணு சித்தர் வரை எட்டியது.

"இந்தப் பலகை சொன்ன செய்தி மாதிரி நித்யமல்லி தன்னோட ஆட்டத்தை ஆரம்பிச்சுட்டாப்பா! இங்க பாரு. இது வரைக்கும் 10 பொண்ணுங்க, அதுவும் புதுசாக் கல்யாணமானவங்க செத்திருக்காங்க. அவங்க கணவனே கொலை பண்ணியிருக்கான்."

"இது எப்படி நித்யமல்லியோட வேலைன்னு சொல்றீங்க சாமி?" என்றார் கரியமாணிக்கம்.

"உனக்கு நினைவு இல்லையா? அஷ்டகிரக சேர்க்கையின் போது அவ பூமிக்கு வந்த நோக்கமே இந்த பூமியில பெண்கள் இனமே இல்லாம செஞ்சு அதன் மூலமா இந்த உலகத்தை நிர்மூலமா ஆக்குறது தான். அதைத்தான் அவள் செய்ய ஆரம்பிச்சிருக்கா."

"புரியலையே?" என்றான் வெங்கி.

"புதுசா எந்தக் குழந்தையும் பிறக்காமப் பார்த்துக்குறாப்பா! கணவன் மனைவிக்குள்ள வெறுப்பை உண்டாக்கி, கணவனே மனைவியைக் கொலை செய்ய வெக்கிறா. நாம சீக்கிரம் வேலையை ஆரம்பிக்கணும். இல்லைன்னா இன்னும் அவ எத்தனை உயிரை பலி வாங்குவாளோ?" என்றார் சாமிக்கண்ணு சித்தர் கவலையாக.

"இப்பவே நாங்க ரெடி தான். ஆனா என்ன செய்யணும்னு சொல்லுங்க" என்றன் பாலா.

"அங்க தானே நாம அப்படியே நிக்கறோம். வனப்பேச்சியம்மான் கோயிலுக்கு வந்தோம், அங்க செம்மலரையும் பார்த்தோம். ஆனா அதுக்குப் பிறகு என்ன செய்யன்னு தெரியலியே நமக்கு?" என்றான் வெங்கி.

“இல்லை வெங்கி. நாம சரியா யோசிக்கல்லன்னு தான் நினைக்கிறேன்.” என்றார் கரியமாணிக்கம்.

“என்ன சார் நீங்க சொல்றது? நாம என்ன யோசிக்கல்ல?” என்றான் வெங்கி சண்டைக்கு ரெடியாக.

“எதுக்கெடுத்தாலும் கோபப்படாதே வெங்கி. உன்னை மட்டும் அவர் சொல்லல்ல. முதல்ல நாமக்கு இது வரைக்கும் என்ன தெரிஞ் சிருக்கு? அதுல இருந்து மேற்கொண்டு எப்படி செய்யுறதுன்னு தெரியுமான்னு யோசிப்போம்“ என்றார் சித்தர் சமாதானமாக.

“குதிரை மேல இருந்த எழுத்துல பாவநாசம், அக்கினி மூலை அப்புறம் பாண தீர்த்தம் இது தான் இருந்தது. பலகையில இருந்த எழுத்துல நித்யமல்லி அழிக்க வேண்டிய தருணம் வந்தாச்சுன்னு இருந்தது.” என்றான் வெங்கி.

“உம்! அதாவது இப்ப நமக்கு ரெண்டு விஷயம் தெரியணும். முதல்ல சங்கிலி கருப்பசாமியும் , சொரி முத்தையனாரும் கொடுத்த வாளும் குத்தீட்டியும் எங்க மறைச்சு வைக்கப்பட்டிருக்குன்னு தெரியணும். அதுக்குப் பிறகு, அதை வெச்சு நித்யமல்லியை எப்படி அழிக்குறதுன்னு தெரியணும். இல்லியா?” என்றார் சித்தர்.

“ஆமா சாமி! அதே தான்.”

“எனக்கென்னவோ பாவநாசத்துக்குப் போனா எல்லாத்துக்குமே விடை கிடைக்கும்னு தோணுது.” என்றார் சாமிக்கண்ணு சித்தர்.

“எனக்கும் அதே தான் தோணுது சாமி. அப்ப பேசாம நாம பாவநாசத்துக்குக் கிளம்பிட வேண்டியது தான். ஆனா அதுக்கு முன்னால நித்யமல்லியால அழியுற உசிர்களை காப்பாத்த முடியாதா?” என்றார் கரியமாணிக்கம்.

“நம்மால இப்போதைக்கு எதுவும் செய்ய முடியாது மாணிக்கம். ஆனா வாள், குத்தீட்டி இது ரெண்டும் கையில கெடச்சாலே அவளுக்கு சக்தி குறைஞ்சிரும். அப்புறம் அவ வசியத்துல இருக்குறவங்க விடுபட்டிருவாங்க” என்றார்.

“சாமி! பாவநசாத்துக்கு நாங்களும் வரணுமா?” என்றாள் சிவகாமியம்மாள்.

“ஆமாம்மா! கட்டாயம் வரணும். உங்க மகளுக்கு இதுல முக்கிய பங்கு இருக்கு. நான் முன்னவே சொன்னேனே?”

“சொன்னீங்க சாமி! ஆனா நாங்க லேடீஸ். நீங்க தங்குற இடத்துல எங்களால எப்படித் தங்க முடியும்?”

“அம்மா! நீங்க நினைக்குறா மாதிரி நாங்க கோயில மண்டபத்துலயோ சத்திரத்துலயோ தங்க மாட்டோம். பாவநாசம் பக்கத்துல அம்பாசமுத்திரம்னு ஒரு ஊர் இருக்கு. அது டவுன் மாதிரி. அங்க லாட்ஜ் இருக்கும். அதுல ஒரு ரூம்ல நீங்களும், திவ்யாவும் பாதுகாப்பா இருக்கலாம்“ என்றார் கரியமாணிக்கம்.

“சரி சாமி!” என்றாள் சிவகாமியம்மாள்.

“இன்னைக்கே டிக்கெட் போட்டுடலாமா?” என்றான் பாலா.

“இல்லேப்பா! டிரெயின்லயோ பஸ்லயோ போக வேண்டாம். ஏதாவது வண்டி எடுத்துக்குங்க. அதுல போங்க” என்றார் சாமிக்கண்ணு சித்தர்.

“அப்ப நீங்க வரலியா சாமி?”

“இல்லப்பா! என் வேலை இங்க தான். என்னோட எல்லையை தாண்டி நான் வரக்கூடாது. “

“அப்படின்னா எங்களுக்கு யாரு வழி காட்டுவாங்க ?” என்றான் வெங்கி.

“கவலை படாதேப்பா! தெய்வ அருள் உங்களுக்கு வழி காட்டும். சித்தரம்மா துணை வருவாங்க. இப்போ வனபேச்சி அம்மன் கால்ல வெச்ச தாயத்தை உங்களுக்கு கட்டி விடறேன். எல்லா ஆபத்துல இருந்தும் அவ உங்களைக் பாதுகாப்பா. “ என்று சொல்லி விட்டுக் கண்களை மூடி தியானத்தில் அமர்ந்தார். சிறிது நேரம் கழித்து வனப்பேச்சியம்மன் காலடியில் இருந்த மஞ்சளும் சிவப்பும் கலந்த கயிற்றை அனைவருக்கும் கட்டி விட்டார்.

திவ்யாவுக்கும் அவளது தாய்க்கும் மிகவும் பயமாக இருந்தது. இது வரை அவர்கள் இது போல காடுகளுக்குப் போனதே இல்லை. ஏதோ சுற்றிப் பார்க்க போவது என்பது வேறு! என்ன செய்ய வேண்டும்? எப்படிச் செய்ய வேண்டும் என எதுவுமே தெரியாமல் காட்டில் அலைவது எவ்வளவு புத்திசாலித்தனமான காரியம்? என எண்ணிக் கொண்டார்கள்.

“நீங்க வண்டியில போகும் போதே ரொம்ப எச்சரிக்கையா இருங்க. யாரையும் நம்ப வேண்டாம். முக்கியமா நித்யமல்லி விஷயத்தை

யார் கிட்டயும் சொல்ல வேண்டாம். என்ன?'' என்றார் சித்தர் சாமிக்கண்ணு.

"ஏன் சாமி அப்படி? அப்படிச் சொன்னா நமக்கு நிறைய நல்லவங்க உதவி கிடக்கும் இல்ல?'' என்றாள் சிவகாமியம்மாள்.

"அம்மா! முதல்ல நீங்க ஒண்ணு புரிஞ்சுக்குங்க! உங்க பொண்ணுக்கு பைத்தியம்னு தான் எல்லாரும் சொன்னாங்க. நீங்க கூட ஏதோ ஆவி பேயின்னு தான் நினைச்சீங்க. ஆனா உங்க கண்ணு முன்னால நடந்த விஷயங்கள் உங்களை நம்ப வெச்சது இல்லியா?''

"ஆமா சாமி''

"இப்ப இந்த விஷயங்களை நீங்க வெளிய சொன்னா நிறைய பேரு நம்ப மட்டாங்கன்றது ஒரு பக்கம். ஆனா தேவையில்லாம குழப்பங்களும் பிரச்சனைகளும் வரும். இதைப் பத்தி விவாதங்கள், வாக்கு வாதங்கள்னு கிளம்பும். இதெல்லாம் நம்மை திசை திருப்புமே தவிர உதவாது. ஆனா அதே நேரத்துல நித்யமல்லிக்கு உதவி செய்யுறவங்க எண்ணிக்கை கூடவும் வாய்ப்பு உண்டு.''

"என்ன சாமி சொல்றீங்க?''

"ஆமாம்ப்பா! இந்த உலகத்துல பேராசைக்கும் பொறாமைக்கும் பஞ்சமே இல்ல. நித்யமல்லியால நிறைய தங்கம் வைரம்னு கொடுக்க முடியும். அதைக் காட்டி வளைச்சுப் போட்டா நமக்கு எதிரிங்க அதிகமாவாங்களே தவிர குறைய மாட்டாங்க.'' என்றார்.

சிவகாமியம்மளை அதிகம் பேச விடக் கூடாது எனத் தீர்மானித்துக்கொண்டான் வெங்கி.

கரியமாணிக்கத்துக்குத் தெரிந்த ஒரு வண்டியை வாடகைக்குப் பிடித்தார்கள். பாவநாசம் வரை போக வேண்டும், அதன் பிறகு திரும்பி விடலாம் எனச் சொன்னதுமே ஒப்புக்கொண் டார் அந்த டிரைவர்,

"எனக்கு சொந்த ஊரே அம்பாசமுத்திரம் தானுங்க! உங்களை பாவநாசத்துல விட்டுட்டு என் வீட்டுல ஜாலியா நாலு நாள் இருப்பேன். திரும்ப வரும் போது அப்படியே உங்களைக் கூட்டிக்கிட்டு வந்துட்றேன். ஆனா பாவநாசத்துல இறங்குனதும் பணம் கைக்கு வந்துரணும். போற போது தனி வாடகை'' என்றான் செந்தில்.

ஒப்புக்கொண்டு கிளம்பினார்கள். சித்தர் சாமிக்கண்ணு பல அறிவுரைகளைக் கூறினார். அதோடு பாவநசத்துக்குப் போன உடன் கன்னிமார் துறைக்குத்தான் செல்ல வேண்டும். பிறகு சொரிமுத்தையன் கோயிலுக்குச் செல்ல வேண்டும். என்றார். இந்த இரு இடங்களைத் தவிர வேறு எங்கும் செல்ல வேண்டாம் எனவும் அறிவுறுத்தினார். எதற்கும் இருக்கட்டும் என ஒரு சிறிய செல்ஃபோன் வாங்கி அவரிடம் கொடுத்தான் பாலா.

"சாமி! இதை வெச்சுக்குங்க. எங்களுக்கு ஏதாவது சந்தேகம்னா கேக்குறேன்." என்றான். சிரித்தபடியே பாலா கொடுத்ததை வாங்கிக்கொண்டான். வழியில் சாப்பிடவென ஏகப்பட்ட ஐட்டங்களை எடுத்து வைத்துக்கொண்டார்கள் திவ்யாவும் அவளது தாய் சிவகாமியும். புளிசாதம், உருளை பொரியல், தவிர பழங்கள், இரவுக்கு என இட்டிலி சட்னி என எடுத்துக்கொண்டதில் பெரிய மூட்டையாகி விட்டது. வெங்கி கோபப்பட்டான். அவனை அமைதிப்படுத்தினான் பாலா.

"இப்ப சொல்லுவீங்க தம்பி! ஆனா பசிக்கும் போது என்ன செய்வீங்க?" என்றாள் சிவகாமியம்மாள் கோபமாக.

"வழியில எத்தனை ஹோட்டல் ஒருக்கு? அதுல சாப்பிட வேண்டியது தானே? அதுக்காகவா இவ்வளவு பெரிய மூட்டை?" என்றான் அதை விடக் கோபமாக.

என்னடா இது? கிளம்பும் முன்பே இப்படி மனஸ்தாபம் ஏற்படுகிறதே? ஒற்றுமையாக இருந்தால் தானே எல்லாமே நல்லபடியான நடக்கும் என எண்ணிக் கொண்டார் கரியமாணிக்கம். பாலா வெங்கியை சமாதானம் செய்ய, கரியமாணிக்கம் சிவகாமியம்மாளை சமாதானம் செய்தார். ஒருவழியாக பயணம் தொடங்கியது. டிரைவருக்குப் பக்கத்தில் கரியமாணிக்கமும், பின் சீட்டில் ஒன்றில் சிவகாமியம்மாளும் திவ்யாவும், மற்றொரு சீட்டில் பாலாவும் வெங்கியும் என பயணப்பட்டார்கள். சற்று உற்சாகமாகவே இருந்தது பாலாவுக்கு. எப்படியும் எங்களால் நித்யமல்லியை அழித்து விட முடியும். தெய்வ அருள் இருக்கிறது என எண்ணிக் கொண்டான்.

டிரைவர் செந்தில் பேசுவதில் அதிகம் விருப்பம் உள்ளவன் போல. ஏதேதோ பேசிக்கொண் டே வந்தான்.

“வர வர நாட்டுல எங்க பார்த்தாலும் சாவு, கொலை இப்படியே இருக்கே சார்? இதெல்லாம் எங்க போயி முடியுமோ?” என்றான்.

சுருக்கென்றது அவர்களுக்கு.

“ஏன்பா அப்படிச் சொல்ற?”

“என்னத்தைச் சொல்ல சார்? எங்க வீட்டுக்குப் பக்கத்து வீடு. அந்தப் பையன் ஒரு பொண்ணை கிட்டடத்தட்ட 3 வருசமா லவ் பண்ணுனான். அந்தப் பொண்ணும் பண்ணிச்சு. வீட்டுல பெரியவங்க எல்லாரும் ஒத்துக்கிட்டாங்க. கல்யாணத்துக்குத் தேதி கூட குறிச்சாச்சு.”

“அப்புறம் என்னப்பா ஆச்சு?”

“ஐயோ! பயங்கரம் சார்! கல்யாணத்துக்கு ஒரு வாரத்துக்கு முன்னுக்க இருந்தே பையனுக்கும், பொண்ணுக்கும் ஏதோ சண்டை வந்திருக்கு போல. சரி ஏதோ சண்டை போட்டுக்கறாங்க. சின்னஞ்சிறிசுங்க! கல்யாணமானா தானா சரியாயிரும்னு பெரியவங்க பேசாம இருந்துட்டாங்க. ஆனா பாருங்க கல்யாணத்துக்கு மூணு நாள் இருக்கும் போது அந்தப் பையன் பொண்ணை வெட்டிட்டு, தானும் குத்திக்கிட்டு இறந்து போயிட்டான்”

“ஐயையோ! ஏன்?”

“கொடுமைசார்! அந்தப் பொண்ணு நடத்தையில அவனுக்கு சந்தேகம் வந்திரிச்சாம். அதனால தான் இப்படி செஞ்சேன்னு எழுதி வெச்சிருக்கான் சார்! இப்படியெல்லாம் கூட நடக்குமா சார்? என்னவோ நாட்டுக்கே பேய் பிடிச்சது மாதிரி ஆயிடிச்சு” என்றான்.

இவை அனைத்துமே நித்யமல்லியின் வேலை தான் என சொல்ல முடியாமல் அமைதி காத்தார்கள் மற்றவர்கள்.

“சார்! எங்க ஊரு ரொம்ப பழமையான ஊரு. அங்க அகத்திய முனிவரே வந்திருக்காருன்னு சொல்வாங்க. அப்படிப்பட்ட ஊருல இப்ப என்னென்ன நடக்குது?” என்றான் மீண்டும்.

யாரும் எதுவும் பேசவில்லை.

“பாவநாசத்துல சாமி கும்பிடப் போறீங்களா சார்?”

“ஆமாம்ப்பா!” என்றார் கரியமாணிக்கம்.

“சொரிமுத்தையனார் கோயிலுக்குப் போகப் போறோம்.” என்றாள் சிவகாமியம்மாள்.

“ரொம்ப நல்லது! ரொம்ப சக்தி வாய்ந்த சாமி அவுரு. அவரைப் பார்த்துட்டு அப்படியே அம்பாசமுத்திரத்துல இருக்குற அகஸ்தியர் கோயிலையும், வண்டி மறிச்சியம்மன் கோயிலையும் வந்து கும்பிடுங்க” என்றான் செந்தில்.

வண்டி மறிச்சி என்றதும் மனதில் ஏதோ ஒன்று அதிர்ந்தது வெங்கிக்கு. புகையாக ஏதோ நினைவுகள் வந்தன. மிகப்பிரம்மாண்டனமான படுக்கை வாட்டத்தில் இருக்கும் ஒரு பெண் கடவுளின் சிலையும், பக்கத்திலேயே ஆண் கடவுளின் சிலையும் மனக்கண்ணில் வந்து போனது. அந்தக் கோயிலில் தான் வந்து எதையோ மறைத்து வைத்தது போன்ற உணர்வு. பாலாவின் கையை நிமிண்டினான்.

“என்னடா?”

“அந்த அம்மன் எப்படி இருப்பாங்கன்னு கேளு” என்றான் பாலாவுக்கு மட்டும் கேட்கும்படியாக.

“ஏன்ப்பா செந்தில? அந்த வண்டி மறிச்சியம்மன் கோயில் எங்க இருக்கு? அம்மன் எப்படி இருப்பாங்க? உக்காந்த கோலமா? நின்ற கோலமா?” என்றான்.

தனது ஊரின் கோயிலைப் பற்றிக்கேட்கவும் உற்சாகமாகி விட்டான் செந்தில்.

“வண்டி மறியம்மன் ரொம்ப அபூர்வமான சாமி சார்! அவங்க படுக்கை வாட்டத்துல தான் இருப்பாங்க. ரொம்பவே பெருசா இருக்கும் சிலை. கருங்கல் சிலையில்லை வெறும் சுண்ணாம்பு தான். ஆனா பாருங்க பல ஆண்டுகாலமா அப்படியே இருக்கு” என்றான்.

கேட்டதும் வெங்கிக்கு மீண்டும் புகைப் படலம் போல காட்சிகள் தெரிந்தன.

திவ்யா கண்ணீரோடும், மனம் நிறைய சோகத்தோடும் அந்தக் கோயிலில் நின்றிருப்பது போலவும் , சிவப்பு வண்ணச் சேலை ஒன்றை அம்மனுக்குப் போர்த்துவது போலவும் தெரிந்தது. இதற்கெல்லாம் என்ன அர்த்தம்? போன ஜென்மத்தில் நான் அங்கே போயிருக்கிறேனா? ஏன் அத்தனை சோகம்? எதற்காக சிவப்பு

வண்ணப் புடவையை போர்த்தினாள் திவ்யா? நானும் பாலாவும் கூட இல்லையே?'' என்று எண்ணிக் கொண்டான்.

"ஏன் தம்பி! வண்டி மறிச்சியம்மான் கோயில் ரொம்ப பெருசா?"

"ரொம்ப வருஷம் அந்த அம்மனுக்கு மேற் கூரை கூட இல்லாமத்தான் இருந்தது. இப்பத்தான் கட்டியிருக்காங்க. மெயின் ரோட்டுலயே தான் இருக்கும்"

"பக்கத்துல சந்தை உண்டுல்ல?'' என்றாள் திவ்யா.

"ஆமா மேடம்! உங்களுக்கு எப்படி தெரியும்? இதுக்கு முன்னாடி வந்திருக்கீங்களா?'' என்றான்.

"ரொம்ப முன்னாடி வந்ததா நினைவு'' என்றான் திவ்யா. கரியமாணிக்கத்துக்கும் பாலாவுக்கும் வெங்கிக்கும் புரிந்து போனது. அவளை நோக்கினார். ஆமெனத் தலையசைத்தாள். அதே நேரம் எதுவும் பேச வேண்டாம் என சைகையும் காட்டினான் வெங்கி.

"வண்டி மறிச்சியம்மன் ரொம்ப கோவமான தெய்வம் சார். ஆனா நாம அவளே கதின்னு சொல்லி அவ கிட்ட வழி கேட்டோம்னா எப்படிப்பட்ட கஷ்டத்துல இருந்தும் நம்மைக் காப்பாத்திருவா'' என்றான்.

"அப்படியா?"

"ஆமா சார்! அதுக்கு ஆதாரமா எங்க ஊர்ல ஒரு கதை சொல்லுவாங்க! சொல்லட்டா?'' என்றான்.

அனைவரும் ஆர்வமானார்கள்.

"ரொம்ப காலம் முன்னால பஸ், கார் வசதியெல்லாம் கிடையாது. சந்தைக்கு சாமான் எடுத்துட்டு வரவங்க மாட்டு வண்டியில தான் எடுத்துட்டு வரணும். அப்படி ஒரு நாள் நிறைய வண்டிங்க சந்தைக்கு வரும் போது வாட்டசாட்டமான ஒரு பெண்மணி வழியில நின்னுக்கிட்டு வண்டியை மறிச்சாங்களாம். "எனக்கு காணிக்கை குடுத்தா! உங்க எல்லா வண்டியையும் நான் காப்பாத்துவேன். அதோட நீங்க கையுல காசோட வீட்டுக்கு பத்திரமா போற வரைக்கும் காவல் வருவேன்னு'' சொல்லியிருக்கு அந்தம்மா. ஆனா யாரும் மதிக்கல்ல. அன்னைக்குன்னு பார்த்து பயங்கரமான காத்தும் மழையும் அடிச்சுருக்கு. வியாபாரிங்க பல பேரோட உசுருக்கே

ஆபத்து வந்திருக்கு. கொண்டு வந்த பொருளெல்லாம் மண்ணுல போயி வீணாப் போயிரிச்சு.''

''அடப்பாவமே?'' என்றாள் சிவகாமியம்மாள்.

'' அப்பந்தான் அவங்களுக்கு புத்தி வந்திருக்கு. வழியில பார்த்தமே ஒரு பொம்பளை அவங்க சாமி தான்னு புரிஞ்சுக்கிட்டு அவளைத் தேடிப் போயி வணங்கி மன்னிப்புக் கேட்டாங்க. அதோட அடுத்த தடவை சந்தைக்கு வரும் போது அவளுக்கு முதல்ல காணிக்கை கொடுத்துட்டு தான் சந்தைக்கே போறதுன்னும் சொல்லியிருக்காங்க. அதுல இருந்து இன்னி வரைக்கும் சந்தை கூடுற போது வியாபாரிங்க அவளுக்கு முதல் காணிக்கையா அவங்க கொண்டு வந்த பொருளைக் கொடுத்துட்டுத்தான் வியாபாரத்துக்கே போவாங்க.'' என்றான்.

''ரொம்ப சக்திவாய்ந்த சாமியா இருக்கும் போல இருக்கே?'' என்றாள் சிவகாமியம்மள்.

''ஆமாம்மா! அது மட்டும் இல்ல, கிட்டத்தட்ட ஐநூறு அறநூறு வருசத்துக்கு முன்ன, இங்க ஏதோ பெரிய பிசாசு ஒண்ணு இருந்ததுன்னும், அதை மூணு பேரு சேர்ந்து அழிச்சாங்கன்னும் சொல்லுவாங்க. அதுக்கும் வண்டி மறிச்சியம்மன் உதவி செஞ் சதா சொல்லிக்கிடுவாங்க. அது மட்டுமில்லீங்கம்மா, வண்டி மறிச்சியம்மான் சிலையோட காலடியில இருந்து சொரிமுத்தையன் கோயிலுக்கு ஒரு சுரங்கப்பாதை இருந்ததுன்னும் சொல்லுவாங்க. அதெல்லாம் நிஜமா, பொய்யான்னு நாம யாரைக் கேக்க முடியும்?'' என்றான் செந்தில்.

பாலா, திவ்யா, வெங்கி மூவரும் ஒருவரை ஒருவர் பார்த்துக்கொண்டதில் ஆயிரம் அர்த்தங்கள்.

''செந்தில் தம்பி! ரியர் வியூ மிர்ரர்ல பாரு. கொஞ்ச நேரமா அந்த வண்டி நம்மை ஃபாலோ செஞ்சுக்கிட்டே வருது'' என்றார் கரியமாணிக்கம்.

அனைவரும் திரும்பினர். ஆம், அவர் சொன்னது உண்மை தான். ஒரு சிறிய கார் அவர்களைத் தொடர்ந்து வந்து கொண்டிருந்தது. வேகமாக ஓட்டினால் அந்தக் காரும் வேகமாக வந்தது. மெதுவாகச் சென்றால் அந்தக் காரும் ஸ்லோவானது.

அனைவரும் பயத்தோடு பார்த்துக்கொண்டிருக்கும் போது கத்தினாள் திவ்யா.

"ஐயோ! டிரைவர்! முன்னால ஒரு பெரிய பஸ்" என்று அவள் கத்திய அடுத்த நொடி டிரைவர் ஸ்டியரிங்க் வீலை கை போன போக்கில் வளைக்க ரோட்டை விட்டு வெளியே மரங்கள் அடர்ந்த பகுதியில் ஒரு பருத்த மரத்தில் பெரும் சத்தத்தோடு மோதியது கார்.

அத்தியாயம் 22

டிரைவர் பதட்டத்தில் வளைத்ததில் கார் பெரும் சத்தத்தோடு ஒரு பெரிய மரத்தில் மோதி நின்றது. முன்னால் இருந்த கண்ணாடி சில்லு சில்லாகத் தெறித்து அந்தப் அகுதி முழுவதும் ஒரே கண்ணாடித் துண்டுகள். நல்லவேளையாக டிரைவர் கண்களை மூடிக் கொண்டதில் கண்களைத் தவிர முகத்தின் மற்ற பாகங்களில் கண்ணாடிச் சில்லுகள் குத்தி நின்றன. ஒரு சில விநாடிகள் யாருக்கும் எதுவும் புரியவேயில்லை. சிவகாமியம்மாள் முன்னால் இருந்த சீட்டில் மோதி அப்படியே மயக்கமாகி இருந்தாள். திவ்யா உருண்டு விழுந்து கிடந்தாள். இதில் அதிகம் பாதிக்கப்படாதவர்கள் பாலாவும், வெங்கியும் தான். பாவம் கரியமாணிக்கம் அவரது உடலெங்கும் ஒரே கண்ணாடித் துண்டுகள்.

ஒரே நேரத்தில் பின் கதவைத் திறந்து கொண்டு ஓடி வெளியில் வந்தார்கள் பாலாவும், வெங்கியும். பயம், பதட்டம் என உடலெங்கும் வியர்வை பெருக்கெடுத்தது. அவர்களை நோக்கி வந்த பேருந்தைக் காணவேயில்லை.

"பாலா! பஸ் எதுத்தாப்புல வந்ததால தானே செந்தில் ஸ்டியரிங்க் வீலை வளைச்சாரு? பஸ்ஸே இல்லியே?" என்றான்.

"டேய்! அதைப் பத்தி அப்புறம் பார்க்கலாம்டா! முதல்ல எல்லாரையும் ஆஸ்பத்திரிக்குக் கூட்டிக்கிட்டுப் போகணும். யாருக்கு என்ன ஆச்சுன்னே தெரியல்ல" என்று கத்தினான் வெங்கி. ஓடிப்போய் முதலில் சிவகாமியம்மாளையும் திவ்யாவையும் கவனித்தனர். நல்லவேளை திவ்யாவுக்கு அடிபடவில்லை. வெங்கியின் உதவியில் எழுந்து விட்டாள்.

"ஐயோ! அம்மா! அம்மா! உனக்கு என்ன ஆச்சு?" என்று கத்தினாள் திவ்யா சிவகாமியம்மாளைப் பார்த்ததும்.

உஷ்! கத்தாதே திவ்யா! சாதாரண மயக்கம்னு தான் தோணுது. அதிகம் அடிபடல்ல. நீயும் பாலாவும் மெல்ல அவங்களை வேனை விட்டு வெளியே எடுங்க. இதோ தண்ணி பாட்டில்ல கொஞ்சம் தண்ணி இருக்கு. அதைக் கொடுங்க. நான் இவங்க ரெண்டு பேரையும் பாக்கரேன்." என்றான் வெங்கி.

அவன் சொன்னபடியே சிவகாமியம்மாளை மெல்ல வெளியே அழைத்து வந்தனர். மயக்கம் தெளிந்து விட்டது. ஆனால் பாவம் டிரைவரும், கரியமாணிக்கமும். முகமெல்லாம் ஒரே இரத்தம். அதோடு மோதிய அதிர்ச்சி வேறு. கதவைத் திறந்ததும் கரியமாணிக்கம் அப்படியே சரிந்து விழுந்து விட்டார். ஒரு கணம் இதயமே நின்று விடும் போலாகி விட்டது வெங்கிக்கு. நல்ல வேளையாக கண்ணிமைகள் அசைந்தன.

"திவ்யா! முதல்ல சாருக்குக் கொஞ்சம் தண்ணி குடு. நான் டிரைவர் செந்திலைப் பார்க்கறேன். பாலா நீ 108க்கு ஃபோன் பண்ணு" என்று கத்தினான். அப்படியே அவர்கள் செய்ய செந்திலை பார்த்தான்.

"சார்! என்னை ஆஸ்பத்திரி கூட்டிக்கிட்டுப் போங்க. ஒரே வலி. தலையில நல்ல அடி வேற. எனக்கு சின்னக் குழந்தைங்க இருக்கு சார்! என்னைக் காப்பாத்துங்க சார்!" என அழுதான் செந்தில்.

"சேச்சே! என்ன செந்தில் நீங்க? நீங்க எத்தனை தைரியமான ஆளு? இப்படி மனசு தளரலாமா? உங்களுக்கு ஒண்ணும் ஆகாது. இதோ இன்னும் கொஞ்ச நேரத்துல ஆம்புலம்ன்ஸ் வந்துரும். கவலைப் படாதீங்க." என்று ஆறுதல் சொன்னான் வெங்கி.

"சார்! பத்து வருசமா வண்டி ஓட்டுறேன். லாரி, பஸ் இப்படி எல்லாமே ஓட்டியிருக்கேன். ஆனா இந்த மாதிரி ஆக்சிடெண்ட் ஆனது இது தான் முதல் தடவை. என் மேல தப்பே இல்ல சார்" என்றான் அழுகையின் ஊடே.

"யார் மேலயும் தப்பு இல்ல செந்தில். கண்டதையும் நெனச்சுக் கவலைப் படாதீங்க." என்று சொல்லி விட்டு மெல்ல அவனை ஆசுவாசப்படுத்தினான். கை, கால்களில் அதிகம் அடியில்லை. நல்லவேளையாக ஏர் பேக் வெளி வந்ததால் நெஞ்சில் அடிபடாமல் தப்பித்துக்கொண்டான்.

"என்னடா? ஆம்புலன்ஸ் வருதா இல்லையா?" என்றான் வெங்கி அவசரமாக.

"இன்னும் அஞ்சே நிமிசத்துல வருந்துவாங்கடா!" என்றான்.

பாலா சொன்னபடியே ஐந்தே நிமிடத்தில் ஆம்புலன்ஸ் வந்து அனைவரையும் ஏற்றிச் சென்றது. பாலாவுக்கும் வெங்கிக்கும் காயங்கள் அதிகம் இல்லையென்றாலும் தலையில் அடிப்பட்டுள்ளதா? என ஸ்வேன் எடுத்தார்கள். நல்லவேளையாக எதுவும் இல்லை. மேலாக

இருந்த காயங்களுக்கு மருந்து போட்டுக் கட்டி விட்டார்கள். அதே போல சிவகாமியம்மாளுக்கும் கூட வெறும் அதிர்ச்சி மயக்கம் தான். நன்றாக ஓய்வு எடுத்துக்கொண்டால் சரியாகி விடும் என உறக்கத்துக்கு ஊசி போட்டிருந்தார்கள்.

டிரைவருக்கும் கரியமாணிக்கத்துக்கும் தான் சரியான அடி. கண்ணாடித் துண்டுகள் நிறையக் குத்தியிருந்ததால் எல்லாவற்றையும் நீக்கி சரி செய்ய ஆப்பரேஷன் செய்தாக வேண்டும் எனச் சொல்லி விட்டார்கள். கிட்டதட்ட இரண்டு மணி நேரம் நடந்தது ஆப்பரேசன். இறுதியில் இனி உயிருக்கு பயமில்லை என்ற நல்ல வார்த்தைகளோடு டாக்டர்கள் போய் விட்டனர்.

"முகத்துல ஆப்பரேசன் செஞ்சிருக்காங்க. அதனால இன்னும் பத்து நாளைக்கு பேண்டேஜ் கட்டுப் போட்டாகணும். சுத்தமா தண்ணியே படக் கூடாது. அதோட இந்த மருந்துகளும் குடுக்கணும். இல்லைன்னா முகத்துல இருக்குற காயம் சீழ் பிடிச்சிரும்." என்றாள் ஒரு நர்ஸ்.

"என்னடா இப்படிச் சொல்றாங்க? கரியமாணிக்கம் குடும்பம் எங்கே இருக்கு? அவங்களை எப்படி தொடர்பு கொள்ள? இது எதுவுமே நமக்குத் தெரியாதே? அதோட செந்தில் வேற? என்ன செய்ய?" என்றான் பாலா கவலையாக.

"எனக்கும் ஒரே குழப்பமாத்தான் இருக்கு பாலா. செந்திலாவது பரவாயில்ல. அவன் செல் ஃபோன்ல இருந்து அவன் ஒய்ஃப் நம்பர் எடுத்து அவங்களை இங்கே வரச் சொல்லிடலாம். ஆனா கரியமாணிக்கம் விஷயம் தான் என்ன செய்யன்னு தெரியல்ல" என்றான் வெங்கி.

இரு நண்பர்களும் ஆஸ்பத்திரியின் முகப்பில் இருந்த ஒரு வேப்ப மரத்தடியில் நின்று பேசிக்கொண்டிருந்தனர்.

"முதல்ல செந்தில் வீட்டுக்கு தகவல் சொல்லுவோம்டா! அவங்களுக்குச் சொல்லாம இருக்குறது தப்பு" என்று சொல்லி விட்டு சட்டைப் பையில் தேடினான்.

"செந்தில் ஃபோனை நான் அப்பவே எடுத்து வெச்சுக்கிட்டேன் பாலா. ஆனா ஒய்ஃப் நம்பரை எப்படி கண்டு பிடிக்குறது?"

"லாஸ்ட் டயல் என்ன நம்பர் இருக்கோ அதைக் கூப்பிடு. அவங்க கிட்ட செந்தில் ஒய்ஃப் நம்பர் கேளு" என யோசனை

சொல்லிக்கொடுத்தான் பாலா. லாஸ்ட் டயல் நம்பர் ராஜி என்று இருந்தது. அழைத்ததும் மூன்றாவது ரிங்கில் எடுக்கப்பட்டது. அந்தப் பெண்ணிடம் விஷயத்தைச் சொன்னான் வெங்கி.

"ஐயையோ! அவரு எங்க வீட்டுக்காரர் தாங்க. இப்ப அவருக்கு எப்படி இருக்கு?" என்று அழுகையோடு ஒலித்தது குரல். அதில் ஏராளமான பயம் வேறு.

"பயப்பட ஒண்ணுமில்லம்மா! உசிருக்கு ஆபத்து இல்ல. ஆனா முகத்துல ஒரே காயம். கட்டுப்போட்டிருக்காங்க. நீங்க இங்க வரீங்களா?" என்றான் வெங்கி இதமாக.

"இப்பவே கௌம்பிட்டேங்கண்ணா! நான் வர வரைக்கும் அவர் கூடவே இருங்க. எங்கே வரணும்?"

இடத்தைச் சொன்னா. வெங்கி.

"எங்க அண்ணனும், அப்பாவும் கூட வருவாங்க. அது வரைக்கும் பார்த்துக்குங்க": என்று மீண்டும் சொல்லி விட்டு ஃபோனை வைத்தாள் அந்தப் பெண்.

"ஒரு பிரச்சனை முடிஞ்சது. கரியமாணிக்கம் விஷயமாத்தான் என்ன செய்யன்னே தெரியலியே" என்றான் வெங்கி. அப்போது திவ்யாவும் வந்து சேர்ந்து கொண்டாள். அவளது கைகளிலும், முகவாயிலும் கட்டுப் போடபப்பட்டிருந்தது.

"நீ ஏன் வந்தே திவ்யா? உங்கம்மாவோட இருக்க வேண்டியது தானே?" என்றான் பாலா.

"அம்மா நல்லா தூங்குறாங்க பாலா. அதான் வந்தேன்" என்றாள்.

"கரியமாணிக்கத்தைப் பத்தித்தான் பேசிக்கிட்டு இருந்தோம் திவ்யா. அவரோட வீட்டுக்கு ஃபோன் பண்ணி யாரையாவது வரச் சொல்லணும். ஆனா...." என்று இழுத்தான் வெங்கி.

"என்ன ஆனா? அவங்க வர வரைக்கும் நாம தான் பார்த்துக்கணும் வெங்கி. நமக்காகத்தானே அவர் வந்தாரு?" என்றாள் திவ்யா.

"நான் அதுக்குச் சொல்லல்ல திவ்யா. அவருக்கு உடம்பு குணமாக எப்படியும் பத்து நாளாவது ஆகும்னு நர்சு சொன்னாங்க. ஆனா நமக்கு இருக்குறதே மொத்தமே ஆறு நாட்கள் தானே? இன்னும் ஆறே நாள்ல பௌர்ணமி வந்துருமே திவ்யா? என்ன செய்ய?" என்றான் வெங்கி கவலை தோய்ந்த குரலில்.

யாரும் எதுவும் பேசவில்லை. வேப்பமரம் காற்றில் ஆடும் சத்தம் மட்டுமே கேட்டது. இந்த கோர விபத்து நடந்ததிலிருந்து பாலாவுக்கும், திவ்யாவுக்கும் வேறு எந்த நினைவுமே இல்லை. ஆகையால் வெங்கி சொன்ன உடன் தான் தாங்கள் இருக்கும் சூழ்நிலையின் கனம் புரிந்தது.

“அவரை விட்டுட்டு நாம மட்டும் போக வேண்டியது தான். வேற என்ன செய்ய முடியும்?” என்றான் பாலா மெல்லிய குரலில்.

“ம்ச்! அது எப்படி முடியும் பாலா? சித்தர் சொன்னதை மறந்துட்டியா? அவரும் நம்ம கூட சேர்ந்தா தான் நம்மால நித்யமல்லியை அழிக்க முடியும்.” என்றான் வெங்கி. மீண்டும் மௌனம் சூழ்ந்தது அந்த இடத்தை. அரசு மருத்துவமனை என்றாலும் மிகவும் சுத்தமாகவும் சுகாதாரமாகவும் பராமரிக்கப்பட்டிருந்தது அது. கூட்டம் அதிகம் இல்லை. மாலை மயங்கி இரவு வரத் தொடங்கும் நேரம். சுத்தமாக உணவு என்பதையே பார்க்கவில்லை அவர்கள். வெங்கியும் பாலாவும் மிகவும் சோர்ந்து காணப்பட்டனர்.

“முதல்ல நீங்க போயி ஏதாவது சாப்பிட்டுட்டு வாங்க. உங்க முகமே நல்லா இல்ல” என்றாள்.

“இந்த நேரத்துல போயி சாப்பிடச் சொல்றியே? உனக்கு மனசாட்சியே இல்லையா?” என்றான் வெங்கி கோபமாக. அவனை அமைதியாகப்பார்த்தாள் திவ்யா.

“சரி! சாப்பிடாதே! நீ சாப்பிடாம இருக்குறதால நம்ம பிரச்சனை எல்லாம் தீர்ந்திருமா சொல்லு? இன்னும் கொஞ்ச நேரத்துல இருட்டிரும். நான் எங்கம்மா கூட ராத்திரி தங்கிருவேன். நீங்க ரெண்டு பேரும் என்ன செய்வீங்க? பாவநாசத்தை நோக்கிப் போகணும்னு முடிவு செஞ்சாக்கூட அதுக்கு வண்டி வேணும் இல்ல?” என்றாள்.

“திவ்யா சொல்றது தான் சரி! வெறும் வயத்தோட இருந்தா எந்த யோசனையும் வராது. முதல்ல சாப்பிடுவோம். அப்புறமா தங்குறதைப் பத்தி யோசிக்கலாம்.” என்றான் பாலா. திவ்யாவும் பசியோடு இருக்கிறாள் என்பதால் மூவரும் மருத்துவமனையை விட்டு வெளியே வந்தனர். சற்று தூரத்தில் ஒரு சிறிய கடை சூடாக பஜ்ஜி, போண்டா போட்டுக்கொண்டிருந்தாள் கடைக்காரி. ஆளுக்கு ரெண்டு பஜ்ஜி, ரெண்டு போண்டா சாப்பிட்டு விட்டு டீயும் குடித்த பிறகு தெம்பு வந்தது மூவருக்கும்.

"அக்கா! நாங்க வெளியூருக்குப் போய்கிட்டு இருந்த வண்டி ஆக்சிடெண்ட் ஆயிருச்சு. இன்னைக்கு ராத்திரி மட்டும் இவங்க ரெண்டு பேரும் தங்குறதுக்கு நல்ல இடம் ஏதாவது கிடைக்குமா சொல்லுங்க" என்றாள் திவ்யா அந்தக் கடைக்காரியிடம்.

மூவரையும் ஏற இறங்கப் பார்த்தாள் அந்தப் பெண்மணி.

"நீ இவங்க கூடத்தான் தங்குவியா?" என்றாள்.

"இல்லக்கா! எங்கம்மா ஆஸ்பத்திரியில இருக்காங்க. அவங்க கூட நான் இருந்துப்பேன்." என்றாள்.

"சரி! என் தம்பி வீடு அதோ தெரியுதே அது தான். ரெண்டு ரூம் தான். நீங்க அவன் கூட தங்கிக்கலாம். ஆனா பணம் குடுக்கணும். 300 ரூவா" என்றாள்.

சம்மதித்துத்து அட்வான்சாக 150 ரூபாயும் கொடுத்து விட்டு மெல்ல மருத்துவமனை நோக்கி நடந்தனர். கரியமாணிக்கத்தையும், செந்திலையும் சாதாரண வார்டுக்கு மாற்றியிருந்தனர். செந்தில் மயக்க மருந்தின் தாக்கத்தில் தூங்கிக்கொண்டிருக்க, கரியமாணிக்கம் கண் விழித்துப் படுத்திருந்தார். முகமெங்கும் பெரிய கட்டு. கண்கள் மட்டுமே தெரிந்தன. இவர்களைப் பார்த்ததும் கை அசைத்து அருகில் அழைத்தார்.

"யாருக்கும் எந்த ஆபத்தும் இல்லையே?" என்றார் மிகவும் மெதுவாக.

"இல்ல சார்! நீங்க கவலைப்படாம ஓய்வு எடுத்துக்குங்க!" என்றான் பாலா.

"பாலா! நான் பார்த்தேனப்பா! நான் பார்த்தேன்" என்றார் கிசுகிசுப்பான குரலில்.

"என்ன சார் பாத்தீங்க?"

"நித்யமல்லி மிகப்பெரிய பஸ்ஸா மாறிட்டாப்பா, அவ தான் அவ தான்...." முடிக்க முடியாமல் தடுமாறினார். முகத்தில் இருந்த பேண்டேஜிலிருந்து லேசாக ரத்தம் வர பதட்டமானான் பாலா.

"சார்! இப்ப எதைப் பத்தியும் யோசிக்காதீங்க! முதல்ல நீங்க முழுசா குணமாகணும். எல்லாத்தையும் அப்புறம் யோசிக்கலாம். உங்க வீட்டுக்கு தகவல் சொல்ல வேண்டாமா? யாரைக் கூபிடணும் சொல்லுங்க?" என்றான் பாலா.

"எனக்கு யாரும் இல்லப்பா! அதனால யாருக்கும் சொல்ல வேண்டாம். ஆனா....இன்னும் ஆறே நாள்ல பௌர்ணமி வருதே? நான் இப்படிக் கெடக்கேனே?" என்றார். அவர் கண்களிலிருந்து நீர் வழிந்தது. தனது கைகளால் அதைத் துடைத்து விட்டான் வெங்கி.

"மனசை அலை பாய விடாதீங்க! வனப்பேச்சியம்மன் நம்மைக் கைவிட மாட்டா. உங்களுக்கு நல்லா ஆயிரும். நாம கட்டாயம் நித்யமல்லியை அழிக்கத்தான் போறோம்." என்றான் வெங்கி இதமாக.

அவனது கைகளைப் பிடித்துக்கொண்டார் கரியமாணிக்கம்.

"என்னைப் பத்திக் கவலைப் படாதீங்க! நான் பொழைச்சுக்குவேன். ஆனா நமக்கு இப்ப டயமில்ல. நீங்க ரெண்டு பேரும் திவ்யாவைக் கூட்டிக்கிட்டு பாவநாசம் நாளைக்கே கிளம்பிருங்க. வாளும், குத்தீட்டியும் எங்க இருக்குன்னு விவரம் தெரிஞ்சா போதும் நமக்கு. போறீங்களா?" என்றார்.

"சார்! முதல்ல நீங்க பேசறதை நிறுத்துங்க, பேசப் பேச பாருங்க முக காயத்துல இருந்து ரத்தம் வருது. உங்களை இந்த நிலையில விட்டுட்டு நாங்க எங்கயும் போக மாட்டோம். இப்ப நல்லா தூங்குங்க. விடிஞ்சதும் யோசிப்போம்." என்று கண்டிப்பாகச் சொன்னான் வெங்கி. நர்ஸ் வந்து ஊசி போட கண்கள் செருக உறங்கி விட்டார் கரியமாணிக்கம். செந்திலையும் பார்த்து விட்டு அவனது மனைவியும் உறவினர்களும் வந்து கொண்டிருக்கிறார்கள் எனச் சொல்லி விட்டு நடந்தனர்.

யாரோ தங்களைப் பின் தொடர்வது போலிருக்க நின்று நிதானித்தான் வெங்கி. பின்னால் திரும்பினான். யாருமே இல்லை. ஆனால் பாலா பாட்டுக்கு நடந்து கொண்டே இருந்தான். அவனுக்கு எதுவும் தோன்றவில்லை போலும்.

"பாலா! யாரோ நம்மை ஃபாலோ பண்றா மாதிரி இல்ல?"

"உளறாதே! யாரும் இல்ல" என்றான் பாலா. கடைக்கார அம்மாள் சொன்ன அந்த வீட்டுக்குள் நுழைந்தனர் இருவரும். விபத்தினால் ஏற்பட்ட அதிர்ச்சி, அதோடு களைப்பு வேறு, எல்லாம் சேர்ந்து கொள்ள படுத்ததும் உறங்கிப் போனார்கள் இருவரும். திடீரென யாரோ தொட்டு உலுக்கும் உணர்வு வர விழித்துக்கொண்டான் வெங்கி. அறையிலிருந்த இரவு விளக்கு மெல்லிய வெளிச்சத்தை

சிந்திக்கொண்டிருந்தது. அந்த மங்கிய வெளிச்சத்தில் டிரைவர் சீருடை அணிந்த ஒருவன் வெங்கியின் கால் மாட்டில் அமர்ந்திருந்தான்.

"யாரு நீங்க? உங்களுக்கு என்ன வேணும்? எப்படி உள்ள வந்தீங்க?" என்றான் வெங்கி கோபமாக.

"என் பேரு வாசு. குளோபல் இண்டர்னேஷனல் கம்பெனி முதலாளி ராகுல் கார்த்திகேயனோட டிரைவர் நான். அவர் உங்களைப் பார்க்கணும்னு வந்துருக்காரு. கொஞ்சம் வரீங்களா?" என்றான்.

"சார்! ராத்திரி மணி ரெண்டு. இந்நேரத்துல அவரு எதுக்கு இங்க வரப்போறாரு. அதுவும் போக, அவரு எதுக்கு என்னை இங்க வெச்சுப் பார்க்கணும்? போய்யா பேசாம. பொய் சொல்ல ஒரு அளவில்லையா?" என்றான் வெங்கி.

"ரொம்ப உஷாரா இருக்குறதா நெனப்போ? நீ போன மாசம் அவர் கம்பெனிக்கு மேனேஜர் வேலைக்கு அப்ளை பண்ணியிருந்தே இல்ல? அது விஷயமாத்தான் அவர் உன்னைப் பார்க்க வந்திருக்காரு. எழுந்து வா நீ" என்றான் எரிச்சலாக.

அதிசயத்தில் மூழ்கிப்போனான் வெங்கி. அவன் குளோபல் இண்டர்னேஷனல் கம்பெனியில் மேனேஜர் பதவிக்கு அப்ளை செய்திருந்தது உண்மை தான். அது பாலாவுக்கே தெரியாதே? அப்படியானால் உண்மையிலேயே வந்திருப்பது ராகுல் கார்த்திகேயன் சார் தானா? அவருக்கு எப்படி நான் இங்கே இருப்பது தெரியும்? என யோசித்தான்.

"என்ன யோசிக்குற?"

"இல்ல, அவருக்கு நான் இங்க இருக்குறது.....எப்படி.....?"

"அதெல்லாம் எனக்குத் தெரியாது. உன்னை கூட்டிக்கிட்டு வரச் சொன்னாரு. நீ தானே வெங்கடேஷ்? எழுந்து வா" என்றான் மீண்டும் அந்த டிரைவர். போய்த்தான் பார்ப்போமே என்ற ஆர்வம் உந்த எழுந்தான். பாலா விழிக்கவே இல்லை.

தெரு விளக்கின் வெளிச்சத்தில் ஒரு மிகப்பெரிய வெளிநாட்டுக்கார் ஒன்று நின்றிருந்தது.

அத்தியாயம் 23

ஒரு பெரிய தேர் போல அந்தக் கார் நிலவொளியில் நனைந்தபடி நின்றிருந்தது. கதவுகள் மூடியிருந்தன. பின்னால் திரும்பிப் பார்த்தான் வெங்கி.

''சார் உள்ள தான் இருக்காரு! போ'' என்றான் அந்த டிரைவர். காரை நெருங்கும் போதே வெளி நாட்டு செண்டின் மணம் தூக்கியது. பின் பக்கக் கதவைத் திறந்து கொண்டு வேளியாள இறங்கினார் ஒரு நடுத்தர வயது ஆள். அவரது உடலில் ஒவ்வொரு செண்டி மீட்டரும் பணத்தில் குளித்து எழுந்தவை என பார்த்தாலே விளங்கியது. மிக உயர்ந்த துணியில் தயாரிக்கப்பட்ட சூட் அணிந்திருந்தார். வெங்கியைப் பார்த்ததும் இயல்பாகப் புன்னகைத்துப் பேசினார்.

''ஹலோ! மிஸ்டர் வெங்கடேஷ்! என்னை உங்களுக்குத் தெரிஞ் சிருக்கலாம். குளோபல் இண்டர்னாஎஷனல் சேர்மேன்'' என்றார்.

பேசவே நா எழவில்லை வெங்கிக்கு. உண்மையிலேயே வந்தது அவர் தான் என்றால் அத்தனை பெரிய மனிதர், உலக முதல் ஐந்து பணக்காரர்ஃப்களில் ஒருவர், தன்னைத் தேடி வந்திருக்கிறார் என்றால் என் அதிர்ஷ்டத்தை என்ன சொல்ல? இல்லை நிச்சயம் இவர் போலி மனிதர். போலி என்றே வைத்துக்கொண்டால் என்னைத் தேடி வர வேண்டிய அவசியம் என்ன? இதன் பின்னால் என்ன நோக்கம் இருக்கிறது? ஆனால் இது பெண்டெலி கார். இதன் ஆரம்ப விலையே கோடிகளில் தான். இவரது ஃபோட்டோவை 'பிசினஸ் இண்டியா'வில் நான் பார்த்திருக்கிறேன். இப்படித்தானே இருப்பார்? அப்படியானால் இவர் உண்மையிலேயே ராஹுல் கார்த்திகேயன் தானா? இப்படி பல வாறு எண்ணிக் குழம்பி அசட்டுப் புன்னகை பூத்தபடி நின்றான்.

''என்ன யங் மேன்? உன்னைத் தேடி இவ்வளவு தூரம் வந்திருக்கேன்? நீ இப்படி முழிக்கிறியே?'' என்றார் அவர்.

''சார்! வணக்கம் சார்! வந்து என்னால யோசிச்சுப் பார்க்கக் கூட முடியல்ல. அதான் பேச்சே வரல்ல. வாங்க சார்! வீட்டுக்குள்ள வாங்க!'' என்றான் உபசாரமாக.

''யார் வீட்டுக்கோ கூப்பிடுற? என் காருக்கள்ள வா மேன்! அதை விட வசதியா இருக்கும்'' என்றார்.

“சார்! நான் இங்க இருக்குறது உங்களுக்கு எப்படித் தெரியும்? இது என் வீடு இல்லேன்னு உங்களுக்கு யார் சொன்னா?” என்றான் சுதாரித்துக்கொண்டு வெங்கி.

பெரிதாகச் சிரித்தார் அந்த மனிதர்.

“எத்தனை பெரிய பிசினஸ் சாம்ராஜ்ஜியத்தை கட்டிக் காக்குறேன். உலகம் முழுக்க எனக்கு ஆளுங்க இருக்காங்கப்பா. ஒருத்தன் என் கம்பெனிக்கு அப்ளை பண்றான்னா அவனோட ஜாதகமே என் கைக்கு வந்துரும்.” என்றார்.

இதைப் பற்றி அவன் முன்னமே கேள்விப்பட்டிருக்கிறான். ராகுல் கார்த்தியேன் தன் கம்பெனியில் வேலை செய்யும் ஆட்களின் குடும்பம், அவர்கள் பின்னணி எல்லாவற்றையும் விசாரித்துத் தெரிந்து கொண்டு தான் சேர்த்துக்கொள்வார் என சொல்லக் கேட்டிருக்கிறான்.

“என்னப்பா? காருக்குள்ள வரியா?” என்றார் அவர் பொறுமையிழந்து.

வாயே திறக்காம டிரைவர் முன் கதவைத் திறந்து விட ஏறினான். ஏறியதுமே எங்கோ ஊட்டிக்கு வந்தது போல இருந்தது. வெளியே பார்க்கத்தான் கார். உள்ளே சிறிய வீடு போல இருந்தது.

அத்தியாயம் 24

ஒரு பெரிய தேர் போல அந்தக் கார் நிலவொளியில் நனைந்தபடி நின்றிருந்தது. கதவுகள் மூடியிருந்தன. பின்னால் திரும்பிப் பார்த்தான் வெங்கி.

"சார் உள்ள தான் இருக்காரு! போ" என்றான் அந்த டிரைவர். காரை நெருங்கும் போதே வெளி நாட்டு சென்ட்டின் மணம் தூக்கியது. பின் பக்கக் கதவைத் திறந்து கொண்டு வேளியே இறங்கினார் ஒரு நடுத்தர வயது ஆள். அவரது உடலில் ஒவ்வொரு செண்டி மீட்டரும் பணத்தில் குளித்து எழுந்தவை என பார்த்தாலே விளங்கியது. மிக உயர்ந்த துணியில் தயாரிக்கப்பட்ட சூட் அணிந்திருந்தார். வெங்கியைப் பார்த்ததும் இயல்பாகப் புன்னகைத்துப் பேசினார்.

"ஹலோ! மிஸ்டர் வெங்கடேஷ்! என்னை உங்களுக்குத் தெரிஞ் சிருக்கலாம். குளோபல் இண்டர்னேஷனல் சேர்மேன்" என்றார்.

பேசவே நா எழவில்லை வெங்கிக்கு. உண்மையிலேயே வந்தது அவர் தான் என்றால் அத்தனை பெரிய மனிதர், உலக முதல் ஐந்து பணக்காரர்களில் ஒருவர், தன்னைத் தேடி வந்திருக்கிறார் என்றால் என் அதிர்ஷ்டத்தை என்ன சொல்ல? இல்லை நிச்சயம் இவர் போலி மனிதர். போலி என்றே வைத்துக்கொண்டால் என்னைத் தேடி வர வேண்டிய அவசியம் என்ன? இதன் பின்னால் என்ன நோக்கம் இருக்கிறது? ஆனால் இது வெளி நாட்டுக்கார். இதன் ஆரம்ப விலையே கோடிகளில் தான். இவரது ஃபோட்டோவை பிசினஸ் இண்டியாவில் நான் பார்த்திருக்கிறேன். இப்படித்தானே இருப்பார்? அப்படியானால் இவர் உண்மையிலேயே ராகுல் கார்த்திகேயன் தானா? இப்படி பலவாறு எண்ணிக் குழம்பி அசட்டுப் புன்னகை பூத்தபடி நின்றான்.

"என்ன யங் மேன்? உன்னைத் தேடி இவ்வளவு தூரம் வந்திருக்கேன்? நீ இப்படி முழிக்கிறியே?" என்றார் அவர்.

"சார்! வணக்கம் சார்! வந்து என்னால யோசிச்சுப் பார்க்கக் கூட முடியல்ல. அதான் பேச்சே வரல்ல. வாங்க சார்! வீட்டுக்குள்ள வாங்க!" என்றான் உபசாரமாக.

"யார் வீட்டுக்கோ கூப்பிடுற? என் காருக்கள்ள வா மேன்! அதை விட வசதியா இருக்கும்" என்றார்.

“சார்! நான் இங்க இருக்குறது உங்களுக்கு எப்படித் தெரியும்? இது என் வீடு இல்லேன்னு உங்களுக்கு யார் சொன்னா?” என்றான் சுதாரித்துக்கொண்டு வெங்கி.

பெரிதாகச் சிரித்தார் அந்த மனிதர்.

“எத்தனை பெரிய பிசினஸ் சாம்ராஜ்ஜியத்தை கட்டிக் காக்குறேன். உலகம் முழுக்க எனக்கு ஆளுங்க இருக்காங்கப்பா. ஒருத்தன் என் கம்பெனிக்கு அப்ளை பண்றான்னா அவனோட ஜாதகமே என் கைக்கு வந்துரும்.” என்றார்.

இதைப் பற்றி அவன் முன்னமே கேள்விப்பட்டிருக்கிறான். ராகுல் கார்த்திகேயன் தன் கம்பெனியில் வேலை செய்யும் ஆட்களின் குடும்பம், அவர்கள் பின்னணி எல்லாவற்றையும் விசாரித்துத் தெரிந்து கொண்டு தான் சேர்த்துக்கொள்வார் என சொல்லக் கேட்டிருக்கிறான்.

“என்னப்பா? காருக்கள்ள வரியா?” என்றார் அவர் பொறுமையிழந்து.

வாயே திறக்காம டிரைவர் முன் கதவைத் திறந்து விட ஏறினான். ஏறியதுமே எங்கோ ஊட்டிக்கு வந்தது போல இருந்தது. வெளியே பார்க்கத்தான் கார். உள்ளே சிறிய வீடு போல இருந்தது. குளிர்பானம் வைக்க ஒரு சிறிய ஃப்ரிட்ஜ், நொறுக்குத் தீனிகள் ஒரு ஷெல்ஃபில் அழகாக அடுக்கி வைக்கப்பட்டிருந்தன. டிரைவர் சீட்டுக்கும் பக்கத்து சீட்டுக்குமே இடைவெளி ஒரு மீட்டருக்கு மேல் இருக்கும் போல. பின்னால் பார்த்ததும் மயக்கமே வந்து விட்டது வெங்கிக்கு. மிகப் பெரிய அகலமான சீட்டுகள். முதுகு வலித்தால் பிடித்து விட மசாஜ் கருவிகள், விமானத்தில் உள்ளது போல உணவு வைக்க மேஜை இப்படி ஆடம்பரமாக இருந்தது.

“என்னப்பா? காரைப் பார்த்து பிரமிச்சுப் போயிட்டியா? ரொல்ஸ்ராய்ஸ் கார் இது. நாம ஆர்டர் குடுத்தாத்தான் செய்யவே ஆரம்பிப்பாங்க. இஞ்சின் எல்லாமே வெள்ளியில செஞ்சது. சும்மா அப்படியே பறக்கும்.” என்றார்.

பேச்சிழந்து போனான் வெங்கி. எதுவும் பேசாமல் அமர்ந்து கொண்டான். இருக்கை அப்படியே அமிழ்ந்து அவனை உள்வாங்கிக்கொண்டது. மெத்மெத்தென்று இதமாக இருந்தது.

“நீ ஏதோ சில ஐடியாக்கள் உங்கிட்ட இருக்குறதாகவும், அதை குளோபல் கார்ப்பரேஷனால மட்டும் தான் செயல்படுத்த

முடியும்னும் உன்னோட அப்ளிகேஷன்ல குறிப்பிட்டிருந்த, அதனால தான் வேலை கேக்குறதாகவும் குறிப்பிட்டிருந்தே இல்லியா?'' என்றார் ராகுல்.

"ஆமா சார்! நிறைய புராஜெக்ட்சுக்கு ஐடியா வெச்சிருக்கேன் சார்.'' என்றான்.

"குட்! சாம்பிளுக்கு ஒண்ணு சொல்லு. உனக்கு ரெண்டு நிமிஷம் டயம். உன்னோட ஐடியா எனக்குப் பிடிச்சதுன்னா, நாளையில இருந்தே நீ குளோபல் கார்ப்பரேஷனோட புராஜெக்ட் மேனேஜர். மாசம் அஞ்சு லட்சம் சம்பளம், பெங்களூர்ல வீடு, கார் வேலையாட்கள் எல்லாம் உண்டு. சொல்லு'' என்றார்.

எச்சில் விழுங்கிக்கொண்டான் வெங்கி. எந்த ஐடியாவைச் சொன்னால் இவருக்கு மிகவும் பிடிக்கும்? என யோசித்தான். ராகுல் கார்த்திகேயன் அவர்களுக்கு எதையும் வீணாக்குவது பிடிக்காது, அதோடு சுற்றுச் சூழலை பாழாக்குவதும் பிடிக்காது என அவரைப் பற்றிய ஒரு கட்டுரையில் படித்தது நினைவுக்கு வந்தது. முடிவு செய்து கொண்டு பேசினான்.

"சார்! இப்போ நான் சொல்லப்போற ஐடியா, என் மனசுல இருக்குற வெறும் யோசனைன்னு நினைக்காதீங்க. அதை எப்படி செயல்படுத்துறது? அதுக்கு என்னென்ன நாம செய்யணும்? எப்படி பிராசஸ் பண்ணனும்? எவ்வளவு செலவாகும்னு எல்லாமே ஸ்கெட்ச் போட்டு வெச்சிருக்கேன்.'' என்றான்.

"நீ முதல்ல உன் ஐடியாவைச் சொல்லு. மத்ததை அப்புறம் பார்த்துக்கலாம்''

"கேளுங்க! இன்னைக்கு லேப்டாப்பாகட்டும், இல்லை டெஸ்க் டாப் கப்யூட்டராகட்டும் எல்லாரும் அஞ்சுல இருந்து ஆறு வருசம் யூஸ் பண்றாங்க. அப்புறம் அதைத் தூக்கிப் போட்டுட்டு புதுசு வாங்கிடறாங்க. கம்பெனிகள்ல இது இன்னும் அதிகம். அதுல இருக்குற பார்ட்ஸ் எல்லாமே ஈ வேஸ்ட்னு சொல்லப்படுற நச்சுத்தன்மை கொண்டவை. மண்ணுக்குள்ள போனா மக்கவும் மக்காது. இது மாதிரி கம்ப்யூட்டர் உதிரி பாகங்களை வெச்சு நம்மால தரமான, எலெக்ட்ரிக் கார் தயாரிக்க முடியும், எலெக்ட்ரிக் கார் மட்டுமல்ல சாதாரண கார்லயே இந்த பாகங்களைப் பயன் படுத்தலாம். அப்படி செய்யுறதால கார் தயாரிப்பு செலவு குறையும், கார் விலையும் குறையும். குறைஞ்ச விலையில நல்ல தரமான

கம்ப்யூட்டர் கண்டிரோல் கார்களை மக்களுக்கு நம்மால கொடுக்க முடியும்" என ஒரே மூச்சில் பேசி நிறுத்தினான்.

அவனது தோளைத் தட்டிக்கொடுத்தார் ராகுல்.

"நல்ல ஐடியா தான்ப்பா. ஆனா நடைமுறைக்கு ஒத்து வருமா? பழைய கம்ப்யூட்டர் பாகங்களை எவ்வளவு தூரம் நம்பலாம்? கார்ல அடிக்கடி ரிப்பேர் வந்ததுன்னா நம்ம கம்பெனி பேர் கெட்டுப் போயிருமேப்பா?" என்றார்.

"சார் ஹார்டு டிஸ்கை மட்டும் தான் நம்மால பயன்படுத்த முடியாது. ஆனா மத்ததெல்லாம் நல்லா இருக்கும். அவைகளை திரும்பவும் புதுசு மாதிரி ஆக்குறதுக்கே நிறைய ஆட்கள் இருக்காங்க. இதை ஒரு தனி இண்டஸ்டிரியாகவே போடலாம் சார். நிறைய இஞ் சினியர்களுக்கு வேலை வாய்ப்பும் கொடுக்கலாம்" என்றான்.

சற்று நேரம் அமைதியாக அமர்ந்து யோசித்தார் ராகுல்.

"உம்! சரிப்பா! நல்ல யோசனை தான். ஆனா இதை நான் தமிழ்நாட்டுல தொடங்க விரும்பல்ல. பெங்களூர்ல கூட வேண்டாம்னு தோணுது. ராஜஸ்தான்ல தான் நிறைய இடம் நமக்குக் கெடைக்கும். பிக்கானீர் பக்கத்துல இதை ஆரம்பிக்கலாம்னு பார்க்கறேன். " என்றார்.

மகிழ்ச்சிப் பூ பூத்தது வெங்கியின் மனதில். இது அவனுடைய கனவு. இதை நிறைவேற்ற சரியான நபர் ராகுல் கார்த்திகேயன் ஒருவர் தான். அவரை ஒரு முறை பார்த்தால் போதும் என எண்ணியது போக, இப்போது அவருடைய காரில் அவரோடு அமர்ந்து பேசிகிறான். அவருக்கு ஐடியாவும் பிடித்திருக்கிறது என்கிறார். துள்ளியது மனம்.

"முழுக்க முழுக்க நீ தான் இந்த புராஜெக்டைப் பார்த்துக்கணும். உன்னை சிஈஓவாப் போட்டு புதுசா ஃபேக்டரி ஆரம்பிச்சுடலாம். நீ நாளைக்கே ராஜஸ்தான் கிளம்பிப் போ! அங்க இருக்குற நம்ம ஆபீசுக்கு மெயில் அனுப்பிடறேன். உனக்குத் துணையா நீ இங்க இருந்து மூணு அல்லது நாலு பேரைக் கூட்டிக்கிட்டுப் போ! முதல்ல ஜெய்ப்பூர் ஆபீசுக்குப் போனியானா அங்க இருந்து உன்னை கார்ல அவங்க பிக்கானீர் கொண்டு விட்டுருவாங்க. வீடு, வேலைக்கு ஆள், கார் எல்லாமே அங்க உனக்குத் தயாரா இருக்கும். நாளைக்கே கிளம்பறியா?" என்றார்.

தயங்கினான் வெங்கி.

“நாளைக்கேவா சார்? எனக்கு இங்க...சென்னை ஆபீசுல நான் நோட்டீஸ் குடுக்கணுமே? மூணு மாச நோட்டீஸ் குடுக்கலைன்னா எனக்கு ரிலீவிங்க் ஆர்டர் தர மாட்டாங்களே?” என்றான் மெதுவாக.

“நீ எங்க கம்பனியில தானே ஜாயின் பண்ணப் போற? எனக்கு ரிலீவிங்க் ஆர்டரே வேண்டாம்னு சொல்றனே? அப்ப எதுக்கு நோட்டீஸ்? யோசிக்காம நாளைக்கே ஜாயின் பண்ணிரு” என்றார் மீண்டும்.

எங்கோ இடித்தது வெங்கிக்கு.

“மன்னிச்சுக்குங்க சார்! எனக்கு பர்சனலா சில வேலைகள் இருக்கு. அதை முடிச்சுட்டு நான் அடுத்த வாரமே ஜாயின் பண்றேனே?”

“அறிவோட தான் பேசுறியா? நீ இப்ப சீனியர் எக்சிக்யூட்டிவ்வா இருக்கியா? என்ன பெரிய சம்பளம் வந்துரப் போகுது? குளோபல் கார்ப்பரேஷன் கம்பெனி உலகத்துல பல நாடுகள்ல இருக்கு. நாளைக்கே நீ அமெரிக்கா போறதுக்கும் சான்ஸ் இருக்கு. இதையெல்லாம் விடப்போறியா?” என்றார். அவர் கண்கள் கோபத்தில் பளபளத்தன.

“இல்லை சார்! விடப் போறேன்னு நான் சொல்லவே இல்லையே? எனக்கு ஒரு வாரம் டயம் குடுங்கன்னு தானே கேக்குறேன்.”

“முடியாதுப்பா! அது மட்டும் தர முடியாது. நாளைக்குக் காலையில நீ முத ஃப்ளைட் பிடிச்சு ஜெய்ப்பூர் போயிடணும். உனக்குத் தேவையான துணிமணி, ஷூஸ், இதெல்லாம் வாங்க இப்பவே கேஷா ஒரு லட்ச ரூவா தரச் சொல்றேன். இதை விட என்ன வேணும்?” என்றார்.

மேலும் சந்தேகம் வலுக்க பலமாக தலையை ஆட்டினான்.

“இல்ல சார்! என்னால உடனடியா ஜாயின் பண்ண முடியாது. என்னை மன்னிச்சிருங்க. இத்தனை பெரிய மனுஷன் என்னைத் தேடி வந்தீங்க. ஆனா என்னால உங்க ஆஃபரை ஏத்துக்க முடியல்ல! சாரி சார்” என்றான். அவன் பேசி முடிக்கும் முன் அவன் காரிலிருந்து தூக்கியெறியப்பட்டான். தட்டென்ற சத்தத்தோடு மண்ணில் விழுந்தவனுக்கு கண்ணைக் இருட்டிக்கொண்டு வந்தது. என்ன ஆயிற்று? யார் என்னைத் தூக்கி எறிந்தது? என எதுவும் தெரியாமல் சுற்றுமுற்றும் பார்த்தான்.

அந்தப் பெரிய வெளி நாட்டுக்கார், டிரைவர், ராகுல் கார்த்திகேயன் என ஒருவரையும் காணோம். ஒரே இருளாக இருந்தது. அந்த இருளில் செக்கச் சிவந்த கண்கள் இரண்டு அவனையே பார்த்துக்கொண்டிருந்தன. அந்தக் கண்களில் அப்படி ஒரு கொலைவெறி. ஓவனெக் கத்தினான் வெங்கி.

“என்னடா? எவ்வளவு ஆசை காட்டினாலும் நீ ஒப்புக்க மாட்டியா? உன்னைக் கொலை செய்ய வேண்டாம்னு நானும் பார்த்துப் பார்த்து எல்லாமே செய்யறேன். ஆனா நீ ஏண்டா என் பொறுமையை சோதிக்குற” என்ற கரகர குரல் கேட்டது.

திடுக்கிட்டுப் பயந்து போய் எழுந்து ஓட முயன்றான்.

“விபத்து நடக்க வெச்சு பயமுறுத்திப் பார்த்தேன், நிறைய பணம் கெடைக்கும்னு ஆசை காட்டிப் பார்த்தேன். ஆனா நீ தான் எல்லாத்தையும் வேண்டாம்னு சொல்லிட்ட. உன்னோட முடிவை நீயே தேடிக்கிட்ட.” என்றது அந்தக் குரல் மீண்டும்.

பயத்தில் நாக்கு உலர்ந்து வியர்வை சொதசொதத்தது.

“போன தடவையும் இப்படித்தான் நீ பேசிப்பேசி ஆதித்தனை தப்பிக்க விட்ட. இப்பவும் அதையே செய்யாதே நித்யமல்லி. வேலையை முடி. இவன் கதையை முடிச்சா மத்தவங்க எல்லாம் பயந்து போயிருவாங்க. அவங்களுக்கு தைரியம் சொல்லவும், வழி சொல்லவும் ஆளே இருக்காது. உம்! சீக்கிரம் முடி.” என்றது மற்றொரு பெண் குரல். சித்தர் சொன்ன பொன்வண்டு போலும் என நினைத்துக்கொண்டான். அவனுக்குள் பயம் விசுவரூபம் எடுத்தது. ஆசைஆசையாக இஞ்சினியரிங் படித்தது, வேலைக்கு அமர்ந்தது எல்லாமே இப்படி யாருமில்லாத அனாதையாக சாகத்தானா? என் உடலையாவது என் அம்மா அப்பாவிடம் சேர்ப்பார்களா? நான் இறந்த பிறகு திவ்யா என்ன செய்வாள்? பாலா என்ன ஆவான்? என சம்பந்தா சம்பந்தம் இல்லாமல் நினைத்துபடி அமர்ந்திருந்தான்.

“நீ இவ்வளவு பேசுற,; இவன் அசையுறானா பார்த்தியா? இவனோட சாவைப் பார்த்து மத்தவங்களுக்கு பயம் வரணும், நித்யமல்லி விஷயத்துல தலையிட்டா என்ன ஆகும்னு அவங்க தெரிஞ் சுக்கணும். யோசிக்காதே மல்லி. இவனுக்கு ரோம தண்டனை குடு.” என்றாள் பொன்வண்டு.

நெஞ்சுக்கூட்டுக்குள் பயம் இருளாகப் பாய்ந்தது. ரோம தண்டனை என்றால் என்ன? தெரியவில்லையே? என நடுங்கியபடி அமர்ந்திருந்தான்.

"டேய்! ஆதித்தா! ரோம தண்டனைன்னா என்னன்னு தெரியுமா? நித்யமல்லிக்கு நிறைய சக்திகள் இருக்கு அதுல ஒண்ணு தான் ரோம தண்டனை. அவ தன்னோட இடது கை சுட்டு விரலால உன்னோட உச்சந்தலையைத் தடவுனாப் போதும். என்ன ஆகும் தெரியுமா? உன்னோட உள்ளுறுப்புகள் எல்லாத்துலயும் துவாரம் விழுந்து ரத்தம் பீய்ச்சியடிக்கும். வலி, வேதனை உன்னால தாங்க முடியாது. புழுவைப் போல துடிப்ப! நீ எந்தப் பக்கம் திரும்பினாலும் ரத்தம் வந்துக்கிட்டே இருக்கும். சாவு வராதான்னு கத்துவ, கதறுவ. ஆனா சாவு அவ்வளவு சீக்கிரம் வராது." என்றாள் பொன்வண்டு.

தன் உயிர் இப்போதே போய் விடாதா? இந்தக் கொடுமையெல்லாம் அனுபவிக்காமல் சாவு இப்போதே வராதா? என கலங்கினான் வெங்கி. பயத்தில் உடல் நடுங்கியது. அரை இருளில் மெல்ல ஒரு உருவம் அவனை நெருங்கி வருவது போலத் தோன்றியது. இதோ! என் விதி முடியப்போகிறது. முடிந்தாலும் பரவாயில்லை. சித்திரவதையை அல்லவா அனுபவிக்க வேண்டும் போல இருக்கிறது. தாயே வனப்பேச்சி! சங்கிலி கருப்பா! சொரி முத்தையனாரே! என்னைக் காப்பாற்ற மாட்டீர்களா? என பிரார்த்தித்தபடி கண்களை இறுக மூடிக்கொண்டான். இதோ இன்னும் சில நொடிகள் தான் அவனது கதை முடிந்து விடும். இல்லை இல்லை சித்திரவதை தொடங்கி விடும். நல்லவேளை பாலாவும், திவ்யாவும் தப்பித்துக்கொண்டார்கள். நான் தான் முட்டாள்தனமாக வந்து மாட்டிக்கொண்டேன். தாயே வனப்பேச்சி! சித்திரவதை தொடராமல் என் உயிரை சீக்கிரம் போகச் செய்" என்று வேண்டிக்கொண்டிருந்தான்.

காலடிச் சத்தம் சமீபத்தில் கேட்டது. கண்களைத் திறக்கவே இல்லை. கிரீச்சென்ற அலறலும் அதைத் தொடர்ந்து குளிர்ந்த காற்றும் வீசியது. ஆனால் ஏனோ வெங்கிக்கி வேர்த்துக் கொட்டியது.

"கண்ணைத் திற வெங்கி! நித்யமல்லி போயிட்டா" என்ற திவ்யாவின் குரல் கேட்க சட்டென நிமிர்ந்தான். இப்போது நல்ல வெளிச்சம் தெரிந்தது. தெருவிளக்குகள் கூட எரியத் தொடங்கியிருந்தன.

“திவ்யா? நீ எப்படி இங்க? நித்யமல்லியை நீ எப்படி விரட்டி அடிச்சே?” என்றான் திக்கியபடி.

“நீ முதல்ல வனப்பேச்சி குங்குமத்தை நெத்தியில இட்டுக்கோப்பா. உன்னைத் தீண்டுன தீய சக்தி போயிரும்“ என்றது மற்றோரு குரல். குரல் வந்த திசையை நோக்கினான். அமைதியாகப் புன்னகைத்தபடி நாச்சியாரம்மாள் என்கிற சித்தரம்மாள் நின்று கொண்டிருந்தார்.

“அம்மா” என்ற அலறலுடன் அவரை வணங்கினான் வெங்கி.

“உன்னைச் சுத்தி நிறைய ஆபத்து இருக்கு. இரவு நேரத்துல வெளிய வராதேன்னு நான் எச்சரிக்கை செஞ்சேனேப்பா? அதையும் மீறி ஏன் வந்தே?” என்றார் அந்த அம்மாள்.

தலை குனிந்தான் வெங்கி.

“சரி சரி! வருத்தப்படாதே! நித்யமல்லி ரொம்பவே மாயக்காரி. அவளோட மாயத்துக்கு ஆட்படாம தப்பிக்குறது கஷ்டம் தான்.” என்றார் மீண்டும்.

“அம்மா! நீங்க எப்படி சரியான நேரத்துக்கு வந்து என்னைக் காப்பத்துனீங்க? திவ்யா தான் உங்களைக் கூட்டிக்கிட்டு வந்தாளா? அவளுக்கு எப்படி நீங்க இருக்குற இடம் தெரியும்?” என்றான் அடுக்கடுக்காக.

“முதல்ல நாம வீட்டுக்குள்ள போயிப் பேசுவோம்ப்பா! ரொம்ப நேரம் இப்படி இருட்டுல நிக்கிறது நல்லதில்ல” என்று இருவரையும் அழைத்துக்கொண்டு வீட்டுக்குள் நுழைந்தார் சித்தரம்மாள். பாலா இன்னமும் நிச்சலனமாக உறங்கிக் கொண்டிருந்தான். கடைக்காரியின் தம்பி தன் அறையில் இருப்பான் போலும் என எண்ணிக்கொண்டே பாலாவை எழுப்பின்னான் வெங்கி.

“என்னடா? ஏதாவது கெட்ட கனவு கண்டியா?” என்று கேட்டபடியே எழுந்து அமர்ந்தான் பாலா.

“பாலா! சித்தரம்மா வந்துட்டாங்கடா! அதோ பாரு திவ்யாவும் இருக்கா” என்றான் வெங்கி மெதுவான குரலில். சட்டென எழுந்து அமர்ந்தான் பாலா.

“அதுக்குள்ள விடிஞ்சிருச்சா? நான் தூங்கியே போயிட்டேன் போலயே” என்று உடையைச் சரி செய்து கொண்டு கைகளால் முடியைக் கோதி விட்டுக்கொண்டான்.

"இன்னும் கொஞ்ச நேரத்துல விடிஞ்சிரும் தம்பி!" என்றாள் சித்தரம்மாள்.

"டேய்! எதுக்குடா திவ்யாவை இங்க கூட்டிக்கிட்டு வந்த? கடைக்காரம்மா பார்த்துடிச்சுன்னா அசிங்கமாப் போயிரும். எங்கே? அந்த ஆளு? அவன் பார்த்தான்னா அப்படியே போயி அவங்க அக்கா கிட்ட போட்டுக்குடுத்துருவானே?" என்றான் பாலா கவலையோடு.

பேசிய அவனை கனிவோடு பார்த்தார் சித்தரம்மாள்.

"பதட்டப்படாதே பாலா! நீங்க இன்னமும் பல அதிர்ச்சிகளைத் தாங்கணும். அதுக்கு உங்களைத் தயார் செஞ்சுக்கோங்க! அதுல இனிய அதிர்ச்சியும் இருக்கு. முதல்ல இருந்து சொல்றேன்." என சொல்ல ஆரம்பித்தார் சித்தரம்மாள். மூவரும் மௌனமாகக் கேட்கத் தொடங்கினர்.

அத்தியாயம் 25

பாலாவுக்கு இன்னமும் என்ன நடக்கிறது எனப் புரியவில்லை போல. திரு திருவென விழித்தான்.

"என்னடா இப்படி முழிக்குற பாலா? இவங்க தான் சித்தரம்மா. நம்ம உதவிக்கு வந்துட்டாங்க. இவங்க வந்ததால தான் நான் இன்னைக்குப் பொழைச்சு உசிரோட உக்காந்திருக்கேன்." என்றான்.

"என்ன சொல்ற வெங்கி? நீ என் பக்கத்துல தானே படுத்திருந்த? என்ன ஆபத்து வந்தது?" என்று பதறினான் பாலா.

"பதறாதேப்பா! உன் நண்பனுக்கு ஒண்ணும் ஆகல்ல! நித்யமல்லி பல மாயங்கள் செஞ்சு இவனை மயக்கப் பார்த்தா. வனப்பேச்சி எனக்கு உத்தரவு கொடுக்கவே என்னால வந்து காப்பாத்த முடிஞ் சது. எல்லாம் அந்த அம்மனோட அருள்" என்றாள்.

"அப்படி என்ன தான் நடந்தது வெங்கி? சொல்லேன் பிளீஸ்" என்றான் பாலா.

ராகுல் கார்த்திக்கேயனைப் போல உருமாறி நித்யமல்லி வந்தது, காரோடு இவனைக் கொல்ல முயன்றது என அல்லாவற்றையும் சொன்னான். கேட்டுக்கொண்டே வந்தவன் தலையில் அடித்துக்கொண்டான்.

"சே! என்ன ஃபிரெண்டுடா நான்? எப்பப் பார்த்தாலும் நீ ஆபத்துல இருக்கும் போது உன்னை கை விட்டுடறேனே?" என வருந்தினான்.

"அப்படி நினைக்காதேப்பா! அந்த நித்யமல்லி மாயக்காரி. உன்னை மயக்க நிலையில வெச்சிருந்தாலும் வெச்சிருப்பா." என்றாள் சித்தரம்மாள்.

"எப்படியோ? வெங்கியைக் காப்பாத்திடீங்க. ரொம்ப நன்றியம்மா உங்களுக்கு" என்றாள் திவ்யா.

"ஆமா! நாம இவ்வளவு நேரமா பேசிக்கிட்டு இருக்கோம். ஆனா கடைக்காரம்மாவோட தம்பி எழுந்து வரவே இல்லையே?" என்றான் வெங்கி.

ஒரு மர்மச் சிரிப்பு சிரித்தாள் சித்தரம்மாள்.

"நீங்க மூணு பேரும் இப்ப எங்கூட கொஞ்சம் வெளிய வரீங்களா? நான் சில விஷயங்களை உங்களுக்குக் காட்டணும்." என்று எழுந்து நடந்தார். அந்த வயதிலும் அவரது வேகமான நடை வியக்க வைத்தது. மூவரும் அவரைப் பின் தொடர்ந்து வெளியே வந்தனர். சாலையில் கூட சற்றே வேகமாக நடந்தார் சித்தரம்மாள். சுமார் 100மீ தூரம் சென்றதும் அவர்களை நிற்கச் சொன்னார்.

"இப்ப திரும்பி நீங்க தங்குன வீட்டைப் பாருங்க" என்றார்.

சட்டென திரும்ப வயிற்றில் அமிலம் அருவியெனப் பாய்ந்தது. காரணம் அங்கு கட்டிடமே இல்லை. ஏதோ பெரிய மைதானம் போலக் காட்சியளித்தது. அப்படியானால் அவர்கள் தங்கிய வீடு எங்கே? கடைக்காரியின் தம்பி எங்கே? யோசிக்க யோசிக்க மூளை மரத்துப் போனது.

"அம்மா" என்றான் வெங்கி. அந்த அழைப்பில் ஆயிரம் அர்த்தங்கள்.

"ஆமாம்ப்பா! நீங்க பார்த்து பேசினது எல்லாமே நித்யமல்லியோட தான். நல்ல வேளை திவ்யா அவங்க அம்மா கூட தங்குனதால தப்பிச்சா. இல்லைன்னா முதல்ல அவ தான் ஆபத்துக்கு உள்ளாயிருப்பா" என்றார் சித்தரம்மாள்.

திக்கென்றது மூவருக்கும். தங்களை எத்தனை நெருக்கமாக கண்காணிக்கிறாள். நமது ஒவ்வொரு அசைவும் அவளுக்குத் தெரிந்திருக்கிறதே? என யோசித்தான் வெங்கி.

"முதல்ல நீங்க மூணு பேரும் ஆஸ்பத்திரியில இருக்குற கோயிலுக்கு வாங்க. அங்க வெச்சு விவரமாப் பேசலாம்" எனச் சொல்லி அழைத்து வாந்தார் சித்தரம்மாள். வாகாக இடம் தேடி அமர்ந்து கொண்டனர். சற்றே உயர்ந்த இடத்தில் அமர்ந்தார் சித்தரம்மாள்.

"நித்யமல்லிக்கு தன்னை அழிக்கக் கிளம்பிட்டாங்கன்னு தெரிஞ்சி போயிரிச்சு. அதான் ரொம்ப உக்கிரமா வேலை செய்யுறா. இந்த ஒரு மாசத்துக்குள்ள கிட்டத்தட்ட 25 பெண்கள் இறந்து போயிருக்காங்க. அதுக்காக அவங்க வீட்டுக்காரங்க கைது செய்யப்பட்டிருக்காங்க. இது நித்யமல்லிக்குக் கெடச்ச சின்ன வெற்றி. இதையே நம்மால தாங்க முடியாத போது, இன்னமும் அவ என்னென்ன செய்வாள்னு நெனச்சா பயமா இருக்குப்பா" என்றார் அம்மாள் வெங்கியை நோக்கி.

"எனக்கென்னவோ நாம காரணமில்லாம அவளுக்கு பயப்படுறோமோன்னு தோணுது! கட்டையால ரெண்டு அடி அடிச்சா சுருண்டுருவா. அப்புறம் நாம அவளை வனப் பேச்சி கோயில்ல வெச்சு அழிச்சிடலாமே?" என்றான் வெங்கி.

"இல்லப்பா! அது முடியாது. ஏன்னா அவ பூமியைச் சேர்ந்தவ இல்ல. இந்த பூமியில இருக்குற எந்தப் பொருளாலயும் அவளை அழிக்கவோ மயங்கச் செய்யவோ முடியாது. இதைப் பத்திப் பேசத்தான் நான் வந்தேன்." என்றார்.

சித்தரம்மாளை நெருங்கி அமர்ந்து கொண்டாள் திவ்யா.

"விளக்கமா சொல்றேன் கேட்டுக்குங்க! நான் இந்தப் பகுதிக்கு இந்த நேரத்துக்கு வரணும்னு எனக்கு வனப்பேச்சி உத்தரவு வந்தது. அப்ப நான் கொல்லிமலையில தவம் செஞ்சுக்கிட்டு இருந்தேன். உடனே கிளம்பி வந்தேன். அப்படி எனக்கு உத்தரவு கொடுத்த வனப்பேச்சி சில விஷயங்களைப் புரியவெச்சா. நாம தேடுற விஷயங்கள் நிச்சயம் பொதிகை மலைச் சாரல்ல தான் இருக்கு. இன்னும் சொல்லப் போனா வண்டி மறிச்சி அம்மன் கோயிலுக்குப் போனா உங்களுக்கே சில விஷயங்கள் புரிய வரும்னு எனக்குத் தெரிஞ்சது. அதைச் சொல்லத்தான் நான் வந்தேன்." என்றாள்.

"அம்மா! நாங்க வந்த காரை ஓட்டிக்கிட்டு வந்த டிரைவர் கூட வண்டி மறிச்சி அம்மன் பத்தி சொன்னான். அப்படிப் பேசிக்கிட்டு வரும் போது தான் ஆக்சிடெண்ட் ஆச்சு." என்றாள் திவ்யா.

"எதிர்பார்த்தேன். காத்துல கலந்து பொன்வண்டு உங்களைத் தொடருறாப்பா." என்றாள் அம்மாள்.

பயத்தோடு சுற்றுமுற்றும் பார்த்துக்கொண்டனர் மூவரும்.

"பயப்படாதீங்க! கோயிலுக்குள்ள அவளால வர முடியாது. உங்க அம்மாவுக்கு நாளைக்கே குணமாயிரும் திவ்யா. கரியமாணிக்கத்துக்கும் நல்லா ஆயிரும். பயப்படாதீங்க." என்றார் சித்தரம்மாள்.

உடலில் ஏதோ ஒரு சக்தி தோன்றுவது போல உணர்ந்தான் வெங்கி. அம்பாசமுத்திரம் வண்டி மறிச்சியம்மன் இதெல்லாம் அவனுக்கு மிகவும் பழக்கப்பட்ட பெயர்களாகவும் முன்பே போயிருக்கிறோம் எனவும் தோன்றியது.

“என்ன ஆச்சு வெங்கி?” என்றனர் பாலாவும் திவ்யவும் ஒரே நேரத்தில்.

“ஒண்ணுமில்ல! இதெல்லாம் எங்கேயோ எப்பவோ போன மாதிரி இருக்கு எனக்கு” என்றான்.

முகத்தில் மகிழ்ச்சி படர்ந்தது சித்தரம்மாளுக்கு.

“இது நல்ல சகுனம் தான் வெங்கடேசா! அம்பாசமுத்திரத்துக்குப் போனதும் என்ன செய்யணும்னு சொல்றேன்.” என்றார் சித்தரம்மாள்.

“அப்படீன்னா? நீங்க எங்க கூட வரப்போறதில்லையா?” என்றாள் திவ்யா. அவள் குரலில் ஏமாற்றம்.

“வருவேன் கண்டிப்பா வருவேன். ஆனா உங்க கூட இல்லை. வனப்பேச்சி உத்தரவு கொடுப்பா. அப்ப வருவேன். முதல்ல உங்களைச் சுத்திச் சுத்தி வர பொன்வண்டு கிட்ட இருந்து நீங்க தப்பிக்கணும். இல்லைன்னா உங்க ஒவ்வொரு அசைவும் நித்யமல்லிக்குத் தெரிஞ்சு போயிரும். அப்படி ஆயிடிச்சுன்னா உங்களால அவளை அழிக்கவே முடியாம போயிரும். ஏன்னா உங்க எல்லா காரியங்களையும் அவ கெடுத்துருவா” என்றார்.

“சொல்லுங்கம்மா நாங்க என்ன செய்யணும்?” என்றான் வெங்கி.

“முதல்ல நான் இப்ப மந்திரிச்ச தகடு ஒண்ணு தரேன். அதை நீங்க மூணு பேரும் எப்போதும் உங்க கூடவே வெச்சிக்கணும். அந்தத் தகடு எக்காரணம் கொண்டும் மண்ணுல விழக் கூடாது. அப்படி விழுந்துட்டா அதோட சக்தி போயிரும். அதனால உங்க உடம்புல அதை சேர்த்து கட்டிக்குங்க.” என்று சொல்லி மிகவும் சிறிய அளவிலான செப்புத் தகடு மூன்றை எடுத்து அதனை அப்படியே சுருட்டி தாயத்து போலச் செய்து சிவப்பு நிறக்கயிற்றில் கோர்த்துக் கொடுத்தார்.

“இதை எப்பவும் கழுத்துல போட்டுக்குங்க! பொன்வண்டால உங்களை உளவு பாக்க முடியாது” என்றார்.

அவ்வாறே மூவரும் கழுத்தில் அணிந்து கொண்டனர். அவர்கள் அணிந்து முடித்தது தான் தாமதம் சற்று தள்ளி இருந்த மரத்திலிருந்து கிரீச்சென்ற சத்தம் கேட்டது. அதோடு தொப்பென ஏதோ விழும் சத்தமும் கேட்க மூவரும் வெளியில் ஓடினார்கள். பின்னாலேயே சித்தரம்மாளும் சென்றார்கள். அங்கே கரிய நிறப் பூனை ஒன்று

செத்துக் கிடந்தது. ஆனால் அதன் ரத்தச் சிவப்பான கண்கள் திறந்து இவர்களையே பார்ப்பது போலிருக்க பயந்து போனாள் திவ்யா.

“எல்லாம் அந்த பொன்வண்டு செய்யுற வேலை தான். இந்த பூனையோட உடம்புல புகுந்து உங்களை வேவு பார்த்திருக்கா. இப்ப நீங்க தகடு கட்டிக்கிட்டதும் அவளால தாங்க முடியல்ல. அப்படியே ஓடிட்டா. பூனை தான் பாவம் செத்துப் போச்சு.” என்றார் சித்தரம்மாள்.

திவ்யாவுக்குத் தலையைச் சுற்றி வாந்தி வருவது போல ஆகி விட்டது. கால்கள் தள்ளாடின. அவளைத் தாங்கிப் பிடித்துக்கொண்டாள் சித்தரம்மாள்.

“பயப்படாதீங்க! வெறும் களைப்பு தான். நான் காவலுக்கு இருக்கேன். நீங்க மூணு பேரும் நல்லா தூங்கி எழுந்துருங்க., அப்பத்தான் உங்களால அடுத்த கட்டத்தை நோக்கி முன்னேற முடியும்.” என்றார் சித்தரம்மாள்.

அம்மாள் காட்டிய இடத்தில் படுத்ததும் உறக்கம் கண்களைத் தழுவ அப்படியே தூங்கி விட்டார்கள். மீண்டும் எழுந்த போது அதே நாள் ஆனால் மாலை நேரம் எனத் தெரிந்ததும் வியப்பும் அதிர்ச்சியும் ஒரு சேர எழுந்தது. காலை ஐந்து மணிக்கு உறங்க ஆரம்பித்தோம். இப்போதும் மாலை 6 இருக்கும். கிட்டத்தட்ட 12 மணி நேரமா தூங்கியிருக்கிறோம்? என எண்ணி எழுந்து அமர்ந்தான் வெங்கி.

திவ்யாவும் பாலாவும் அடுத்தடுத்துக் கண் விழித்தனர். சித்தரம்மாளைக் காணவில்லை.

“என்ன இவங்க? நம்மைத் தூங்கச் சொல்லிட்டு காணாமப் போயிட்டாங்க?” என்றான் வெங்கி.

“காணாமப் போகல்லப்பா! திவ்யாவோட அம்மாவையும் கரியமாணிக்கத்தையும் பார்த்துட்டு வந்தேன். அவங்களுக்கு இப்ப எவ்வளவோ நல்லா ஆயிடிச்சும்மா. ஆனா பயணம் செய்ய முடியாது. என்றார் அம்மாள்.

“அம்மா! தவறா நினைக்காதீங்க! நாங்க போறதோ ஆபத்தான பயணம். அதுல இவங்க வந்து என்ன செய்யப் போறாங்க? “ என்றான் வெங்கி.

“அவங்களும் கட்டாயம் வரணும்ப்பா! அதனால இப்போதைக்கு அவங்க என் கூட இருக்கட்டும்! எப்ப தேவையோ அப்ப நான்

கூட்டிக்கிட்டு வரேன். நீங்க கவலைப் படாம கிளம்புங்க'' என்றாள் அம்மாள்.

"இப்பவா?"

"ஆமா! இப்பத்தான். இங்க இருந்து ஒரு பஸ் ராத்திரி 8 மணிக்குக் கிளம்புதாம். நான் விசாரிச்சுட்டேன். நீங்க தனி வண்டியில போகாம இப்படி மத்தவங்க கூடப் போனா உங்களுக்குக் கூடுதல் பாதுகாப்பு."

"அம்மா! ஏதோ விஷயம் சொல்றேன்னு சொன்னீங்களே?" என்றான் வெங்கி.

"உம்! சொல்றேன். நீங்க அம்பாசமுத்திரம் போனதும் முதல்ல வண்டிமறிச்சியம்மன் கோயிலுக்குப் போகாதீங்க. பக்கத்துலயே அகத்தியர் கோயில் இருக்கு. அங்க போயி சாமி கிட்ட உத்தரவு வாங்கிக்கிட்டு அப்புறமா வண்டி மறிச்சியம்மன் கோயிலுக்குப் போங்க! அகத்தியர் கோயிலுக்குப் உங்க தகட்டை அம்மனோட காலடியில படுமாறு வைங்க. ஆனா கழட்டாம வைக்கணும். அதாவது உங்க உடம்பும் அதுல படணும் அம்மனோட பாதமும் அதுல படணும். அப்ப சில அனுபவங்கள் உங்களுக்கு உண்டாகும். குறிப்பா வெங்கடேசனுக்கு உண்டாகும். அதை வெச்சுத்தான் நீங்க அடுத்தது என்ன செய்யணும்னு தீர்மானிக்கணும்."

"அம்மா! ரொம்ப நன்றிங்க!"

"அவசரப்படாதப்பா வெங்கடேசா! உங்க கவனமெல்லாம் வாளையும் குத்தீட்டியையும் கண்டு பிடிக்குறதுல தான் இருக்கணும். அதை எடுத்த பிறகு நேரா பாவநாசம் வனப்பேச்சி கோயிலுக்கு வந்திருங்க. அதுக்குப் பிறகு தான் நித்யமல்லிக்கும் உங்களுக்குமான ஜீவ மரணப் போராட்டம் ஆரம்பிக்கும். எப்படியாவது உங்களை கோயிலுக்குப் போக விடாம, கும்புட விடாம தடுக்க நெனப்பா நித்யமல்லி. அதுக்கு நீங்க இடம் கொடுத்துடக் கூடாதுப்பா. எக்காரணம் கொண்டும் உங்களுக்குள்ள பிரச்சனையோ தகறாரோ வராமப் பார்த்துக்குங்க! அது மூலமாத்தான் நித்யமல்லி உங்களுக்குள்ள நுழையப் பார்ப்பா." என்றார்.

எல்லாவற்றுக்கும் தலையாட்டினான் வெங்கி. அவர்களது பைகள் பத்திரமாக எடுத்து வைக்கப்பட்டிருந்தன. பாலா அதைப் பார்க்கவும், திவ்யா தன் தாயைப் பார்க்கவும் புறப்பட்டனர். இப்போது சித்தரம்மாவும், வெங்கியும் தனித்து விடப்பட்டனர். அவனது

கரங்களைப் பிடித்து கோயிலின் கர்ப்பகிரகத்துக்குள் அழைத்துப் போனார் அம்மாள்.

“வெங்கி! இதுல நீ தான் ரொம்ப முக்கியமான பொறுப்பு வகிக்கப் போற! நீ மன உறுதியும், நேர்மையும் நெறஞ்சவன். அதனால தான் தெய்வம் உனக்கு எப்பவும் பக்க பலமா இருக்கு. ஆனா திவ்யாவும் பாலாவும் மாறலாம். அப்படி மாறினா அவங்களை விட்டுடாம எப்படியாவது உன் வசத்துக்குக் கொண்டு வந்துடு! உன்னால முடியவே முடியாதுன்னு நீ நெனச்சா மட்டும் இப்ப நான் தர்ர பொருளை நெருப்புல போடு. அப்படி போட்ட அடுத்த கணமே நீ இவங்களைக் கூட்டிக்கிட்டு எவ்வளவு தூரம் ஓட முடியுமோ அவ்வளவு தூரம் ஓடிரணும். ஏன்னா இந்தப் பொருள் கக்குற புகை உசுருக்கே ஆபத்து. ஆனா நித்யமல்லியை அரை மணி நேரம் செயலிழக்க வைக்கும். “ என்றார்.

வெங்கிக்கு வியர்வை வெள்ளமெனப் பெருகியது.

“எத்தனை பெரிய பொறுப்பு இது? எனக்கு பாலாவும், திவ்யாவும் துணையாக இருப்பார்கள் என நம்பித்தானே இந்த ஆபத்தான வேலையில் இறங்கினேன்? ஆனால் சித்தரம்மாள் இப்படிச் சொல்கிறார்களே? என்னால் இந்த காரியத்தில் வெற்றி பெற முடியுமா? அப்படி வெற்றி பெறவில்லையென்றால் என்ன ஆகுமோ தெரியவில்லையே?” என யோசித்தபடி நின்றான்.

“தம்பி! மனசு தளராதே! நிச்சயமா வெற்றி உனக்குத்தான். ஒரு வேளை உன்னால நித்யமல்லியைக் கட்ட முடியாது, அவ உங்களை மீறிட்டான்னு உனக்குத் தோணுச்சுன்னா நீ உயிர்த்தியாகம் செய்யத் தயாராக இருக்கணும்ப்பா” என்றார் சித்தரம்மாள்.

தூக்கிவாரிப் போட நிமிர்ந்தான்.

“அம்மா?”

“ஆமாம்ப்பா! பழைய காலத்துல நீ ஆதித்தனா இருந்தப்ப உன்னைக் காதலிச்சா நித்யமல்லி. அவளுக்கு அது இன்னமும் மறக்கல்ல. அதனால நிலைமை கை மீறிப் போகும் போது, நான் குடுத்த தகட்டை தரையில எறிஞ்சிடு! அதுல இருந்து பச்சை நிற நெருப்பு உண்டாகும். அவளைக் கட்டியணைச்சுக்கிட்டு நீயும் அவளோட அந்த நெருப்புல இறங்கிடணும்ப்பா! இந்த உலகத்தைக் காப்பாத்த நீ இந்த தியாகத்தை செய்யத்தான் வேணும்.” என்றார்.

இனம் புரியாத உணர்வுகள் ஊஞ்சலாட தலையாட்டினான் வெங்கி.

“கவனம்! இப்ப நான் சொன்ன விவரம் உனக்கு மட்டும் தான். வேற யாருக்கும் தெரியத் தேவையில்ல. புரிஞ்சதா? இப்ப நீங்க கிளம்புங்க! அகத்தியர் அருளும், வனப்பேச்சி அருளும் இருந்தா இன்னும் ஒரு வாரத்துல சந்திப்போம்.” என்றார் சித்தரம்மாள்.

பயம், கலக்கம், வீரம், கொஞ்சம் சோகம் என எல்லாம் கலந்த உணர்வுகளில் தத்தளித்தாள் வெங்கி. கையில் பைகளோடு பாலாவும் திவ்யாவும் வந்து கொண்டிருந்தார்கள்.

அத்தியாயம் 26

சித்தரமாள் சொன்னபடி பஸ்ஸில் பயணித்து அம்பாசமுத்திரம் வந்து இறங்கி விட்டார்கள். பஸ் பயணத்திலும் எத்தனையோ இடைஞ்சல்கள் செய்யப் பார்த்தாள் நித்யமல்லி. நெடுஞ்சாலையில் பஸ் வந்து கொண்டிருக்கும் போது பஸ் சட்டென நிறுத்தப்பட்டது. நடு நிசி. அனைவரும் அசந்து உறங்கிக் கொண்டிருக்க பெருத்த குலுக்கலோடு பஸ் நின்றது. அதில் விழித்துக்கொண்ட சிலரில் வெங்கியும் திவ்யாவும் இருவர்.

“என்ன ஆச்சு சார்?” என்றார் ஒருவர் டிரைவரிடம்.

“அதோ பாருங்க, ரோட்டுல ரெண்டு பேரு ரத்தக் காயத்தோட அடிபட்டுக் கெடக்காங்க. எவனோ அடிச்சுப் போட்டுட்டுப் போயிட்டான் போல. பாவம் ரெண்டும் சின்ன வயசுப் பொண்ணுங்களா இருக்குதுங்க” என்றார்.

குபீரென ரத்தம் தலைக்கேறியது போல உணர்ந்தான் வெங்கி. இது நிச்சயம் நித்யல்லி, பொன்வண்டின் வேலை தான். எப்படியாவது தங்களைத் தடுத்து நிறுத்த இப்படிச் செய்கிறார்கள் என ஊகித்துக்கொண்டான். திவ்யாவும் அதையே தான் நினைத்தாள் என்பதற்கு அடையாளமாக தலையை ஆட்டினாள்.

“சார்! நாம ஆம்புலன்சுக்கு ஃபோன் செஞ்சிட்டு போயிட்டே இருக்கலாம் சார்! இந்த அகால வேளையில எதுக்கு பஸ்ஸை நிறுத்தணும்?” என்றான் வெங்கி.

சே! நீயெல்லாம் ஒரு மனுஷனாப்பா? ரெண்டு பேரு உசிருக்குப் போராடிக்கிட்டு இருக்காங்க! பார்த்துட்டு பேசாமப் போகலாம்னு சொல்றியே? டிரைவர் நீங்க வண்டியை எடுக்காதீங்க. நான் போயிப் பார்த்துட்டு வரேன்.” என ஒரு பயணி இறங்கினார்.

“சார் சார், போகாதீங்க. எனக்கென்னவோ நல்லதாப் படல்ல. தயவு செஞ்சு நான் சொல்றதைக் கேளுங்க” எனப் பதறினாள் திவ்யா.

அந்தப் பயணியின் முன்னால் போய் நின்று கைகளால் அவரைத் தடுத்தான் வெங்கி.

“சார்! என்னைப் பார்த்தா உங்களுக்கு இப்ப வெறுப்பு தான் வரும். எனக்கும் அது புரியுது. ஆனா பாருங்க, ஆக்சிடெண்ட்

நடந்திருக்குன்னு நீங்க சொல்றபடியே வெச்சுப்போம். ஏதோ ஒரு வண்டி தானே இடிச்சுட்டுப் போயிருக்கணும்? அதுக்கான அடையாளமே இல்லையே? கண்ணாடி துகள்கள் எதுவுமே இல்லாம ரோடே சுத்தமா இருக்கே?'' என்றான் வெங்கி.

சற்றே யோசனையாக சாலையைப் பார்த்தனர் பயணிகள். இப்போது அவர்கள் கண் முன்னே கண்ணாடித்துகள்கள் இங்குமங்கும் சிதறிக் கிடந்தன. தங்கள் கண்களையே நம்ப முடியாமல் பார்த்தனர்.

''சார்! நீங்களே பாருங்க! முதல்ல பாக்கும் போது கண்ணாடியே இல்ல. ஆனா இப்ப எப்படி திடீர்னு வந்தது? எங்களை நம்புங்க. இது எல்லாமே மாய வேலை'' என்றாள் திவ்யா.

''அட என்னம்மா நீ? 21ஆம் நூற்றாண்டுல வாழ்ந்துகிட்டு மாயமாவது ஒண்ணாவது? நாம தூக்கக் கலக்கத்துல பார்த்ததால கண்ணாடி தெரியல்ல. இப்ப தெரியுது. இதைப் போயி மாயம் அது இதுன்னுக்கிட்டு. வாங்கய்யா எல்லாரும். இந்தக் காலத்துப் பசங்க எதுக்கும் உதவாதவங்க. '' என்று கத்திக்கொண்டே வெங்கியைத் தள்ளி விட்டு இறங்கினார் அந்தப் பயணி. அப்போது கணீரென ஒரு குரல் கேட்டது.

''எல்லாரும் அப்படியே உக்காரப் போறீங்களா இல்லையா?'' மைக்கே இல்லாமல் அனைவருக்கும் கேட்டது அந்த ஆணையிடும் குரல். அனைவரும் அப்படி அப்படியே அமர்ந்து விட்டனர். குரல் வந்த திசையை நோக்கினான் வெங்கி. நெற்றி நிறைய திருநீறும், நடுவில் வட்டமாகக் குங்குமமும் அணிந்த ஒருவர் தான் அப்படிப் பேசியது. இடுப்பில் கச்சம் வைத்துக் கட்டப்பட்ட பளீரென்ற வெள்ளை வேட்டி, முறுக்கிய மீசை, ஆனால் கண்களில் அப்படி ஒரு கருணை என அவரைப் பார்க்கவே பரவசமாக இருந்தது .

'' நாங்க எப்படிச் சொல்லி இவங்களுக்குப் புரிய வைக்கிறதுன்னு தெரியல்ல சாமி! நீங்களே சொல்லுங்க'' என்று அவரை வணங்கினாள் திவ்யா.

திவ்யாவுக்கு பதில் சொல்லாமல் கூட்டத்தை நோக்கிப் பேசினார் அந்த மனிதர்.

''இதைப் பாருங்கப்பா! உங்க இரக்க உணர்ச்சியை நான் பாராட்டுறேன். ஆனா அதே நேரத்துல புத்திக்கு எட்டாத சில விஷயங்களும் இந்த உலகத்துல இருக்கு. முதல்ல பஸ்ஸை எடுத்துட்டு நூறு மீட்டர் தூரம் போங்க. பிறகு திரும்பி வந்து

பாருங்க. அப்பவும் இந்த காட்சி அப்படியே இருந்ததுன்னா நீங்க தாராளமா உதவி செய்யலாம்.'' என்றார்.

அவரது பேச்சுக்கு மறு பேச்சுப் பேசாமல் வண்டியைக் கிளப்பினார் டிரைவர். நூறடி தூரம் சென்று பஸ்ஸை ரிவர்ஸ் எடுத்து வரவும் பயணிகள் துள்ளிக் குதிக்காத குறை. காரணம் சாலையில் எதையுமே காணவில்லை. அப்படி இரு பெண்கள் ரத்தம் வழிய அடிபட்டுக் கிடந்தார்கள் என்ற சுவடே தெரியவில்லை. நடுங்கிப் போய் விட்டார்கள் அனைவரும்.

''சாமி! இதெல்லாம் என்ன? எங்களுக்குப் புரியலியே?''

''உங்களுக்குத் தெரிய வேண்டிய அவசியமில்ல. இந்த வண்டியில வர மூணு பேரு ஒரு புனிதப்பயணம் மேற்கொண்டிருக்காங்க. அவங்களை அழிக்கத்தான் தீய சக்திகள் இப்படி நாடகம் ஆடுது. அதனால கவலைப் படாம வண்டியை விடுங்க'' என்றார் அவர்.

அதன் பிறகு எந்தப் பிரச்சனையும் இல்லாமல் வண்டி அம்பாசமுத்திரம் வந்து நின்றது. அந்த மனிதரை சந்தித்துப் பேச வேண்டும் என எண்ணி அவரைத் தேடினான் வெங்கி. எங்கேயுமே காணவேயில்லை.

''எல்லாமே அற்புதமா இருக்கு திவ்யா! யாரு அந்த மனிதர் தெரியலியே?'' என்றான் வெங்கி.

''நிச்சயமா சித்தரம்மா அனுப்புன ஆளாத்தான் இருக்கும். அதை விடு! இப்ப நாம என்ன செய்யணும்?'' என்றாள் திவ்யா.

''ஏதாவது லாட்ஜுல நல்ல ரூம் போட்டு குளிச்சிட்டு அகத்தியர் கோயில் போகணும். அங்க போன பிறகு தான் நமக்கு அடுத்து என்னன்னு தெரிய அரும். சித்தரம்மா சொன்ன மாதிரி, நம்ம முதல் வேலை, சொரிமுத்தையனாரும், சங்கிலி கருப்பனும் குடுத்த வாளையும் குத்தீட்டியையும் கண்டு பிடிக்கணும். அதோட நித்யமல்லியை எப்படி அழிக்குறதுன்ற வழியையும் கண்டு பிடிக்கணும்.'' என்றான் வெங்கி. அம்பை மண்ணில் காலடி எடுத்து வைத்தவுடன் அவனுள் பல உணர்வுகள். அதோடு மனதில் நம்பிக்கை வேறு பிறந்தது. அதனால் தெளிவாகத் திட்டமிட்டான்.

வெங்கி சொன்னது போலவே ஒரு நல்ல லாட்ஜில் இரு ரூம்கள் போட்டுக் குளித்துத் தயாரானார்கள். அகத்தியர் கோயில் அவர்களை வரவேற்றது. அகத்தீஸ்வரர் என்ற பெயரில் சிவ பெருமானுக்கான

கோயில் தான் அது என்றாலும் அகத்தியர் வந்து பூஜித்த தலம் என்பதால் அவருக்கு என தனி சன்னதி இருந்தது. சிவனை வணங்கி விட்டு அகத்தியர் சன்னதிக்கு வந்தனர். மனமாற வேண்டினான் வெங்கி.

"சாமி! எங்களுக்கு வழி காட்டு! நாங்க ஒரு மிகப்பெரிய காரியத்துக்காக வந்திருக்கோம். முதல்ல எங்களுக்கு வாளும், குத்தீட்டியும் இருக்குற இடம் தெரியணும். அதோட நித்யமல்லின்ற தீய சக்தியை அழிக்குற வழியும் தெரியணும். எங்களுக்கு தெய்வம் தான் வழி காட்டணும் சாமி! நீங்களும் தெய்வம் தான்னு நான் பலரும் சொல்லிக் கேட்டிருக்கேன். வழி காட்டுங்க சாமி" என மனமுருகி வேண்டினான். சித்தரம்மாள் சொன்னது போல அம்மன் சன்னதியில் தனது தகட்டை அம்மனின் காலில் படுமாறு வைத்தான். ஏதேதோ காட்சிகள், எண்ணங்கள் தோன்ற அப்படியே நின்றான் வெங்கி.

அப்போது சன்னதியில் ஏற்றி வைத்திருந்த விளக்கு ஆடியது. அகத்தியர் கழுத்திலிருந்த மாலை கீழே விழுந்தது.

திகைத்துப் போனார்கள் மூவரும். இவையெல்லாம் நல்ல சகுனங்களா? இல்லை தீய சகுனங்களா? தெரியவில்லையே? எனக் குழம்பினர். அப்போது நெற்றியில் பட்டை பட்டையாக விபூதி அணிந்து கையில் ஏதோ துணி பொட்டலம் வைத்துக்கொண்டு ஒரு மனிதர் அவர்களை நெருங்கினார்.

"நீங்க தான் சென்னையில இருந்து வந்திருக்கீங்களா?" என்றார்.

தலையசைத்தனர் மூவரும்.

"உங்க பேரு சொல்லுங்க"

கூறினர்.

"உம்! அப்ப ஆதித்தன், செம்மலர், வேங்கையன் தான் நீங்க. நேத்து எனக்கு கனவுல அகத்தியரோட உத்தரவு வந்தது. வாங்க! அதோ தெரியுதே பிராகாரம் அங்க போயிப் பேசலாம்" என்று அவர்களை அழைத்துப் போனார்.

"ஐயா! நீங்க யாரு? எங்களை எப்படித் தெரியும்?" என்றான் வெங்கி.

"சொல்றேன் சொல்றேன். நான் ஒரு வள்ளுவன்ப்பா! என் பேரு பாலகுரு. வள்ளுவன்னா ஜோசியன். எங்கிட்ட பல ஏட்டுக்

கட்டுக்கள் உண்டு. அதுல சிலது அகத்தியரோட மாணவர்கள் எழுதுனதுன்னு சொல்லுவாங்க. அகத்தியரை நான் என் மானசீக குருவா நெனச்சு வணங்கித்தான் ஜோசியம் சொல்லிக்கிட்டு இருக்கேன்.''

''நல்லதுங்க ஐயா''

''மூணு நாள் முன்னால பெருசா பொட்டு வெச்சிக்கிட்டு ஒரு அம்மா வந்தாங்க. பாக்கவே கொஞ்சம் பயமாத்தான் இருந்தது. கிட்டதட்ட ஆறடி உயரம் அதுக்கேத்த பருமன். நல்ல சிவப்பு நிறத்துல சேலை. அவங்களைப் பார்த்ததும் எனக்கு என்னவோ போல ஆயிரிச்சு. அப்படியே விழுந்து வணங்குனேன். அவங்க என் கையில சில சுவடிகளைக் கொடுத்தாங்க. இதை வெச்சுக்கோ. யார் கிட்டக் கொடுக்கணும்னு உனக்கு உத்தரவு வரும்னு சொல்லிட்டு தண்ணி வாங்கிக் குடிச்சுட்டுப் போயிட்டாங்க.'' என்றார்.

வந்தவர் சித்தரம்மாவாகத்தான் இருக்க வேண்டும் என நினைத்தனர் மூவரும்.

''வந்தவங்க சித்தரம்மா தான் சாமி! அவங்க தான் எங்களை இங்க அனுப்புனாங்க.'' என்றான் பாலா.

''இல்லப்பா! நாச்சியாரம்மாவை எனக்கு நல்லாத் தெரியும். இவங்க வேற. நான் நினைக்குறது சரின்னா, வந்தது வண்டி மறிச்சியம்மானாத்தான் இருக்கணும்.'' என்றார் பாலகுரு அமைதியாக.

திவ்யா அழுதே விட்டாள். வெங்கியும் பாலாவும் உணர்ச்சி வசப்பட்டனர். ஜோசியர் தொடர்ந்தார்.

''நானும் மூணு நாளா உத்தரவு வரும்னு பார்த்துகிட்டே இருந்தேன். நேத்து தான் வந்தது. நேத்து கனவுல அந்த அம்மா வந்து, இந்த மாதிரி மூணு பேரு வெங்கடேஷ், பாலகிருஷ்ணன், திவ்யான்னு வருவாங்க. அவங்க கிட்ட இந்த ஓலைகளைக் கொடுத்திடு! ன்னு சொன்னாங்க. இதோ அந்த ஓலைகள்'' என்று நீட்டினார். மொத்தம் மூன்று ஓலைகள் இருந்தன.

அவற்றை பயபக்தியோடு வாங்கி கண்களில் ஒற்றிக் கொண்டனர்.

''எனக்குத் தெரிஞ்சதை நான் சொல்லிட்டேன். இப்ப உங்க முறை. இதெல்லாம் ஏன் நடக்குது? என்ன காரணம்? நிச்சயமா உங்களுக்குத் தெரியும். சொல்லுங்க. என்னால முடிஞ்ச உதவியை நான் செய்யுறேன்.'' என்றார் அந்த ஜோசியர்.

“ஐயா! எங்களுக்கும் முழுமையா எதுவும் தெரியாது! தெரிஞ் சதைச் சொல்றோம்“ என ஆரம்பித்து பாவநாசக் காட்டில் நடந்தது, நித்யமல்லியும் பொன்வண்டும் அவர்களைத் தேடி சென்னை வந்தது என எல்லாவற்றையும் சொன்னார்கள். ஆதித்தன், பொன் வண்டு மற்றும் செம்மலர் பற்றியும் சொன்னார்கள். தங்களது இப்போதைய நோக்கத்தையும் சொல்லவே அவர் மிகவும் உணர்ச்சி வசப்பட்டார்.

“அப்பா! நீங்க ரொம்பவும் இளைஞர்களா இருக்கீங்க. அதனால தான் உங்களை நான் வணங்கல. எப்பேர்ப்பட்ட காரியத்துல நீங்க ஈடுபட்டிருக்கீங்க தெரியுமா? உங்களுக்கு வெற்றி கிடைக்க நான் பிரார்த்திக்கறேன். “ என்றார்.

“ரொம்ப நன்றி ஐயா. ஆனா இப்ப நாங்க என்ன செய்யணும்னு தெரியலையே?” என்றாள் திவ்யா.

“என்னம்மா நீங்க? கையில வெண்ணெயை வெச்சுக்கிட்டு நெய்க்கு அலையறீங்க? உங்க கையில தான் ஓலை இருக்கே? அதைப் படிங்க. கண்டிப்பா அதுல இருந்து உங்களுக்கு ஏதாவது தெரிய வரும்“ என்றார்.

ஆர்வத்தோடு மூவரும் அந்த ஓலைகளைப் பார்க்க கண்களில் ஏமாற்றம் பிதுங்கியது.

“ஐயா! இதுல என்ன எழுதியிருக்குன்னு படிக்கத் தெரியலையே? வேற மாதிரி தமிழா இருக்கே?” என்றாள் திவ்யா.

“இதுக்குப் பேரு வட்டெழுத்தும்மா! உங்களுக்குத் தெரியலைன்னா நான் படிச்சு சொல்றேன். “ என்று கூறி விட்டு அமைதியாகப் படிக்கத் தொடங்கினார்.

மூவரும் அவரைத் தொந்தரவு செய்ய வெண்டாம் என்று எண்ணி சற்றே வெளியில் வந்தனர்.

“இவரை எப்படி நம்புறது? இவர் ஏன் நித்யமல்லியோட ஆளா இருக்கக் கூடாது?” என்றான் வெங்கி.

“இருக்க வாய்ப்பே இல்ல வெங்கி. இது வரைக்கும் நித்யமல்லியும் பொன்வண்டும் கோயிலுக்குள்ள வந்ததே இல்ல. இவரு சொல்லுறதை வெச்சுப் பார்த்தா வண்டி மறிச்சியம்மன் நமக்கு வழிகாட்ட வந்துட்டாங்கன்னு தோணுது. “ என்றான் பாலா. அவன் சொன்னது ஏற்புடையாதாக இருக்கவே மௌனமானான் வெங்கி. தாகம் நாக்கை வறட்டவே ஏதாவது ஜூஸ் குடிக்கலாம் என

எண்ணி சுற்று முற்றும் பார்த்தான். கோயிலுக்கு வெளியே சற்று தொலைவில் தள்ளுவண்டியில் வண்ண வண்ண குளிர் பானங்களை வைத்துக்கொண்டு ஒருவன் நின்றிருந்தான்.

"என்ன சார்? கூல் டீரிங்க் வேணுமா? எத்தனை கிளாஸ்?'' என்றான் அங்கிருந்தே.

"நாலு கிளாஸ் குடுப்பா.'' என்றான் பாலா.

சட்டென இருவரையும் கையைப் பிடித்து உள்ளே இழுத்தாள் திவ்யா.

"அறிவிருக்கா உங்க ரெண்டு பேருக்கும்? இப்படித்தானே எதையோ வாங்கிச் சாப்பிட்டு நித்யமல்லி கிட்ட மாட்டிக்கிட்டீங்க? கோயிலுக்குள்ள இருக்குற ஜோசியரை சந்தேகப்படுறீங்க? ஆனா இவன் மேல சந்தேகம் வரலியா?'' என்றாள்.

சட்டென சுதாரித்தார்கள் இரு நண்பர்களும். கையில் நான்கு பாட்டில்களை வைத்துக்கொண்டு அவர்களை அழைத்தான் அந்த வண்டிக்காரன்.

"வாங்க சார்! சில்லுன்னு மோர் கூட இருக்கு. வந்து சாப்பிடுங்க'' என்றான்.

"ரொம்ப வெயில்லா இருக்கு அண்ணே! நீங்க இங்க வந்து குடுங்களேன்.'' என்றாள் திவ்யா சமயோஜிதமாக.

"கடையை விட்டுட்டு என்னால வர முடியாது'' என்றான் அவன் பட்டென.

"இங்க தானே இருக்கு கடை. ஒரு நிமிசம் கூட ஆகாது. வாங்கண்ணே'' என்றாள் திவ்யா பிடிவாதமாக. அவள் பேசப் பேசவே அந்த வண்டிக்காரரின் முகம் மாறியது. சட்டென இருட்படலம் சூழ அதில் நித்யமல்லியின் முகம் நீலமாகத் தெரிந்தது.

"என்னடி? உன் அண்ணனையும் காதலனையும் காப்பாத்திட்டதா நெனப்பா? உங்களை நான் போன தடவையும் இணையவிடல்ல. இப்பவும் விட மாட்டேன். ஆதித்தனா இருந்த போதும் சரி, வெங்கியா இருக்கும் போதும் சரி, அவன் எனக்குத்தான். எனக்குக் கிடைக்கலைன்னா யாருக்கும் கிடைக்க விட மாட்டேன்'' என்றாள் கடூரமாக. இருளும் நீல நிறமும் கரைந்து போனது. பயந்து நடுங்கி விட்டாள் செம்மலர். தெருவில் நடப்பவர்கள் எதுவுமே நடக்காதது

போல நடந்து சென்றார்கள். தங்கள் மூவருக்கும் மட்டும் தான் இவை தெரிந்திருக்கின்றன என புரிந்து கொண்டனர்.

"அவ இங்கேயே வந்துட்டா வெங்கி. எனக்கு ரொம்ப பயமா இருக்கு. நாம எடுத்து வைக்குற ஒவ்வொரு அடியும் ரொம்ப எச்சரிக்கையா இருக்கணும். தண்ணியும் வேண்டாம் ஒண்ணும் வேண்டாம்." என்று அவர்களை இழுத்துக்கொண்டு உள்ளே ஓடினாள் திவ்யா. அங்கே பத்மாசனமிட்டு ஓலைகளைப் படித்துக்கொண்டிருந்த ஜோசியரைப் பார்த்ததும் தான் சமாதானமாயிற்று. இவர்களைப் பார்த்ததும் கண்ணாடியைக் கழற்றி விட்டு நோக்கினார்.

"உக்காருங்கப்பா! ஓலையில பல விஷயங்கள் சொல்லப்பட்டிருக்கு! " என்றார் ஜோசியர்.

"முதல்ல தண்ணி வேணும் சாமி! தாகம் ரொம்ப அதிகமா இருக்கு. " என்றான் பாலா. அவனை முறைத்தான் வெங்கி.

கோயிலின் அலுவலக அறைக்குச் சென்று ஆளுக்கு இரண்டு செம்பு தண்ணீர் குடுக்க வைத்தார். பிறகு தான் உயிரே வந்தது அவர்களுக்கு. மீண்டும் வந்து அமர்ந்து கொண்டார்கள்.

"இது நீங்க எழுதுன ஓலைதான்ப்பா" என்றார் எடுத்ததும்.

வாயைப் பிளந்து விட்டனர் மூவரும். அவர்களை நோக்கி சிரித்தபடி பேசினார் ஜோசியர்.

"நீங்க இப்ப எழுதுனது இல்லம்மா. நீங்க ஆதித்தன், வேங்கையன்,, செம்மலரா இருந்தீங்க இல்ல, அப்ப எழுதுனது தான் இது. இது ரொம்ப காலமா வண்டி மறிச்சியம்மன் காலடியில இருந்தது. அதை அவ பத்திரமா வெச்சிருந்து குடுத்திருக்காம்மா." என்றார்.

"அதுல என்ன எழுதியிருக்கு சாமி?" என்றாள் திவ்யா.

படிக்க ஆரம்பித்தார் ஜோசியர்.

அத்தியாயம் 27

ஜோசியர் படிக்கப் படிக்க அவர்களுக்கு புகைப்படலமாக நினைவுகள் தோன்றின. அதிலும் வெங்கிக்கு எல்லாமே பளிச்சென நினைவு வந்தது.

"ஆதித்தனாகிய நான் எழுதும் ஓலை. சித்தரம்மாளும், வேம்பு சாமி ஐயாவும் சொன்னபடி நான் இந்த ஓலையை எழுதுகிறேன். இது வெறும் குறிப்புத்தான். நாங்கள் மூவரும் நித்யமல்லியைக் கட்டுவதற்கான பெரு முயற்சியில் இறங்கி இப்போது சிங்கப்பட்டி அரசரின் விடுதிக்குச் செல்ல இருக்கிறோம். எங்கள் உயிரே இதில் போனாலும் போகலாம் என ஐயுறுவதாலும், அடுத்து மீண்டும் நாங்கள் வருவோம் என சித்தரம்மாள் சொன்னதாலும் இந்த ஓலையை எழுதுகிறேன். இதைப் படிக்கும் ஆள், சிங்கப்பட்டி ஜமீனுக்கு சொந்தமான விடுதியில் மறைத்து வைக்கப்பட்டுள்ள வாளையும் குத்தீட்டியையும் எடுத்துக்கொள்ள வேண்டும். அதோடு வேங்கையனையும், செம்மலரையும் கண்டு பிடித்து அவர்களையும் உதவிக்கு அழைத்துக்கொண்ட பிறகே காரியத்தில் இறங்க வேணுமாய்க் கேட்டுக் கொள்கிறேன். அவர்களுக்கு உதவியாக ஒரு அன்னையும், நவரத்தினத்தின் பெயர் கொண்ட ஒருவரும் வர வேண்டும். நவரத்தினத்தின் பெயர் கொண்டவராலேயே தான் ஆதித்தனாகிய நானும், செம்மலரும் காப்பாற்றப்பட முடியும். அவர்களையும் கண்டுபிடிக்க வேணுமாய்க் கேட்டுக்கொள்கிறேன்."

ஓலை முடிந்து போயிருந்தது.

"சாமி! எனக்கு நல்லா நினைவு வந்துட்டுது சாமி. நித்யமல்லியை எப்படி அழிக்குறதுன்னு எனக்கு சொரிமுத்தையனும், பிரம்ம ராட்சசி அம்மனும் சொன்னாங்க கனவுல வந்து. அது எனக்கு இப்பமும் நெனப்பிருக்கு சாமி" என்றான் வெங்கி உணர்ச்சிவசப்பட்ட நிலையில். அப்போது அவனைப் பார்க்க இன்றைய நவ நாகரீக இளைஞன் போலவே இல்லை. அந்தக் காலத்திலிருந்த ஒரு மனிதன் பேசுவது போலிருந்தது. அவனை வியப்புடன் பார்த்தான் பாலா.

"பொறுங்க! இன்னமும் ரெண்டு ஓலைங்க பாக்கி இருக்கு. அதையும் படிச்சுட்டு பிறகு பேசுவோம்" என்றார் ஜோசியர்.

வாசிக்க ஆரம்பித்தார். அது வேங்கையன் எழுதிய ஓலை.

“வேங்கையனாகிய நான் என் தங்கை செம்மலருடன் இணைந்து எழுதும் ஓலை. சிங்கப்பட்டி அரசருக்கு சொந்தமான விடுதி தான் நித்யமல்லியைக் கட்ட ஏற்ற இடம் என்று சித்தரம்மாள் சொன்னதால் குத்தீட்டியையும், வாளையும் அதோடு பூஜித்த மலர்களையும் எடுத்துக்கொண்டு செல்கிறோம். வெற்றி கிடைக்கும். ஆனால் நாங்கள் உயிரோடு இருப்போமா என்பது நிச்சயமில்லை. ஆனால் நாங்களே அவளை அழிக்க மீண்டும் வருவோம் என சித்தரம்மாள் நம்புகிறார்கள் என்பதால் இந்த ஓலை. செம்மலரின் அன்பு தான் என்னையும் ஆதித்தனையும் காக்கும் கவசம் எனக் கண்டு பிடித்து விட்டோம். அவளது தியாகமே எங்களை வாழ வைக்கும் எனச் சொல்கிறார் சித்தரம்மாள். என் தங்கைக்காக நான் தியாகம் செய்ய வேண்டுமே அன்றி எனக்காக அவள் தியாகம் செய்வதை நான் அனுமதிக்க முடியாது. என் தங்கை நலமாக பல காலம் ஆதித்தனோடு வாழ வேண்டும். அதற்காக என்னைத் தியாகம் செய்யவும் நான் தயாராக இருக்கிறேன். பிறகு எல்லாம் அகத்தீசுவரரின் விருப்பம்.”

கண்களில் நீர் தேங்கியிருக்க பாலாவை ஏறிட்டாள் திவ்யா.

“தங்கச்சிக்காக ஒரு அண்ணன் எவ்வளவு தூரம் வரைக்கும் போவான்னு வேங்கையன் நிரூபிச்சுட்டாரே!” என்றாள் கண்ணீர்க் குரலில். பாலா ஆடாமல் அசங்காமல் அமர்ந்திருந்தான். அவனுள்ளும் பல நினைவுகள். “அண்ணா! என்னைப் பத்திக் கவலைப்படாதே! ஈட்டியை வீசு” என செம்மலர்க் கத்துவது போன்ற காட்சி வந்து போனது. கண்கள் தானாக நீரால் நனைந்தன. சற்று நேரம் யாரும் எதுவும் பேசவில்லை. கனத்த மௌனம் நிலவியது.

தொண்டையைக் கனைத்துக்கொண்டார் ஜோசியர்.

“இன்னும் ஒரு ஓலை இருக்கு. அதையும் வாசிக்கவா?” என்றார். அவரது அந்த வார்த்தைகள் மூவரையும் நிகழ் காலத்துக்குக் கொண்டு வந்தது.

“ஆதித்தன் காதலியும், வேங்கையனின் தங்கையுமான செம்மலர் எழுதும் ஓலை இது. நித்யமல்லியை அழித்த பிறகு இதை நான் எழுதுகிறேன் சித்தரம்மாளின் உத்தரவுப்படி. பௌர்ணமிக்குள் ஆதித்தனோடு சேர்ந்து குழந்தை பெற முயன்றாள். அவளுக்குப் பொன் வண்டு வேறு துணையாக இருந்தாள். இருவரையும் சேர்த்து

சிங்கப்பட்டி அரசரின் விடுதியில் கட்டி விட்டோம். காவலுக்கு பூ ஜாடியில் மலர்களை வைத்திருக்கிறார்கள் சித்தரம்மாளும் வேங்கையனும். அவற்றைத் தாண்டி நித்யமல்லியால் வர இயலாது. அவளது சக்தியை நாங்கள் சற்றே குறைத்து மதிப்புப் போட்டு விட்டோம். பூஜைக்குப் பிறகும், சில சமயம் ஆதித்தனது மனதை அவள் ஆக்கிரமித்துக்கொண்டாள் அவள். அந்நேரங்களில் அவரைக் கட்டுப்படுத்துவது கடினமாக இருந்தது. நித்யமல்லியின் கண்பார்வை ஆதித்தன் மேல் பட விடக் கூடாது என்பதை சற்றே தாமதமாகப் புரிந்து கொண்டேன். முதலில் அவளது கண்களை பிரம்மராட்சசி அம்மன் எனக்கு அளித்த அம்புகளால் குத்தியிருந்தால் எல்லாம் சரியாகியிருக்கும். ஆனால் அதை நான் உணரவில்லை. அதனால் என் ஆருயிர்க் காதலர் ஆதித்தனும், என் அருமை அண்ணன் வேங்கையனும் நித்யமல்லியைக் கட்டும் முயற்சியில் வெற்றி பெற்றார்களே தவிர அவர்களால் உயிர் வாழ முடியவில்லை. இதோ நானும் அவர்களைத் தேடி புறப்பட்டு விட்டேன். ஆனாலும் சித்தரம்மாள் கட்டளையிட்டதால் இதை எழுதுகிறேன்.

அவ்வளவு தான். ஓலை முடிந்து விட்டது.

மனம் கனத்துப் போனது மூவருக்கும். திவ்யாவுக்கு நெஞ்சை அடைத்து மயக்கம் வருவது போலிருந்தது. பாலாவும், வெங்கியும் அவளை தாங்கிக்கொண்டார்கள். வெளியில் ஏதோ பயங்கரமான சத்தம் கேட்க ஜோசியர் எழுந்து ஓடினார். திரும்பவும் ஓடி வந்தவர் வெங்கியிடம் கத்தினார்.

“நமக்கு நேரமில்லப்பா! நித்யமல்லி பிரம்ம ராட்சசி அம்மன் குடுத்த அம்புகளைத் தேடிப் போறா. அது மட்டும் அவ கையில கெடச்சதுன்னா அவ்வளவு தான். அவ சக்தியை நம்மால அழிக்கவே முடியாது. உம் சீக்கிரம் போங்கப்பா” என்றார்.

திடுக்கிட்டு சுயநினைவுக்கு வந்தார்கள்.

“சாமி! அது எப்படி உங்களுக்குத் தெரியும்?”

“கோயில் வாசல்லப் போய் பாரு. அங்க ஒரே ரத்தம். அதுல சின்னக் குழந்தையோட கை விரல்கள் இருக்கு. இது தான் வண்டி மறியம்மன் எனக்கு சொன்ன சூசகம். அதுல ரெண்டு விரல் இருக்கு. அப்படீன்னா நமக்கு இன்னும் ரெண்டு நாள் தான் இருக்கு.” என்று மீண்டும் கத்தினார். அவரை ஆசுவாசப்படுத்தினர்

வெங்கியும் பாலாவும். திவ்யா தண்ணீர் கொடுத்தாள். சற்று நேரம் பெரிய பெரிய மூச்சுக்களாக விட்டார். கண்களை மூடி தன்னை நிலைப்படுத்திக்கொண்டார்.

"சாமி! இப்ப சொல்லுங்க! அம்மன் உங்களுக்கு என்ன சூசகம் கொடுத்தா?" என்றான் வெங்கி.

"நான் ஒரு வள்ளுவனப்பா! எனக்கு சில நிமித்தங்களும், அது தொடர்பான சுவடிகளும் கையில வரும். வண்டி மறிச்சியம்மன் கொடுத்துட்டுப் போன சுவடிகளை நான் என்னோட மத்த சுவடிகளோட வைக்கப் போனப்ப விளக்கோட சுடர் வேற சில சுவடிகளைக் காட்டுனா மாதிரி எனக்குத் தோணுச்சு. உடனே நான் அந்தச் சுவடிகளை எடுத்துப் படிச்சேன். அதுல ஏதோ ஒரு தீய சக்தியை அழிக்க மூணு பேரு வருவாங்கன்னு இருந்தது. அது மட்டுமில்லப்பா, இப்ப அந்த தீய சக்தி மிகவும் பலம் வாய்ந்ததா ஆகியிருக்கும். எவ்வளவு மரணம் நடக்குதோ அவ்வளவு பலம் அதுக்குன்னு எழுதியிருந்தது."

திவ்யாவுக்கு உடல் நடுங்கியது. வெங்கியும் பாலாவும் நாக்கு உலர்ந்து போனார்கள்.

"வண்டி மறிச்சியம்மன் கொடுத்த ஏதோ ஒரு ஆயுதத்தை அது கைப்பத்த நினைக்குது, அப்படி செய்யணும்னா அதுக்கு ஒரு குழந்தையை பலி கொடுக்கும். ஆனா அந்தக் குழந்தையோட விரல் உனக்கு நேரத்தை உணர்த்தும்னு இருந்துதுப்பா. இப்ப கோயிலுக்கு வெளிய ஒரு விபத்து. அதுல பெற்றோர்களுக்கு எதுவுமே ஆகல்ல. ஆனா அந்த ஒரு வயசுக்குழந்தை நசுங்கி இறந்துடிச்சு. அதோட விரல் மட்டும் தான் தெரிஞ்சது." என்று சொல்லி விட்டுத் தேம்பினார்.

நெஞ்சைப் பிடித்துக்கொண்டான் வெங்கி.

"பாதகி! கொலை பாதகி! அந்த சின்னக் குழந்தை உன்னை என்ன செஞ்சது! கொன்னு போட்டிட்டியே" என நித்யமல்லியை வைதான்.

"அப்பா! நமக்கு நேரமில்லப்பா! நான் படிச்ச ஓலைகள்ல சொல்லப்பட்ட விஷயம் உங்களுக்குப் புரிஞ்சதா இல்லையா?" என்றார்.

"நிறைய விஷயம் புரிஞ்சது சாமி. ஆனா ...." என்றான் பாலா.

"சீக்கிரம் சொல்லுங்கப்பா! நமக்கு நேரமில்ல." என்று அவசரப்படுத்தினார் ஜோசியர்.

“சொரிமுத்தையனாரும், சங்கிலி கருப்பனும் குடுத்த ஆயுதங்கள் எங்கே இருக்குன்னு தெரிஞ்சு போச்சு. அதை எப்படிப் பயன்படுத்தணும்னு தெரிஞ்சது. ஆனா செம்மலருக்கு பிரம்ம ராட்சசி அம்மன் அம்புகள் குடுத்ததா எங்களுக்கு இது வரை தெரியலியே சாமி? அதைப் பயன் படுத்துற விதம் தெரிஞ்சிருந்தும் அது எங்க இருக்குன்னு தெரியலையே?” என்றான் வெங்கி.

யோசனையில் ஆழ்ந்தார் ஜோசியர்.

“ஆமா! இவங்க சொன்ன சம்பவங்கள்ல கூட பிரம்ம ராட்சசி அம்மன் கொடுத்த அம்புகளைப் பத்தி எதுவுமே இல்லையே?” எனத் தனக்குள் முணுமுணுத்துக்கொண்டார்.

“சரி! உங்களுக்கு நித்யமல்லியைஎப்படி அழிக்கணும்னு தெரிஞ்சு போச்சுன்னு சொன்னீங்க! ஆனா நவரத்தினத்தோட பேரு கொண்டவரு, அதோட ஒரு அன்னை இவங்களும் வரணும்னு எழுதியிருந்ததே? அவங்க யாரோ? எங்க இருக்காங்களோ? தெரியலியே? அகத்தீசுவரா! இதென்ன சோதனையப்பா?” என்றார் கலக்கமாக.

“எங்களுக்கு அவங்களை ஏற்கனவே தெரியும் சாமி. எங்களுக்கு வழி காட்டுனாருன்னு சொன்னேனே கரிய மாணிக்கம், அவரு தான் நவரத்தினத்தோட பேரு கொண்டவரு. திவ்யாவோட அம்மா தான் அந்த அன்னை. இவங்க ரெண்டு பேரும் இப்ப அரசு ஆஸ்பத்திரியில சித்தரம்மாவோட கவனிப்புல தான் இருக்காங்க” என்றான் வெங்கி.

ஜோசியரின் முகம் சற்றே நிம்மதியானது. ஆனால் திவ்யா கலங்கிப்போனாள்.

“எங்கம்மாவுக்கு சீக்கிரம் குணமாயிரும் தான். ஆனா கரியமாணிக்கம் ஐயாவுக்கு முகம் முழுக்க கண்ணாடி குத்தியிருக்கே? எப்படியும் பத்து நாள் ஆயிரும்னு டாக்டர் சொன்னதை நீ கேட்டே தானே?” என்றாள் திவ்யா. அதை பாலாவும் ஆமோதித்தான்.

“என்ன இது? சிக்கலுக்கு மேல சிக்கலா இருக்கே?” என்றான் வெங்கி.

“உம்! அப்படித்தான் இருக்கு. சரி முதல்ல நாம நமக்குத் தெரிஞ்ச நம்மால முடிஞ்ச விஷயங்களைப் பத்திப் பேசுவோம். இது

வரைக்கும் வழி காட்டுன வனப்பேச்சி நமக்கு திரும்பவும் வழி காட்டாமலா போயிருவா?'' என்றான் பாலா.

''அது தான் சரி! முதல்ல நீங்க எப்படி நித்யமல்லியை அழிக்கணும்ன்ற முறையயும், அதுல யாரு என்ன செய்யணும்ன்ற விவரத்தையும் திட்டமிட்டுக்கோங்க. எப்பவுமே திட்டமிடல் ரொம்ப முக்கியம். அதுவும் இது நித்யமல்லி விஷயம். சிறு அலட்சியம் கூட நம்ம உயிருக்கே ஆபத்து.'' என்றார்.

வயிறு பசித்தது. அதனால் மூளை வேலையே செய்யவில்லை. வயிற்றைப் பிடித்துக்கொண்டான் பாலா.

''என்னப்பா? பசிக்குதா? நான் ஒரு மடையன் காலையில சாப்பிட்ட பிள்ளைங்களை உக்காத்தி வெச்சு இத்தனை நேரம் பேசியிருக்கேனே? முதல்ல வீட்டுக்கு வாங்கப்பா. என்னால முடிஞ் சதை போடுறேன். சாப்பிடுங்க'' என்றார் ஜோசியர் பாலகுரு. அவரது அன்பு நெகிழ வைத்தது.

''ஐயா! இங்க ஹோட்டல்...'' என இழுத்தான் வெங்கி. அவனை கைகளால் தடுத்தாள் திவ்யா.

''இல்ல வெங்கி! நமக்கே தெரியாத ஆயுதம் எப்ப நித்யமல்லிக்குத் தெரிஞ்சு அதை அவ எடுக்கப் பார்க்குறாளோ? அப்பவே நாம உஷாரா இருக்கணும். பௌர்ணமிக்கு இன்னும் ரெண்டு நாள் இருக்குற நிலையில அவ உன்னை தன் வசப்படுத்திக்க எது வேணும்னாலும் செய்வா. அதனால நீ வெளிய எங்கேயும் சாப்பிடவும் கூடாது, குடிக்கவும் கூடாது'' என்றாள் கண்டிப்பான குரலில்.

அவள் சொன்னது நியாயமாகப் படவே மூவரும் ஜொசியரின் வீட்டுக்குச் சென்றார்கள். அவர்கள் தெருவில் நடக்கும் போது பலத்த காற்று வீசியது. பகல் நேரமே இரவுப் பொழுது போல இருண்டது. வெங்கியின் கழுத்தில் இருந்த தகடு காற்றில் பறந்தது. நல்ல வேளை அதனை அப்படியே பிடித்துக்கொண்டாள் திவ்யா. அவளைக் காற்று உருட்டித் தள்ள, அந்தத் தகடை வாங்கி சட்டென வெங்கியின் கழுத்தில் மீண்டும் போட்டான் பாலா. சட்டென காற்று இருள் என எல்லாம் மறைய ஒருவாறு வீடு வந்து சேர்ந்தார்கள். கீரை, புளிக்குழம்பு சாதத்தை ஒரு பிடி பிடித்து விட்டு மீண்டும் அமர்ந்தார்கள்.

“சாமி! நித்யமல்லி உங்க வீட்டுக்குள்ளயும் வந்துட்டா என்ன செய்ய?” என்றான் பாலா கவலையாக.

“கவலைப்படாதே! என் மனைவி பிரம்மராட்சசி அம்மனோட பெரிய பக்தை. அவளோட சிலையை வெச்சு பூஜை செய்யுறா. எந்த சக்தியாலயும் என் வீட்டுக்குள்ள அடியெடுத்து வைக்க முடியாது. நாம தைரியமாப் பேசலாம்“ என்றார்.

“சாமி! சொரிமுத்தையன் எனக்குக் கொடுத்த ஆயுதம் வெள்ளியால செய்யப்பட்ட வாள். அதைக் கொண்டு நான் நித்யமல்லியோட கால்களை முதல்ல வெட்டணும். அப்பத்தான் அவளால எங்கேயும் போக முடியாது. அதுக்குப்பிறகு சங்கிலி கருப்பு குடுத்த ஈட்டியால பாலா அவளோட கைகளை வெட்டும் அதே நேரம் நான் அவளோட நெஞ்சுல இந்த வாளை இறக்கணும். அதோட அவ சக்தி அழிஞ் சிரும். ஆனா அவளோட உடலோட எந்த பாகமும் பூமியில புதையக் கூடாது. அப்படி புதைஞ்சிடுச்சுன்னா அவளுக்கு மீண்டும் 100 ஆண்டுகளுக்குள்ள சக்தி வருவது மட்டுமல்ல உருவமும் வந்திடும்“ என்றான்.

பிரமிப்போடு கேட்டிருந்தார் பாலகுரு.

“உங்களை என்ன சொல்லிப் பேசுறதுன்னே எனக்குத் தெரியல்ல. இத்தனை சின்ன வயசுல எவ்வளவு பெரிய விஷயங்களைப் பேசுறீங்க செய்யுறீங்க? எல்லாம் கடவுள் செயல். ஆனா தம்பி! எப்படி இத்தனை நுணுக்கமான விஷயங்கள் தெரியும் உங்களுக்கு?” என்றார்.

“ஆமா வெங்கி! இதெல்லாம் எங்களுக்கு தெரியவே இல்லையே? உனக்கு மட்டும் எப்படி தெரிஞ்சதுடா?” என்றான் பாலா.

“இன்னைக்குக் காலையில வரைக்கும் எனக்கும் தெரியாது பாலா. ஆனா பஸ்சுல நாம வணங்குனோமே ஒரு ஆளு, அவரு பூசியிருந்த விபூதி என் கண்ணுல வந்து விழுந்தது. அப்ப சில விநாடிகளுக்கு என் கண் முன்னால சில படங்கள் ஓடுறா மாதிரி தெரிஞ்சது. அதுக்குப் பிறகு அகத்தியர் கோயில்ல வெச்சு அம்மன் பாதத்துல என்னோட தகட்டை படும்படி வெச்சேன். அப்ப இன்னும் நிறைய விஷயங்கள் தெரிஞ்சது. நாம நித்யமல்லியைக் கட்டுறதுக்கு என்ன செஞ்சோம்னு எனக்குத் தெளிவா தெரிஞ்சு போச்சு. போனதடவை முதல்ல அவ காலை வெட்டாம நெஞ்சை நான் வெட்டுனதால அவ அங்கேயும் இங்கேயும் ஓடி நமக்கு பல காயங்களை ஏற்படுத்திட்டா.

நல்லவேளையா செம்மலர் ஓடி வந்து அவ கண்ணுல அம்பை செருகவே நம்மால அவளைக் கட்ட முடிஞ்சது. ஆனாலும் அவளால ஏற்பட்ட காயத்தால நாம துடிச்சு துடிச்சு செத்தோம்.'' என்றான். கேட்கவே பயங்கரமாக இருக்க பாலாவின் உடல் ஒரு முறை தூக்கிப் போட்டது.

திவ்யா ஓவென அழுதே விட்டாள். அவளை சமாதானப்படுத்தினான் பாலா.

''எல்லாமே ஏதோ ஒரு கனவு போல எனக்கு மனசுக்குள்ள வந்து போகுதுண்ணா! என்னால தாங்க முடியலியே?'' என நெஞ்சடைக்க விம்மினாள்.

''திவ்யா! ப்ளீஸ் கொஞ்சம் திடமா இரு. நீ இப்ப செம்மலர் இல்ல. இதோ பாரு, வெங்கி நல்லா இருக்கான். நானும் நல்லா இருக்கேன். நமக்கு இதுக்கெல்லாம் நேரம்மில்ல தங்கச்சி. சமயம் குறைவா இருக்கும்மா'' என மென்மையாகப் பேசினான் பாலா.

அவர்களைப் பார்த்தால் சிறிது காலமே அவர்களுக்குள் பழக்கம் என்பது போல இல்லை. ஒரே தாயின் வயிற்றில் பிறந்து பல ஆண்டு காலம் அண்ணன் தங்கையாக வாழ்ந்தவர்கள் போல இருந்தது. தலையை உலுக்கிக் கொண்டான் வெங்கி. திவ்யாவும் சற்றே சமாதானமானாள்.

ஜோசியர் தவித்துக்கொண்டிருந்தார்.

''தம்பிங்களா! நீங்க யாரை பஸ்சுல வெச்சுப் பார்த்தீங்க? விவரமாச் சொல்லுங்கப்பா.'' என்று படபடத்தார்.

''நாங்க பயணம் செய்யும் போது எங்களை நித்யமல்லி வசியப்படுத்தப் பார்த்தா. ஆனா பஸ்சுல நெத்தி நிறைய விபூதி பூசி, பெரிய குங்குமம் வெச்சு ஒரு ஆளு பேசவுமே அவளால எதுவுமே செய்ய முடியல்ல. அவரோட விபூதி தான் என் கண்ணுல விழுந்தது.''

''அந்த ஆளு எப்படி இருந்தாரு? வயசானவரா?''

''இல்ல சாமி! இளமையாத்தான் இருந்தாரு. பெரிய மீசை. ஆனா கண்ணுல அப்படி ஒரு கருணையும் அமைதியும். எப்படியும் ஆறடிக்கு மேல உயரம் இருப்பாருன்னு நினைக்கிறேன். முகம் ரொம்ப அழகான முகம். வீரமும், கருணையும் தெரிஞ்சது.'' என்றான் வெங்கி.

அவன் முடிக்குமுன் இரு கரங்களையும் உயரே தூக்கி வணங்கினார் ஜோசியர் பாலகுரு.

“ஐயா சாமி! சொரிமுத்தையனாரே! உன் குழந்தைங்களை காப்பாத்த நீயே வந்தியா? எஞ்சாமி” என்றார். அவரது கண்களில் இருந்து கண்ணீர் வழிந்தோடியது.

மெய் சிலிர்த்தது பாலாவுக்கு. திவ்யாவால் பேசவே முடியவில்லை.

“வந்தது சொரிமுத்தையனார்னு எப்படி சொல்றீங்க சாமி? அது சங்கிலி கருப்பனாக் கூட இருக்கலாமே?” என்றான் வெங்கி.

“இல்லப்பா! சங்கிலிகருப்பைப் பத்தி உனக்குத் தெரியல்ல. அதான் கேக்குற. அவன் ராமரோட மகனப்பா. அதனால நாமம் தான் போடுவாரு. சொரிமுத்தையன் அந்த சிவன் மகன். அதனால பட்டையா விபூதி போட்டு அம்மா பார்வதி நினைவா குங்குமமும் பூசுவாருப்பா” என்றார்.

“எங்களை அந்த சாமி தான் காப்பாத்துச்சு. சொரிமுத்தையனாரே மத்த விஷயங்களையும் தெரிய வெச்சிருப்பா! ஏன்னா இன்னமும் சில விஷயங்கள் நமக்குத் தெரியலையே?” என்றான் பாலா.

“உம்! உதாரணமா செம்மலருக்கு பிரம்ம ராட்சசி அம்மன் குடுத்த அம்புகள் எங்கே இப்ப? அதோட நித்யமல்லியை சிங்கப்பட்டி காட்டு பங்களாவுக்கு எப்படி வரவழைக்க? இதுக்கெல்லாம் நமக்கு பதில் தெரியல்ல. ஆனா கால அவகாசம் மட்டும் குறைஞ்சுக்கிட்டே வருதே?” என்றான் வெங்கி கவலையாக.

“அது தான் எனக்கும் கவலையா இருக்கு. நல்லா யோசிச்சுப் பாருங்க! வேற ஏதாவது விஷயம் நீங்க மறந்துட்டீங்களா?” என்றார் ஜோசியர்.

சிந்தனையில் ஆழ்ந்தனர். வரிசையாக யோசித்துக்கொண்டே வந்தான் வெங்கி. பாவநாசம் காட்டில் கன்னிமார் துறையில் நடந்தது முதல் கோயிலில் கரியமாணிக்கத்தை சந்தித்தது வரையில் வந்து போக ஒரு இடம் இடறியது.

சென்னையில் தானே நாங்கள் கரியமாணிக்கத்தை சந்தித்தோம். அப்போது அவர் என்ன சொன்னார்? நாங்களும் அப்போது ஏதோ பெருமாள் கோயில் பற்றியல்லவா பேசிக்கொண்டிருந்தோம்? ஏதோ ஒரு காடு என்று வருமே? அந்தப் பெருமாள் கோயிலுக்கு நாங்கள் இன்னமும் போகவே இலலையே? அது என்ன கோயில்?

அவருக்கே ஃபோன் செய்து கேட்டால் என்ன? என யோசித்தான் வெங்கி.

“என்னடா?”

“நாம ஒரு கோயில்லே வெச்சு தானே கரியமாணிக்கம் சாரை முத முத பார்த்தோம்? அப்ப, ஏதோ ஒரு கட்டுக்கோயிலுக்குப் போகணும்னு நாமளும் பேசிக்கிட்டு இருந்தோம், அவரும் வந்தாரே? நினைவு இருக்கா உனக்கு? அந்தக் கோயிலுக்கு இது வரையில நாம போகவே இல்லையே?” என்றான் வெங்கி.

சட்டென சொடுக்குப் போட்டான் பாலா.

“ஆங்க்! நல்லா நினைவு இருக்கு. நாம ஒரு பெருமாள் கோயில் பத்திப் பேசிக்கிட்டு இருந்தோம். அது....வந்து...ஏதோ காடு.... களக்காடுன்னு நினைக்கிறேன்.” என்றான்.

“களக்காடாப்பா? நல்லா நினைவு இருக்கா? ஏன் கேக்குறேன்னா அங்க தான் காட்டுக்குள்ள அழகிய பெருமாள் கோயில் இருக்கு.” என்றார் ஜோசியர்.

அழகிய பெருமாள் பெயரைச் சொன்ன அதே நேரம் ஒரு விநாடி காற்று அப்படியே நின்றது போல ஆகி விட்டது. சுவாசிக்கத் தேவையான காற்று கூடக் கிடைக்கவில்லை நால்வருக்கும். மூச்சு விட முடியாமல் திணறினார்கள் அவர்கள். நேரம் ஆக ஆக காற்றே இல்லாத வெற்றிடம் போல ஆனது அந்த அறை.

அத்தியாயம் 27

தவித்துக்கொண்டிருந்தனர் நால்வரும். அதிலும் ஜோசியர் வயதானவர் பாவம். அவரது கண்கள் வெளியே பிதுங்கத் தொடங்கி விட்டன. பாலாவோ மயக்க நிலையை அடைந்து கொண்டிருந்தான். சட்டென முடிவெடுத்தாள் திவ்யா. தனது மூச்சு முட்டலை அலட்சியப்படுத்தி அந்த வீட்டில் இருந்த சாமி அறையை நோக்கி முடிந்த மட்டும் வேகமாகப் போனாள். ஆனால் அவளால் நகரவே முடியவில்லை. கத்த நினைத்தால் ஏதோ பந்து போல தொண்டையை அடைத்தது. இன்னும் சிறிது நேரம் இப்படியே இருந்தால் போய்ச் சேர வேண்டியது தான். கோடாக மூக்கிலிருந்து ரத்தம் வழியத் தொடங்கியது திவ்யாவுக்கு. ஆனாலும் வெங்கியையும், பாலாவையும் காப்பாற்றியே ஆக வேண்டும் என்ற உத்வேகம் அவளை உந்தியது. "வனப்பேச்சி, சங்கிலி கருப்பா, சொரிமுத்தையனாரே" என மந்திரம் போலச் சொல்லியபடி ஊர்ந்தாள். கதவு வருவதற்குள் அவர்களுக்கு ஏதேனும் ஆகி விடக் கூடாதே என்ற பயம்.

"அம்மா! வனப்பேச்சி! ஏற்கனவே ரெண்டு பேரு ஆஸ்பத்திரியில ரொம்ப முடியாம இருக்காங்கம்மா. பாவம் ஜோசியர். எங்களுக்கு உதவி செஞ்ச பாவத்துக்கு அவரோட உசுரும் போகணுமா தாயே?" என மனதுக்குள் கதறினாள். கால்களுக்கு சற்றே சக்தி உண்டாக சட்டெனப் பாய்ந்து அந்த பூஜை அறைக்கதவைத் திறந்தாள். திறந்ததுமே குளிர்ந்த காற்று அவளது சுவாசத்தைத் தழுவியது. வாயைத் திறந்து காற்றைக் குடித்தவற்றே அங்கிருந்த பிரம்ம ராட்சசி அம்மன் சிலையை பயபக்தியோடு தூக்க முயற்சி செய்தாள். அதே நேரம் "அகத்தீசுவரா" என்ற ஜோசியரின் அலறல் கேட்க அப்படியே அமர்ந்து விட்டாள்.

"பாவம் ஜோசியர்! எங்களுக்கு உதவப்போய் இப்படி அநியாயமாக இறந்து போய் விட்டாரே? நித்யமல்லி? நீயெல்லாம் ஒரு பெண்ணாடி? உனக்கு ஈவு இரக்கம் என்பதே இல்லையா? உன்னை அழித்தே தீருவேன்! இன்னமும் நீ என்னென்ன வேலைகள் செய்து யார் யாரை சித்திரவதை செய்யப் போகிறாயோ? அதற்கு நான் விட மட்டேன்." என்று உறுதி எடுத்துக்கொண்டு மீண்டும் கூடத்துக்கு வந்தாள் திவ்யா. அங்கே அவள் கண்ட காட்சி.....

ஜோசியர் தரையில் கிடந்தார். வெங்கியும், பாலாவும் அவரை நோக்கிக் குனிந்திருந்தனர்.

“என்ன ஆச்சு வெங்கி?” என்று பதறியபடி பயத்தோடு அருகில் சென்றாள். ஜோசியரின் கண்கள் மூடியிருந்தாலும் ஏறி இறங்கும் அவரது மார்பு உயிர் இருக்கிறது என்பதை உறுதிப்படுத்தியது. ஆனால் கழுத்திலிருந்து ரத்தம் மெல்லிய கோடாய் வழிந்து கொண்டிருந்தது. அப்போது மஞ்சள் பூசிய முகமும், சற்றே குண்டான உடலமைப்பும் உள்ள ஒரு பெண் வந்தாள்.

“என்ன ஆச்சு இவருக்கு?” என்றாள். அவரது குரலில் அதிகாரம். அவளைக் கண்டதும் திவ்யாவுக்கு அழுகை பெருகியது. “அம்மா” என்ற அலறலுடன் கட்டிக்கொண்டாள். அந்தப் பெண்மணியும் தட்டிக்கொடுத்து சமாதானப்படுத்தினாள்.

“அம்மா! நாங்க பேசிக்கிட்டு இருந்தோம். களக்காடு பெருமாள் கோயில் பத்தி ஐயா சொல்லிக்கிட்டு இருக்கும் போதே, காத்தே இல்லாமப் போச்சு. எங்களுக்கு கண்ணெல்லாம் இருட்டிக்கிட்டு வந்தது. அப்ப திடீர்னு கத்திக்கிட்டே ஜோசியர் கீழே விழுந்துட்டாரும்மா. கண்ணே தொறக்கல்ல. கழுத்துல இருந்து ரத்தம் வருது. பயமா இருக்கும்மா. எங்களால அவருக்கு இந்த நிலை வந்துட்டுதே” என்று கதறினான் வெங்கி.

அவனை அமைதியாக ஒரு பார்வை பார்த்தாள் அந்த அம்மாள். எதுவும் பேசாமல் குனிந்து ஜோசியரைப் பார்த்தாள். சாமி அறைக்குள்ளே சென்று ஏதோ வேர்கள், காய்ந்த பச்சிலைகளைக் கொண்டு வந்தாள். வேரை எடுத்து மூக்கில் காட்ட மெல்லக் கண்கள் திறந்தார் ஜோசியர். பச்சிலையை கழுத்தில் வைத்துக் கட்டினாள் அந்த அம்மாள். சிறிது நேரத்தில் எழுந்து அமர்ந்து கொண்டார் ஜோசியர்.

“நீ எப்படி இங்கே வந்த பேச்சியம்மா? நீ திருநெல்வேலிக்கு உன் தம்பி வீட்டுக்கு இல்ல போயிருந்த?” என்றார் ஜோசியர். அப்போது தான் அந்த அம்மாள் ஜோசியரின் மனைவி எனத் தெரிந்தது அவர்களுக்கு.

“உம்! அங்க தான் போனேன். ஆனா அதை விட முக்கியமான வேலை இங்க இருக்குன்னு மனசுக்குள்ள அம்மன் உத்தரவு குடுத்தா!. அதான் வந்தேன். இவங்க மூணு பேரும் தானா?” என்றாள். ஆமெனத் தலையசைத்தார் ஜோசியர்.

“நித்யமல்லி ரொம்ப பலம்மா எதிர்க்குறா ரொம்பவே எச்சரிக்கையா இருக்கணும். வனப்பேச்சியோட அண்ணன் கோயிலுக்கு போயிட்டு வாங்க. எல்லாம் சரியாப் போகும். முதல்ல மூணு பேரும் இந்த மூலிகை கலந்த தண்ணியைக் குடிங்க. கொஞ்சம் அதிர்ச்சி விலகும்.” என்று வாசனையாக இருந்த தூய நீரை கொடுத்தாள். ஆவலோடு வாங்கிப் பருகினார்.

“சரி! அப்ப நான் கிளம்புறேன். வந்த வேலை முடிஞ்சது.” என்றாள்.

“பேச்சி! எதுக்கு இப்ப வெளியூர்ப் போற? இன்னமும் நிறைய விஷயம் தெரிய வேண்டியிருக்கும்மா. எங்களுக்கு ஒத்தாசையா இருக்கலாம் இல்ல?” என்றார்.

“நான் எப்பவும் உங்களுக்கு உதவியாத்தான் இருக்கேன். ஒரு நாள் என் தம்பி வீட்டுக்குப் போறதுக்கு இப்படி மூஞ்சியைத் தூக்குறீங்களே? “ என்றாள். “சரிம்மா உன் இஷ்டம்“ என்பதோடு நிறுத்திக்கொண்டார் ஜோசியர். சற்று நேரத்தில் அந்த அம்மாள் போய் விட்டாள். திவ்யாவின் தலையில் கை வைத்து ஆசீர்வாதமும் செய்தாள். “உன் மனசுல இருக்குற பாசமும், காதலும் என்னைக்கும் இப்படியே இருக்கட்டும்“ என்றாள்.

அவள் போன பிறகு சாமி அறைக்கதவைத் திறந்தே வைத்தார்கள்.

“ஐயா! நீங்க களக்காடு பெருமாள் கோயில்...அழகிய...” என்று சொல்லி விட்டு பயத்தோடு சுற்றுமுற்றும் பார்த்தான் பாலா. அவனை சமாதானப்படுத்தினாள் திவ்யா. “இனிமே பயமில்ல அண்ணா! நாம தைரியமா திட்டம் போடலாம்.” என்றாள்.

“நானே கேக்கணும்னு நெனச்சேன். என்ன ஆச்சு ஐயா உங்களுக்கு? எப்படி நமக்கு சுவாசிக்க காத்து கெடச்சது?” என்றான் வெங்கி ஆர்வமாக.

“நான் ஒண்ணுமே செய்யலப்பா! காலம் காலமா ஆண்களை ஆபத்துல இருந்து காப்பாத்துற பெண்ணோட சக்தி தான் இப்பவும் நம்மைக் காப்பாத்திச்சு.” என்று சொல்லி விட்டு திவ்யாவைப் பார்த்தார், எதுவும் பேசாமல் அமர்ந்திருந்தாள் அவள்.

“ஐயா?”

“ஆமாம்ப்பா! திவ்யா தான் நம்மைக் காப்பாத்துனா! நாம சுவாசிக்க முடியாமத் திணறும் போது நம்மை எப்படியாவது காப்பாத்தணும்குற எண்ணம் அவளுக்கு வலு குடுத்தது. எப்படியோ

கஷ்டப்பட்டு சாமி அறைக் கதவைத் திறந்துட்டா. அங்க தான் பேச்சி பூஜிக்குற பிரம்மராட்சசியோட சிலை இருக்கே? அதுல இருந்து வெளியேறின சக்தி நித்யமல்லி ஏற்படுத்தின காற்றுக்கட்டை அவிழ்த்து விட்டுடுச்சு. அதைத் தாங்க முடியாத அவ என் கழுத்துல தன் நகத்தால குத்திட்டிப் போயிட்டா. நல்லவேளை பேச்சியம்மா வந்து என்னைக் காப்பாத்துனா! இல்லேன்னா என் கதி என்ன ஆகியிருக்குமோ?'' என்றார்.

இரு பெண்கள் சேர்ந்து மூன்று ஆடவர் உயிரைக் காப்பாற்றியிருக்கிறார்கள். நன்றியோடு திவ்யாவை நோக்கினார்கள். ஏதோ பேச வாயெடுத்த வெங்கியை அதட்டினாள் திவ்யா.

"இப்ப இந்த பாராட்டுப் பேச்சுக்கெல்லாம் இடமில்ல வெங்கி. நமக்கு சமயம் ரொம்ப குறைவா இருக்கு. முதல்ல பெருமாள் கோயிலுக்குப் போகணும். அப்பத்தான் எல்லாமே சரியாகும்.'' என்றாள்.

"ஆமா தம்பிங்களா! இந்தப் பிள்ளை சொல்றதும் உண்மை தான். அழகிய பெருமாள் கோயிலுக்குப் போனா எல்லாம் விளங்கிரும்.'' என்றார்.

"ஐயா! நாளை ஒரு நாள் தான் நமக்கு சமயம். இதுல நாம அம்புகளைத் தேடணும். அதோட நித்யமல்லியை காட்டு பங்களாவுக்கு வரவழைக்கணும். அவளுக்குத் தெரியாம நாம முன்னாடியே போய் அந்த வாளையும் குத்தீட்டியையும் எடுக்கணும். இவ்வளவு வேலை இருக்கும் போது .....நாம .....இப்பப் போயி களக்காடுன்னா...'' இழுத்தான் வெங்கி.

"வேற வழியில்லப்பா! களக்காடு இங்க இருந்து ரொம்பத் தள்ளி இல்ல. மலைஅடிவாரம் வரை பஸ் போகுது. அங்க இருந்து காட்டுக்குள்ள ஜீப்ல கொண்டு போயி விடுவாங்க. அரை நாள்ல போயிட்டு வந்துடலாம்'' என்றார் ஜோசியர் நம்பிக்கையாக.

"ஐயா! டயம் பார்த்தீங்களா? இப்பவே நாலு மணி.''

"இருக்கட்டும்! கிளம்புங்க'' என்று எழுந்தார் பெரியவர். வேறு வழியில்லாமல் அவரைத் தொடர்ந்து எழுந்தனர் மூவரும். அம்பாசமுத்திரம் பஸ் ஸ்டேண்டுக்குச் சென்று பஸ் பிடிப்பது என முடிவு செய்து கொண்டார்கள். கார் அனுபவத்திலிருந்து அவர்களுக்கு தனிப்பட்ட வண்டியை வாடகைக்குப் பேசவே பயமாக இருந்தது. அம்பை பஸ் ஸ்டேண்ட் அந்த நேரத்தில்

மிகவும் கலகலவென இருந்தது. ஒரு புறம் டீக்கடைகள், ஒரு புறம் பழக்கடைகள், ஒரு புறம் பஜ்ஜி போண்டா விற்கும் கடைகள் என நிறைந்திருந்தது. மக்கள் கூட்டமும் அதிகமாக இருந்தது. வெங்கிக்கு வெறுப்பாக வந்தது. எப்போது பஸ் வந்து, எப்போது இவர்கள் களக்காடு போய்ச் சேர? எப்படியும் இரண்டு மணி நேரமாவது ஆகும் என்கிறார்கள். அப்படியானல் ஆறரை மணியாகி விடும். இருட்டிய பிறகு எங்கே போய் எதைத் தேட? சே! அறிவு கொண்டே யாரும் யோசிக்கவில்லை.

“சார்! வண்டி களக்காடு போகுது! ஏற்கனவே ஒரு பாசஞ்சர் இருக்காங்க. நீங்களும் வரீங்களா? ஒரு ஆளுக்கு 300 ரூவா” என்றான் ஒருவன்.

வெங்கி சட்டெனக் கலைந்து அவனைப் பார்த்தான். டாக்சி டிரைவர்கள் அணியும் யூனிஃபாரம். கழுத்தில் ஏதோ துளசி மாலை போல. இவனை நம்பலாமா கூடாதா? இவனும் நித்யமல்லியின் ஆளாக இருந்து, களக்காடு என்று சொல்லிக் கூட்டிப் போய் எங்காவது விட்டு விட்டால் என்ன செய்ய? “ யோசித்தான்.

“தம்பி! ரொம்ப கனமா இருக்குப்பா! இதைக் கொஞ்சம் வாங்கு” என்று அவனிடம் ஏதோ ஒரு பையை நீட்டினார் ஜோசியர். அவனும் வாங்கி வைத்துக்கொண்டான்.

“சரிப்பா! நாங்க வரோம். வண்டி எங்கே இருக்கு?” என்றார் ஜோசியர். அவரை இழுத்தான் வெங்கி.

“ஐயா...என்ன நீங்க?...இவன் யாருன்னு தெரியாம...” இழுத்தான்.

“அதுக்குத்தான் அவன் கிட்ட சிவலிங்கம் அடங்கிய பையைக் கொடுத்தேன்ப்பா. நித்யமல்லியால அதைத் தொடக் கூட முடியாது. பாரு. இவன் சாதாரணமா இருக்கான். நம்பலாம் இவனை” என்றார். சமாதானமானான் வெங்கி.

“வண்டி எங்கேப்பா?” என்றார் ஜோசியர் மீண்டும். அவன் காட்டிய வண்டியைப் பார்த்ததும் அந்த நிலையிலும் சிரிப்பு வந்து விட்டது. அநேகமாக 1960களில் அந்த வண்டியை செய்திருப்பார்கள் போல. அரதப்பழசாக காட்சியளித்தது அந்த வெள்ளை அம்பாசிடர் வண்டி.

“இது களக்காடு வரைக்கும் போகுமா? அப்படியே போனாலும் நாளைக்குக் காலையில தான் கொண்டு போயி விடுவே போல!

நாங்க அவசரமாப் போகணும்ப்பா. பஸ்சிலயே போய்க்கறோம்" என்றான் பாலா. திவ்யா சிரித்து விட்டாள்.

"சார்! வெளியில பார்த்துட்டு எடை போடாதீங்க சார்! என் அழகு சும்மா காத்துல பறப்பான். ஒரு மணி நேரத்துல களக்காடு போயிரலாம்." என்றான் டாக்சிக்காரன்.

"அழகா? அது யாருப்பா? நீ வண்டி ஓட்ட மாட்டியா?"

"என் பேரு நல்லமுத்து. என் வண்டி பேரு தான் அழகு. வாங்க போகலாம்." என்றான். சிரித்தபடியே வண்டியில் ஏறினர். நால்வரும். முன் சீட்டில் ஏற்கனவே ஒரு பயணி அமர்ந்திருந்தார். வயதான மனிதர். கோயிலில் வேலை செய்பவரைப் போலத் தோற்றம். நெற்றி பட்டையாக நாமம். நாலு பேரும் நெருக்கி அமர்ந்து கொண்டனர். பாவம் திவ்யா தான் ஜன்னலோர சீட்டில் ஒண்டிக்கொண்டு அமர்ந்திருந்தாள். தவறுதலாகக் கதவு லேசாகத் திறந்தாலும் போதும் அவள் வெளியில் விழ வேண்டியது தான்.

"ஏம்ப்பா! இப்படி ஒரு வண்டியில கூட்டிக்கிட்டுப் போயிட்டு மனசாட்சியே இல்லாம 300 ரூவா கேக்குறியே? நியாயமா?" என்றார் ஜோசியர்.

"பஸ் சர்ஜே 120 ரூவா ஆகும் சார். சும்மா அழகு உங்களை அப்படியே தூக்கிட்டுப் போயி விட்டுருவான். அதுக்கு 300 குடுக்க மாட்டீங்களா?" என்றான்.

"ஏண்டா அம்பி! இவா கிட்ட 300 ரூவா தான் வாங்குற. எங்கிட்ட மட்டும் ஏண்டா 325?" என்றார் முன் சீட்டில் அமர்ந்திருவர்.

"சொகுசா முன் சீட்டுல உக்காந்து வரீங்க இல்ல? அதுக்குத்தான் 25 எக்ஸ்டிரா" என்றான்.

அவருடன் பேசி ஆண்கள் அனைவரும் பின் சீட்டில் அமர்ந்து கொள்வது எனவும், திவ்யா சௌகரியமாக முன் சீட்டில் அமர்வது எனவும் முடிவு செய்து அப்படியே செய்தார்கள். போகும் வழியெங்கும் நல்ல முத்துவும், அந்த கோயில் ஐயரும் சளசளவெனப் பேசிக்கொண்டே வந்தார்கள்.

நல்லமுத்து சொன்னது போல உண்மையிலேயே வண்டி நல்ல கண்டிஷனில் தான் இருந்தது. அறுவரைச் சுமந்து கொண்டு வேகமாகவே போனது. ஏசி இல்லாததால் ஜன்னலைத் திறந்து கொண்டு வந்தார்கள். மெல்ல மெல்ல இருட்டத்தொடங்கியது.

வழியில் சின்னதாக ஒரு ஊர் வர வண்டியை நிறுத்தினான் நல்லமுத்து. ஏனென்று கேட்க

"பெட் ரோல் போடணும் சார்" என்றான்.

"பக்கத்துல எங்கேப்பா பம்ப் இருக்கு?"

"பெட் ரோல் வண்டிக்கு இல்ல சார். எனக்கு. ஒரு டீ குடிச்சாத்தான் என்னால ஓட்ட முடியும். வாங்க வந்து நீங்களும் டீ சாப்பிடுங்க. இங்க டீ சூப்பரா இருக்கும்." என்றான். கோயில் ஐயரும் போனார். வெங்கிக்கு பயம். இனிமேல் ஆயுளில் டீயோ காப்பியோ நிம்மதியாக பயமில்லாமல் குடிக்க முடியுமா? என்ற எண்ணம் ஓடியது. மணியைப் பார்த்தான் ஐந்தேகால் என்றது. பரவாயில்லையே வண்டி வேகமாகத்தான் வந்திருக்கிறது போல.

"ஏன்ப்பா! இன்னும் அரை மணியில களக்காடு போயிரலாமா?" என்றான் பாலா.

"முடியாது சார்" என்றான் நல்லமுத்து.

"என்னப்பா? சீக்கிரமா கூட்டிக்கிட்டுப் போறேன்னியே?"

"சொன்னேன் தான். அதான் கூட்டிக்கிட்டு வந்துட்டேன் இல்ல. இது தான் களக்காடு. அதோ தெரியுது பாருங்க மலை" என்று காண்பித்தான்.

தூரத்தில் பஞ்சுப் பொதிகளாய் மேகங்கள் விளையாட வானுயரத்தில் மலை அழகாகக் காட்சியளித்தது.

"ஓ! கோயிலுக்குத்தான் வரேளா? வாங்கோ! நான் தான் அந்தக் கோயில் பூசாரி. சாமி கும்பிட வந்தேங்குறேள் ஆனா கையில வெத்திலை பாக்கு பழம் எதுவுமே இல்லையே?" என்றார்.

"இங்க வந்து வாங்க்கிகலாம்னு இருந்தோம் சார்" என்றான் வெங்கி.

கார் மீண்டும் விரைந்தது. ஐந்தே நிமிடத்தில் மலை அடிவாரம் வந்து விட்டது. ஆங்காங்கே ஜீப்கள் நிறுத்தி வைக்கப்பட்டிருந்தன. தேங்காய், பழம், கற்பூரம் வியாபாரம் நடந்து கொண்டிருந்தது. மக்கள் கூட்டமாக நின்றிருந்தனர்.

"மலைக்கோயில்னாங்க? பார்த்தா கோயில அடிவாரத்துலயே இருக்கே?" என்றான் வெங்கி. அதானே என அதை ஆமோதித்தார்கள் திவ்யாவும் பாலாவும். கோயில் ஐயரை நோக்கிப் போனார்கள்.

“இது தான் கோயிலா சாமி? எங்க கிட்ட மலை மேல இருக்குன்னு சொன்னாங்களே?” என்றான் பாலா.

“ஓ! உங்களுக்கு மலை நம்பியை சேவிக்கணுமா? அந்தக் கோயில் மலை மேலே தான் இருக்கு. நான் தான் பூசாரி. என்னைக்காவது உங்களை மாதிரி யாராவது வந்து கேட்டா தான் போவேன். இல்லைன்னா தினம் தினம் ஜீப்புக்கு பணம் குடுத்துப் போக என்னால முடியுமா?” என்றார்.

மலை நம்பி தான் அழகிய பெருமாள் எனத் தெரிந்து கொண்டு ஜீப்பை வாடகைக்குப் பேசி அமர்ந்தார்கள். அவர்களுடனே பூசாரியும் ஏறிக்கொண்டார். அரை மணி நேரத்தில் திரும்பி விட வேண்டும் இல்லையென்றால் இருட்டில் மலைப்பாதையில் ஜீப் ஓட்ட முடியாது என்றார் ஜீப்காரர். சம்மதித்துச் சென்றனர். மேலே ஏற ஏற குளுமையும் இருளும் அதிகரித்தது. ஆனாலும் மனதில் பயம் வரவில்லை. மூலிகைகளின் வாசம், ஆங்காங்கே பாறைகளில் ஓடும் காட்டொடைகள் என பார்த்துக்கொண்டே வந்ததில் நேரம் போனதே தெரியவில்லை.

சற்றே சமவெளியாகத் தெரிந்த ஒரு இடத்தில் ஜீப்பை நிறுத்தினார் டிரைவர். இறங்கிச் சுற்று முற்றும் பார்த்தனர். அதற்குள் ஓரளவு இருட்டி விட்டது என்றே சொல்ல வேண்டும். அவர்களைத் தவிர யாரும் இல்லை. பூசாரி நடக்க அவரைத் தொடர்ந்து மூவரும் வேகமாக நடந்தனர்.

“பூஜையை சீக்கிரம் முடிங்க சாமி.” என்றார் டிரைவர் மீண்டும். தலையசைத்து விட்டு நடந்தார் பூசாரி.

கோயில் என்றதும் வானளாவிய கோபுரம், நீண்ட பிரகாரங்கள், மண்டபங்கள் என கற்பனை செய்து வைத்திருந்த வெங்கிக்கும் ஏமாற்றமாக இருந்தது. சிறு இரும்புக் கதவு அதன் பின்னே தெரிந்த சிறிய கோயில். அவ்வளவு தான்.

“இதுவா கோயில்?” என்றான் வெங்கி.

“ஆமாம்ப்பா! மத்த கோயில்கள் எல்லாம் கல், இல்லை செங்கல்லால கட்டியிருப்பா. ஆனா இது அப்படி இல்லை. மலையில இயற்கையா அமைஞ்சிருந்த குகையை நன்னா ஆழப்படுத்தி அந்தக் கல்லுலயே பெருமாளை செதுக்கியிருக்கா. பாருங்கோ” என்று சொல்லி அவர்களை உள்ளே அழைத்துப் போனார்.

மின்சார இணைப்பு இல்லை. ஆகையால் பூசாரி விளக்கேற்றியதும் அந்த இடமே தங்க நிற வெளிச்சத்தில் ஜொலித்தது. சிலையைப் பார்த்தவர்களுக்கு ஏன் இவருக்கு அழகிய பெருமாள் என்று பெயரிட்டனர் எனப் புரிந்தது. முகத்தில் அத்தனை அழகு, அத்தனை கருணை. அர்ச்சனையை முடித்து அனைவருக்கும் பிரசாதமாக பழத்தைக் கொடுத்தார். சாமி கும்பிடும் போதே ஏதாவது நடக்கும் என எதிர்பார்த்தனர் நால்வரும். அப்படி எதுவும் நடக்கவில்லை. படிகளில் இறங்கும் போது ஜோசியரிடம் இது பற்றிக் கேட்டாள் திவ்யா. அவருக்கும் ஒன்றும் தெரியவில்லை என்பதை அவரது மௌனம் சொல்லியது. வெங்கிக்கு மிகுந்த ஏமாற்றமாக இருந்தது. சமாளித்துக்கொண்டு படியிறங்கினர்.

பூசாரி ஜீப்பில் ஏறி விட்டார். வெங்கி தான் முதலில் படியிறங்கினான். அவனது கால் நிலத்தில் பட்டது தான் தாமதம், எங்கிருந்தோ பயங்கரமான காற்று வந்து தாக்கியது. காற்றென்றால் சாதாரணமானது இல்லை. காற்றில் ஒரே மண். அதனால் அவர்களால் பார்க்கவே முடியவில்லை. ஜீப்பிலிருந்த பூசாரியும் டிரைவரும் ஓவெனக் கத்தினார்கள். வெங்கி எப்படியாவது ஜீப்பை அடைந்து விட வேண்டும் என முன்னேற நினைத்தான். ஒரு அடி முன்னால் வைத்தால் காற்று அவனை இரண்டடி பின்னால் தள்ளியது. படியில் அப்படியே அமர்ந்து விட்டான் அவன். அவனைத் தொடர்ந்து இறங்கிய ஜோசியராலும் நடக்கவே முடியவில்லை. திவ்யா கோயிலுக்குள்ளே தான் இருந்தாள்.

எல்லாவற்றையும் பார்த்துக்கொண்டிருந்த ஜீப் டிரைவர் என்ன நினைத்தானோ ஜீப்பை எடுத்துக்கொண்டு பறந்து விட்டான். பூசாரி "அவாளை விட்டுட்டுப்போறோமே?"எனக் கத்தியதை அவன் லட்சியமே செய்யவில்லை. ஜீப் கண் பார்வையை விட்டு மறைந்ததும் காற்றும் சட்டென நின்று விட்டது. கொயில் வாசலில் சிதறிக்கிடந்த மண் மற்றும் இலைக் குவியலிலிருந்து தான் அப்படி ஒரு காற்று சில விநாடிகள் முன்பு வரை வீசியது எனத் தெரிந்து கொள்ள முடியும். மற்றபடி இலை கூட சையவில்லை.

பயத்தோடு படியில் அமர்ந்தார்கள்.

"என்ன இது? நடக்குறது எல்லாமே ஒரே மாயமா இருக்கே?" என்றான் ஜோசியர்.

மாயம் என்றதும் வெங்கிக்கு நித்யமல்லியின் நினைவு வந்தது. இது எல்லாமே அவளின் மாய வேலை தானோ? எங்களை மலையிலேயே தங்க வைத்து தீர்த்துக்கட்டப் பார்க்கிறாளோ? அப்படியானால் என்ன செய்ய? எங்களோடு ஜோசியர் வேறு வந்திருக்கிறார். அவரைப் பாதுகாப்பது தான் முதல் கடமை. பேசாமல் நடந்து கீழே இறங்கலாமா? ஏனெனில் ஜோசியரை இரவு நேரத்தில் இங்கே தங்கச் செய்வது நல்லதல்ல. அவரது உயிருக்கு ஏதேனும் ஆபத்து வந்தால் எங்களால் பதில் சொல்ல முடியாது. என யோசித்துக்கொண்டிருந்தான்.

“பேசாம நாம நடந்து போயிடலாமா?” என்றான் வெங்கி.

“அதைத்தான் நானும் நெனச்சேன் வெங்கி. ராத்திரி நேரத்துல நாம இங்க தங்குறது நல்லதில்ல.” என்றாள் திவ்யா.

பாலா, வெங்கி, திவ்யா மூவரும் எழுந்தனர். ஆனால் ஜோசியர் அப்படியே அமர்ந்திருந்தார்.

“ஐயா?” என்றான் கேள்வியாக பாலா.

“நல்லா இருட்டிட்டதுப்பா. காட்டுப்பாதையில இருட்டுல எப்படி வழி தெரியும்?” என்றார்.

தங்கள் கைகளில் இருக்கும் செல்ஃபோனைக் காட்டினர் மூவரும். சிரித்து விட்டார் ஜோசியர்.

“ஐயா! இது விளையாட்டு இல்ல. சித்தரம்மாவும் சாமிக்கண்ணு சித்தரும் நித்யமல்லியோட மாய வேலைகளைப் பத்தி நிறையச் சொல்லியிருக்காங்க. காத்தை வரவெச்சு, நம்மை இங்கேயே தீர்த்துக்கட்டப் பிளான் பண்றா அவ. நாம இங்க தங்கக் கூடாது” என்றான் வெங்கி அழுத்தமாக.

“இது நித்யமல்லியோட மாய வேலையா? இல்லை மாயக்கண்ணனோட வேலையான்னு நமக்குத் தெரியாதேப்பா? என்ன தான் நித்யமல்லி மாயக்காரின்னாலும், அவளால கோயிலுக்குள்ள எதுவும் செய்ய முடியாது. அதனால நாம கோயிலுக்குள்ள தங்குவோம். காலையில பார்த்துக்கலாம்.” என்றார் முடிவாக.

அரைமனதோடு சம்மதித்தனர் இளைஞர்கள்.

“காலையில பார்த்துக்கலாம்னு ஜோசியர் நம்பிக்கையோட சொல்றாரு. காலையில வரைக்கும் உசிரோட இருந்தா பாப்போம்.” என்றான் எண்ணிக் கொண்டான் வெங்கி.

மெல்ல மெல்ல மாலை மயங்கி இரவு நேரம் வர ஆரம்பித்தது அந்த அத்துவானக் காட்டில்.

அத்தியாயம் 28

இரவு நேரம் வந்ததும் மனதில் பயம் வந்து அமர்ந்து கொண்டது வெங்கியின் மனதில். ஏதோ ஒரு குருட்டு தைரியத்தில் இங்கே தங்கி விட்டோம். சரியான காடு போலத் தெரிகிறது. ஏதேனும் வன விலங்குகள் வந்தால் என்ன செய்ய? அது கூடப் பரவாயில்லை கோயில் கதவை சாத்தி விட்டால் பாதுகாப்புத்தான். இது போன்ற காடுகளில் பல தீயவர்கள் தங்கி இருக்கலாம். அவர்களால் திவ்யாவுக்கு ஏதேனும் ஆபத்து வந்தால் ...?தெய்வமே... எங்களைக் காப்பாற்று" என மனமார வேண்டினான். ஆனால் பாலாவுக்கோ இல்லை மற்ற இருக்குவருக்குமோ இது போன்ற கவலைகள் இருப்பதாகத் தெரியவில்லை. அவர்கள் பாட்டுக்குப் பேசிக்கொண்டிருந்தனர்.

நாளை பௌர்ணமி என்பதை நிலவு சொல்லாமல் சொல்லியது. அது வேறு கவலையை அதிகரித்தது வெங்கிக்கு. நாளை முழு நிலவு வானத்தின் உச்சியில் வருவதற்குள் நாங்கள் என்னென்ன செய்ய வேண்டும்? வாளையும், குத்தீட்டியையும் கண்டு பிடிக்க வேண்டும். சிவகாமி அம்மாளும், கரியமாணிக்கமும் வர வேண்டும். எல்லாவற்றிற்கும் மேலாக வண்டி மறிச்சியம்மன் கொடுத்த அம்புகள். அவைகளைப் பற்றி இன்னமும் எதுவும் தெரியவில்லை. இது எல்லாமே நடந்து விட்டது என்று வைத்துக்கொண்டால் கூட நித்யமல்லியையும், பொன்வண்டையும் அந்தக் காட்டு பங்களாவுக்கு எப்படி வரவழைப்பது? யோசிக்க யோசிக்க குழப்பம் அதிகமானதே தவிரக் குறையவில்லை.

மெல்லிய வாசனை வருவது போலத் தோன்றியது. மனதுக்கு இதம் தரும் மணம் அது. அவனையும் அறியாமல் கண்கள் மூடி நீண்ட நித்திரைக்குப் போனான் வெங்கி. மற்றவர்கள் என்ன செய்கிறார்கள்? என்பதைக் கூட அவனால் கவனிக்க முடியாத அளவு உறக்கம் அவனை ஆழ்த்தியது. கண்கள் திறந்த போது, கரிய நிறத்தில் ஒருவர் அழகே உருவாக நின்றிருந்தார். அவரது அருகில் திவ்யா, ஜோசியர், பாலா என மூவரும் நின்றிருந்தனர். புரியாமல் விழித்தான் வெங்கி.

"நீங்க தேடுற அம்புகள் இருக்குற இடமும், நித்யமல்லியை காட்டு பாங்களாவுக்கு வரவழைக்கிற வழியும் தானே உங்களுக்குத்

தெரியணும்?'' என்றார் அவர். அவரைப் பார்க்கவே பரவசமாக இருந்தது. அழகென்றால் அப்படி ஒரு அழகு.

"ஆமா சார்"

"சரி அப்ப என் பின்னாடி வாங்க" என்று சொல்லி விட்டு விடு விடுவென நடக்க ஆரம்பித்தார். இரவு நேரத்தில் இப்படிக் கூட்டிப் போகிறீர்களே? எனக் கேட்க நினைத்தான் ஆனால் எதுவும் பேசாமல் பின்னால் நடந்தான் வெங்கி. அவனை மற்றவர்கள் பின் தொடர்ந்தனர். கோயிலுக்கு வெளியே சற்று தூரம் மலை ஏற்றத்தில் ஏறினார்கள். அங்கே ஒரு மரம் தனியாகத் தெரிவது போலத் தோன்றியது. அதை நோக்கித்தான் அந்த நபரும் நடந்தார்.

"உம்! இதுல ஏறு" என்றார் பாலாவை நோக்கி. அவன் திகைத்துப் போனான்.

"நான் வேணும்னா ஏறவா சார்? அவனுக்கு மரம் ஏறத் தெரியாது" என்றான் வெங்கி. அவனை விழித்துப் பார்த்தார் அந்த மனிதர். அவரது நீண்ட பெரிய வ்ழிகளில் ஏளனம்.

"நான் சொன்னதை மட்டும் தான் நீங்க செய்யணும். உம் பாலா..." என்றார்.

தயங்கித்தயங்கி மரத்தின் அருகில் சென்றான் பாலா. என்ன தோன்றியதோ தெரியவில்லை, ஏற ஆரம்பித்தான். கிளைகள் எல்லாம் வாகாக வளைந்து கொடுப்பது போலத் தோன்றியது. ஒரு குறிப்பிட்ட உயரம் வந்ததும் போதும் என்றார் அந்த நபர்.

"நீ உக்காந்திருக்குற இடத்துக்குப் பக்கத்துல ஒரும் பொந்து இருக்கா பாரு"

இருந்தது.

"அதுல கையை விடு!"

தயங்கினான் பாலா. மரப்பொந்து, அதில் என்ன இருக்குமோ? ஏதேனும் பாம்பு இருந்து கடித்து விட்டால் என்ன செய்ய? என்று அவன் யோசிக்கும் போதே பாம்பு ஒன்று சரசரவென அந்தப் பொந்திலிருந்து வெளியே வந்தது. நடுங்கிப் போனான் பாலா. கத்தவும் வாய் வராமல் அப்படியே அமர்ந்திருந்தான். ஆனால் பாம்பு அவனை ஒன்றும் செய்யவில்லை. ஒரு முறை தலையைத் திருப்பிப் பார்த்து விட்டுப் போய் விட்டது.

“அவன் தான் போயிட்டானே? இப்ப கையை விடு” என்றார் கீழே நின்றிருந்தவர். மற்றவர்களுக்கு என்ன வந்தது? என்ன போய் விட்டது? எனச் சொல்கிறார் என எதுவும் புரியவில்லை. பாலா நடுங்கும் கரங்களை அந்தப் பொந்தில் நுழைத்தான். ஏதோ தட்டுப்பட சட்டெனக் கைகளை எடுத்து விட்டான். உடலெங்கும் வியர்வை.

“தேடி அலைவீங்க! கெடச்சா கையை உதறுவியா நீ? எடு! எடு!” என்றார் அந்த நபர். மீண்டும் கைகளை விட்டுத் துழாவ ஏதோ துணி போலத் தென்பட்டது. அதை அப்படியே எடுத்தான்.

“கெடச்சிருச்சு இல்ல! கீழே இறங்கு. அவன் தூங்கணும்.” என்றார் அவர். பதிலே பேசாமல் ஒரு கையால் அந்தத் துணி மூட்டையைப் பிடித்துக்கொண்டு மெல்ல இறங்கினான். பாலா கீழே இறங்கியதும் மீண்டும் அந்தப் பாம்பு வந்து பொந்தில் புகுந்து கொண்டது. கீழே நின்றிருந்தவர்களில் வெங்கி கையை நீட்டினான்.

“நீ இல்ல! திவ்யா நீ வாங்கு” என்றார் அந்த நபர். அவருக்கு அதிகாரமாகத்தான் பேச வருமோ? என நினைத்தான் வெங்கி. திவ்யா முன்னால் வந்து அந்த துணி மூட்டையை வாங்கிக்கொண்டாள். அதைத் தொட்டதும் அவளது தொண்டையில் இருந்து அலறல் கிளம்பியது. அவளது தலையில் கை வைத்தார் அந்த நபர். சட்டென அமர்ந்து விட்டாள் திவ்யா.

“சார்! நீங்க என்ன மந்திரவாதியா? என்னென்னமோ சொல்றீங்க? என்னென்னமோ செய்யுறீங்க? நீங்க யாரு சார்?” என்றான் வெங்கி சற்றே கோபமாக.

“உனக்கு கோபம் மட்டும் அடங்கலியோ? நான் யாரா இருந்தா உனக்கென்ன? உதவி தானே செய்யுறேன். பேசாம இரு.” என்றவர் பாலாவை நோக்கினார்.

“கோயிலுக்குள்ள தீர்த்தம் இருக்கும். போயி எடுத்து வந்து உன் தங்கச்சிக்குக் குடு” என்றார். அப்படியே செய்தான் பாலா. ஒரு வாய் தீர்த்தம் உள்ளே போனதும் தெளிந்தாள் திவ்யா. சட்டென அந்த நபரை வணங்கினாள்.

“நீங்க யாரு என்னன்னு தெரியல்ல! ஆனா இதுக்குள்ள என்ன இருக்குன்னு எனக்குத் தெரிஞ்சிரிச்சு. வண்டிமறிச்சியம்மன் கொடுத்த அம்புகளை நான் இந்த மரத்துல தான் மறைச்சு வெச்சேன். இது என்னோட புடவை முந்தானை. எனக்கு நல்லா

நினைவு வந்துட்டுது. ஆனா இத்தனை வருஷம், காத்து, மழை எல்லாத்தையும் தாங்கிக்கிட்டு, எப்படி இந்த துணி மூட்டை அப்படியே பத்திரமா இருந்ததுன்னு தான் தெரியல்ல.'' என்றாள்.

''நாகன் காவலா இருந்தானே? அதனால தான். சரி சரி! அம்பு கெடச்சிருச்சு இல்ல. இனிமே அடுத்ததைப் பார்ப்போம்.'' என்றார். அது வரையில் அமைதியாக இருந்த ஜோசியர் வாயைத் திறந்தார்.

''அம்பு கெடச்சு என்ன பிரயோஜனம்? நித்யமல்லியை வரவழைக்கணும். அதுவும் போக காட்டு பங்களாவுல வாளும், குத்தீட்டியும் எங்கே இருக்குன்னு எப்படிக் கண்டு பிடிக்க? இன்னும் ஒரு நாள் கூட முழுசா இல்லியே? நாளை ராத்திரி இந்நேரத்துக்கு நித்யமல்லியை அழிச்சிருக்கணும். நெனச்சாலே கலக்கமா இருக்கு.'' என்றார். மற்றவர்களுக்கும் அதே கலக்கம் தான்.

''உங்களுக்கெல்லாம் நம்பிக்கை போதாது. கடவுள் மேல நம்பிக்கை வெச்சா முழுசா வெக்கணும். இது வரையில நடந்தது எல்லாம் நீங்களாவா செஞ்சீங்க? எல்லாம் கடவுள் அருளால தானே நடந்தது இல்ல? இனியும் ஏன் அப்படி நடக்காதுன்னு நினைக்கறீங்க?'' என்றார் அவர்.

''சாரி சார்! தெரியாமப் பேசிட்டோம். அடுத்தது என்னன்னு சொல்லுங்களேன்'' என்றான் வெங்கி பணிவாக.

''சரி! இப்ப என்ன? உங்களுக்கு நித்யமல்லியை வரவழைக்குற வழி தெரியணும். இல்லியா?'' என்றார். ஆனால் பதிலுக்குக் காத்திராமல் அவரே பேச ஆரம்பித்தார்.

''வெங்கடேஷ்! இதுக்கு நீ தான் முக்கியத் தேவை. நித்யமல்லி நீ கூப்பிட்டா மட்டும் தான் வருவா. நாளைக்கு அவ உன்னோட சேரணும்னு திட்டம் போட்டுக்கிட்டு இருக்கா. அதுக்கான இடத்தையும் அவ தேர்ந்தெடுத்துட்டா. அவ தேர்ந்தெடுத்த இடமும் காட்டு பங்களா தான். ஆனா அவ உன்னை அழைக்கிறதுக்கு முன்னால நீ அவளை அழைக்கணும். நீ அழைக்குறது அவ கூட சேரத்தான்னு அவ நம்பணும். அப்படி அவ வந்ததும், நீங்க உங்க தாக்குதலை ஆரம்பிக்கலாம். ஆனா இதுல ஒரு விஷயம் நீங்க நல்லா கவனிக்கணும்.''

''சொல்லுங்க சார்!''

“வெங்கடேஷ் அவளைக் கூப்பிட்டது அழிக்குறதுக்காகத்தான், கூடலுக்காக இல்லைன்னு நித்யமல்லிக்குத் தெரிஞ்சதுமே அவளுக்கு பயங்கரமா கோபம் வரும். அந்தக் கோபத்துல அவ அவன் உசிரை எடுக்க நினைப்பா. அதனால வெங்கடேஷ் நீ நாளைக்கு அவளைக் கூப்பிடும் போது நீ உயிர்த் தியாகம் செய்யவும் தயாரா இருக்கணும். அதுக்கு நீ தயாரா?” என்றார்.

சற்று யோசித்தான் வெங்கடேஷ்.

“அனைவரது வாழ்க்கைக்கும் ஏதாவது அர்த்தம் இருக்கும். நான் கடவுளால் இந்த நல்ல காரியத்துக்காகத் தேர்ந்தெடுக்கப் பட்டிருக்கிறேன். இதில் என் உயிர் போனால் தான் என்ன? மனித குலத்துக்கே நன்மை செய்யும் பெரும்பணியில் என் உயிர் போனால் அது எனக்குப் பெருமை தானே? ஒருவேளை நான் உயிர்த்தியாகம் செய்த பிறகும் நித்யமல்லியைக் கட்ட முடியவில்லையென்றால் என்ன செய்ய?”

“என்ன யோசிக்குற?”

“இல்ல...வந்து.....நான் உயிர்த்தியாகம் செய்யத் தயார் தான். ஆனா.... அதுக்குப் பிறகு நித்யமல்லியை அழிக்க முடியலைன்னா?”

“நல்ல கேள்வி தான். அதுக்கு திவ்யாவும், பாலாவும் தான் பதில் சொல்லணும்.” என்றார் புதிராக.

“எங்களால என்ன பதில் சொல்ல முடியும் சார்? வெங்கி இல்லாத வாழ்க்கை எனக்குத் தேவையே இல்ல!” என்றாள் திவ்யா.

“சபாஷ்! இதை நீ எப்பவுமே மனசுல வெச்சிக்கோ. பாலா, திவ்யா ஒரு வேளை வெங்கி உயிர்த்தியாகம் செஞ்சுட்டான்னு வெச்சிக்குங்க. அப்ப திட சித்தத்தோட உங்களால நித்யமல்லியோட போராட முடியுமா?”

“நிச்சயமாப் போராடுவோம் சார்! ஏன்னா என் நண்பனோட தியாகம் வீண் போகக் கூடாது.! என்றான் பாலா உணர்ச்சியுடன். அவர்களை நோக்கி சிரித்தார் அவர்.

“நல்லது! இப்ப நான் வழிமுறையச் சொல்றேன். கோயிலுக்குள்ள போய் உக்காந்து பேசுவோம்“ என்று அந்த நபர் அவர்களை முன்னால் போகச் சொல்லிவிட்டு தான் அடி எடுத்து வைத்தார். அவர் அந்த இடத்தை விட்டு நகர்ந்ததும் ஒரு பெரிய கிளை

அப்படியே முறிந்து விழுந்தது. அவர்கள் அதன் கீழே நின்றிருந்தால் அவர்கள் கதி அதோ கதி தான்.

"ஊம்! திரும்பிப் பாக்காம போங்க" என்றார். அப்படியே செய்தனர். கோயிலுக்குள் அவரைச் சுற்றி வட்டமாக அமர்ந்து கொண்டனர்.

"நாளைக்கு மதியமே நீங்க காட்டு பங்களாவுக்குப் போயிருங்க. போகும் போது வனப்பேச்சியம்மன் கோயில்ல இருந்து பிடிமண் எடுத்துட்டுப் போங்க. அங்க உங்க கண்ணுல முதல்ல வாள் படும். வெங்கி நல்லா நினைவு படுத்திப் பாரு, நீயும் பாலாவும் முத முத கன்னிமார் துறைக்குப் போயி நித்யமல்லியோட வசியத்துக்கு ஆட்பட்டு அவ கட்டை அவுத்து விடும் போது ஒரு வாள் உங்க கண்ணுல பட்டது. அதை எடுக்கணுமான்னு கூட நீ அவளைக் கேட்ட! நல்லா நினைவு படுத்திக்கோ." என்றார்.

அவர் பேசப் பேச பாலாவுக்கும், வெங்கிக்கும் நன்றாக நினைவு வந்து விட்டது. அந்த பங்களாவின் கூடத்தில் மாடிப்படிக்கு எதிர்பக்கம் இருந்த சுவரில் ஒரு வாள் தொங்கிக்கொண்டிருந்தது நினைவுக்கு வந்தது.

"ஆமா சார்" என்றனர் இருவரும்.

"அது தான் சொரிமுத்தையன் உங்களுக்கு கொடுத்த வாள். அதை எடுத்துக்கப்பா வெங்கி நீ! நீ அதைத் தொட்டதுமே குத்தீட்டி இருக்குற இடம் உங்களுக்குத் தெரிய வரும். அதையும் எடுத்து வெச்சிக்குங்க. இப்ப அம்பும் கெடச்சிருச்சு. மூணையும் ஒண்ணா வெச்சு, கரியமாணிக்கமும் ஜோசியரும் பூஜை செய்யட்டும். வனப்பேச்சி கோயில்ல இருந்து எடுத்த பிடி மண்ணை அது மேல தடவுங்க. அப்ப அந்த ஆயுதங்களை உங்களால தடையில்லாம பயன் படுத்த முடியும். அதன் பிறகு தான் ஜோசியரே! உங்க வேலை" என்றார்.

திடுக்கிட்டார் ஜோசியர்.

"நானா? நான் என்ன செய்யணும்?"

"உங்க வீட்டுல பிரம்மராட்சசி அம்மன் சிலைக்குப் பின்னால ஒரு ஓலைக்கட்டு இருக்கு இல்ல?"

வியப்புக்கு மேல வியப்பு அனைவருக்கும்.

“இருக்கு! ஆனா அதை எடுக்கவே கூடாதுன்னு எங்கப்பா, தாத்தா, எல்லாரும் சொல்லி வெச்சிருக்காங்க?”

“அதே தான். அதைப் படிக்க வேண்டிய காலம் வந்தாச்சு. நீ அதைப் படி. அதுல சில குறிப்புக்கள் இருக்கும். அது படி நீ செய்யணும். அதன் பிறகு வெங்கடேஷ் கூடத்தோட நடு மையத்துல உக்காந்து நித்யமல்லியை மனதால நினைக்கணும். அதுவும் எப்படி? உன்னோட நான் சேருற நேரம் வந்தாச்சு. எனக்கு திவ்யா தேவையில்ல. நீ தான் வேணும்னு அவன் மெல்ல சொல்லிக்கிட்டே இருக்கணும். அப்ப அவ வருவா. அதன் பிறகு நடக்கப்போறது உங்களோட மன உறுதியில தான் இருக்கு.” என்றார்.

மனதினுள் ஏராளமான பயம். இவர் சொல்வது எல்லாமே மிக எளிதாகத்தான் இருக்கிறது. ஆனால் செய்யும் போதல்லவா கஷ்டம் தெரியும் என யோசித்தனர்.

“எங்க எல்லாரைப் பத்தியும் தெரிஞ்சு வெச்சிருக்கீங்க. ஆனா உங்களைப் பத்தி எதுவுமே சொல்ல மாட்டேங்கறீங்களே? சொல்லுங்க! நீங்க சித்தரா? மந்திரவாதியா?” என்றான் வெங்கி.

“எப்படி வேணும்னாலும் வெச்சுக்கோ! உலகத்துலயே பெரிய மாயக்காரன் நான்.” என்றார் அந்த நபர்.

அவர்கள் பேசாமல் அவரைப் பார்த்த வண்ணம் இருந்தனர்.

“என்ன அப்படிப் பார்க்கறீங்க? இப்ப தூங்குங்க. நாளைக்கு உங்களுக்கு நிறைய வேலை இருக்கு. நானும் இப்படி ஓரமா சாஞ்சிக்கறேன்.” என்று சொல்லி விட்டு படுத்து விட்டார்.

அதிகாலையிலேயே பறவைகளின் சத்தம், குரங்குகளின் கத்தல் இவைகள் எழுப்ப சட்டென எழுந்து அமர்ந்தான் வெங்கி. அவனைத் தொடர்ந்து பாலா, திவ்யா, ஜோசியர் எழுந்தனர். எழுந்ததுமே அவன் பார்வை இரவு நேரத்தில் வந்த நபரைத் தேடியது. அப்படி ஒருவர் வந்ததற்கான சுவடே இல்லை.

“பாலா! நேத்து ராத்திரி வந்தவர் எங்கே?”

“அவரைத் தான் நானும் தேடுறேன். காணலியே?”

“பாலா எடுத்தானே ஒரு துணிப்பொட்டலம். அதையும் காணோமே?” என்றாள் திவ்யா. அவர்கள் விழிகளில் குழப்பம்.

சட்டென அப்படியே அமர்ந்தார் ஜோசியர்.

"என்ன ஐயா? என்ன செய்யுது உங்களுக்கு?" என்றாள் திவ்யா பயத்தோடு.

"உங்களுக்குப் புரியலியாப்பா? நாம கண்டது அத்தனையுமே கனவு. அந்த அழகிய பெருமாளே நம்ம கனவுல வந்து, வழி காமிச்சிருக்காருப்பா. அதனால தான் நம்ம நாலு பேருக்கும் ஒரே விதமான கனவு வந்திருக்கு." என்றார். அவரது உடலே ஆடிக்கொண்டிருந்தது.

சிலிர்த்துப் போனார்கள். கண்களில் நீரோடு பெருமாளை வணங்கினார்கள். சுறுசுறுப்பானார் ஜோசியர்.

"சாமி சொன்னா மாதிரி, நமக்கு நிறைய வேலை இருக்குப்பா. முதல்ல பாலா போய் அந்த அம்புகளை எடுக்கட்டும், அதை திவ்யா வாங்கிக்கட்டும். நான் கீழே இறங்கி நேரே எங்க வீட்டுக்குப் போயி, சாமி சொன்ன சுவடிக்கட்டை எடுத்துப் படிக்கறேன். அப்புறம் என்ன செய்யலாம்னு யோசிப்போம். உம் புறப்படுங்க. பாலா முதல்ல போய் அந்த மரத்துல இருந்து அம்புகளை எடு. திவ்யா அதை வாங்கிக்கோ." என்றார்.

அப்படியே ஓடினார்கள் மூவரும். இரவு அவர்கள் பார்த்த மரம் நன்றாகவே அடையாளம் தெரிந்தது. அதில் பாலா ஏற ஏற கனவில் பார்த்தது போலவே மரம் வாகாக வளைந்து கொடுத்தது. பொந்தின் அருகே வந்ததும் தயங்கினான் பாலா. அவன் எதிர்பார்த்தது போலவே பெரிய நாகப்பாம்பு ஒன்று சரசரவென இறங்கிப் போனது. மனதைத் திடப்படுத்திக்கொண்டு கைகளை உள்ளே விட துணி மூட்டை தட்டுப்பட்டது. அதை எடுத்ததும் மெல்லிய அதிர்வு தோன்ற அப்படியே இறங்கினான் பாலா. அதை பணிவோடு தன் கைகளில் வாங்கிக்கொண்டாள் திவ்யா. அவள் உடல் நடுங்கியது.

"முதல்ல அவளோட கண்ணைத்தான் குத்தணும். அதைத்தான் நான் முதல்ல செய்யணும்.." என சொல்லிக்கொண்டே இருந்தாள். அவளைப் பார்த்தால் ஏதோ பித்துப் பிடித்தவள் போலத் தோன்றியது. ஜோசியர் சட்டென கோயிலுக்குள் சென்று அங்கே இருந்த தீர்த்தத்தை எடுத்து வந்து வாயில் புகட்டினார். சற்று நேரத்தில் சரியாகி விட்டாள். நிம்மதியானது அனைவருக்கும்.

"நமக்குக் கனவுல வந்தது வெறும் காட்சியில்ல! பெருமாள் நமக்குக் காட்டிய வழி! அது படியே நாம செஞ்சுக்கிட்டே போக வேண்டியது தான். இப்ப அடுத்த படி நாம கீழே இறங்கணும். ஆனா எப்படி?

நடந்து போனா மாலை ஆகிருமே?'' என்று கவலைப்பட்டார் ஜோசியர். அவரது கேள்விக்கு பதிலே போல ஜீப்பின் ஹாரன் ஒலி கேட்டது. அவசரமாக துணி மூட்டையை தனது பைக்குள் பத்திரப்படுத்தினாள் திவ்யா. அவர்களை முந்தைய நாள் மலைக்கு மேலே அழைத்து வந்த அதே ஜீப், அதே டிரைவர். கூடவே குருக்களும். இவர்களை உயிரோடு பார்த்ததும் நிம்மதிப் பெருமூச்சு விட்டனர் ஜீப் டிரைவரும், குருக்களும்.

''தப்பா நினைக்காதீங்க சார்! நேத்து காத்து வீசுனப்போ, எங்களுக்கு என்ன ஆச்சுன்னே தெரியல்ல. வண்டியை எடுத்துட்டுக் கீழே போகணும்னு மட்டும் தான் தோணுச்சு. அதான்.... நாங்க....போயிட்டோம். நல்லவேளை, உங்களுக்கு ஒண்ணும் ஆகலையே?'' என்றார் ஜீப் டிரைவர்.

''ராத்திரியெல்லாம் எனக்குத் தூக்கமே இல்லை. இப்படி வந்தவளை நிர்க்கதியா விட்டுட்டு வந்துட்டோமேன்னு மனசு உறுத்திண்டே இருந்தது. அதுவும் சின்னப் பொண்ணு வேற இருக்கா. அதான் காலையில விடிஞ்சும் விடியாம, ஜீப்பை எடுத்துண்டு வந்துட்டோம்'' என்றார் குருக்கள்.

''எங்களுக்கு எதுவும் ஆகல. எல்லாமே அந்தப் பெருமாள் அருள் தான்.''

''சரி ஜீப்புல ஏறுங்கோ. கீழே போயிடலாம்'' என்றார் குருக்கள். அனைவரும் ஏறிக்கொள்ள ஜீப் விரைந்தது.

அத்தியாயம் 29

காலை நேரம் அதிக டிராஃபிக் இல்லாததால் எட்டு மணிக்கெல்லாம் அம்பாசமுத்திரம் வந்து, ஜோசியரின் வீட்டை அடைந்து விட்டார்கள். அனைவரிடமும் ஒரு பரபரப்புத் தொற்றிக் கொண்டிருந்தது. மலையிலிருந்து இறங்கும் போதே வெங்கியின் ஃபோனில் அழைப்பு வந்தது. ஆச்சரியத்தோடு எடுத்துப் பார்த்தவனுக்கு இனிய அதிர்ச்சி. கரியமாணிக்கம் தான் அழைத்தார். அவர் சொன்ன விஷயம் அதை விட இன்ப அதிர்ச்சியாக இருந்தது. அதை நண்பர்களோடு பகிர்ந்து கொண்டான்.

“பாலா! கரியமாணிக்கம் சாருக்கும், திவ்யாவோட அம்மாவுக்கும் உடம்பு நல்லா ஆயிரிச்சாம். அவங்க இன்னைக்குக் காலையில நெல்லை வந்து இறங்கிட்டாங்களாம் டிரெயின்ல. சித்தரம்மாவால தான் இந்த அதிசயம் நடந்ததுன்னு சொல்றாரு கரியமாணிக்கம் சார்.” என்றான்.

மகிழ்ச்சியில் பேச்சே வரவில்லை திவ்யாவுக்கும் பாலாவுக்கும்.

“உடனடியா அவங்களை கார் எடுத்துக்கிட்டு அம்பாசமுத்திரம் வரச் சொல்லுப்பா. எல்லாரும் ஒண்ணா காட்டுபங்களாவுக்குப் போயிரலாம்.” என்றார் ஜோசியர். அவ்வாறே ஃபோன் செய்து சொல்லி விட்டான் வெங்கி.

“அம்மாவுக்கு சரியாயிரும்னு டாக்டரே சொல்லிட்டாரு. ஆனா கரியமாணிக்கம் சாருக்கு குணமாக பத்து நாளாகும்னாங்களே? ரெண்டே நாள்ல எப்படி சரியானாரு?” என்றான் பாலா.

“எல்லாம் அந்த இறைவன் கருணை தான். எப்படியோ, நம்ம பிரச்சனைகளுக்கு நல்ல முடிவு வரப்போகுது.” என்றார் ஜோசியர்.

அவரது வீட்டுக்கு வந்து குளித்து முதல் வேலையாக பிரம்ம ராட்சசி அம்மன் பின்னால் இருந்த ஏட்டுக்கட்டைப் பிடித்து படித்தார் அவர்.

“பாலகனின் பெயர் கொண்டவன் இந்த ஏட்டைப் படிப்பான். அவன் ஐவரை அழைத்துக்கொண்டு காட்டு விடுதிக்குச் செல்ல வேண்டும். அங்கே இருக்கும் வாளையும் குத்தீட்டியையும் எடுத்த உடன் அவற்றை பூஜை செய்யும் பொறுப்பை ஒருவன் ஏற்பான். அப்போது நித்யமல்லியின் அட்டகாசம் அதிகரிக்கும். அதைத் தடுக்கவே பாலகனின் பெயர் கொண்டவனின் பணி. பிரம்ம ராட்சசி

அம்மனுக்கும், வனப்பேச்சிக்கும் பூஜை செய்த பூக்களை நிறைய எடுத்துச் சென்று அவற்றை சுற்றிலும் பரப்ப வேண்டும். அதோடு என்ன ஆனாலும் கண்களைத் திறவாமல் ஐந்தெழுத்து மந்திரத்தை உச்சரித்தபடி இருக்க வேண்டும். அப்போது தான் மற்றவர்களால் நித்யமல்லியை அழிக்க முடியும். கூடுமானவரை உயிர்ப்பலி ஏற்படுவதைத் தவிர்க்க முயல வேண்டும்.

படித்ததும் திவ்யாவுக்கு மீண்டும் வெங்கியின் உயிர்த்தியாகம் செய்ய வேண்டும் என்ற பெருமாளின் வார்த்தை நினைவு வர முகம் வாடியது. அவளைத் தேற்றினான் பாலா. ஜோசியரும் பெரிய பை நிறைய பூக்களை எடுத்துக்கொண்டார். அதோடு விபூதி, ருத்திராட்சம் என எடுத்துக்கொண்டு தயாரானார். வெங்கியும் மற்றவர்களும் தயாரானார்கள். பாலாவுக்குப் பேச்சே வரவில்லை. வெங்கி திட மனதோடு இருந்தான். ஒன்பது மணிக்கெல்லாம் சிவகாமி அம்மாளும், கரியமாணிக்கமும் வந்து விட்டனர். அவசரமாக அவர்கள் ஏறி வந்த காரிலேயே மீண்டும் பாவநாசம் கிளம்பினார்கள்.

செல்லும் வழியில் கரியமாணிக்கத்துக்கும், சிவகாமி அம்மாளுக்கும் நடந்தது அத்தனையும் மெல்லிய குரலில் சொன்னபடி வந்தாள் திவ்யா. அதைக் கேட்க கேட்க அவர்களுக்கும் பரபரப்பானது. பத்தரை மணி அளவில் பாவநாசத்தை அடைந்தார்கள். மலைப்பாதையில் பயணித்து சொரிமுத்தையனார் கோயில் வரை சென்று பின்னர் அங்கிருந்து கால்நடையாக காட்டுபங்களாவுக்குச் செல்ல வேண்டும்.

“சாமி கும்பிட்டுப் போகலாம். பெரிய காரியத்துக்காக வந்திருக்கோம். யாருக்கும், எந்த பாதிப்பும் இல்லாம எல்லாத்தையும் அவங்க தான் நல்ல படியா நடத்திக்குடுக்கணும்.” என்றார் கரியமாணிக்கம். அதன் படியே அனைவரும் கோயிலில் நுழைந்தார்கள். கூட்டமே இல்லை. வெங்கி, திவ்யா, பாலா இதற்கு முன்னால் அந்தக் கோயிலுக்கு வந்ததில்லை என்ற போதிலும் கூட அவர்களுக்கு பழைய நினைவுகள் வந்தன. நிலம் பட விழுந்து வணங்கினார்கள்.

“சொரிமுத்தையனாரே! சங்கிலி கருப்பா! இதுவரைக்கும் எங்களை எல்லா ஆபத்துல இருந்தும் காப்பாத்துனீங்க! இப்பவும் அதே மாதிரி காப்பாதுங்க. இன்னைக்கு பௌர்ணமி. இன்னைக்குத்தான் நித்யமல்லியை அழிக்கக் கடைசி நாள். எங்களால் ஆன எல்லா முயற்சிகளையும் நாங்க செய்வோம். அதை வெற்றிகரமா முடிச்சுக்குப்பா.” என்று வேண்டினான் வெங்கி. அதே போல

பாலாவும், திவ்யாவும் வேண்டிக்கொண்டனர். பிரம்ம ராட்சசி அம்மன் சன்னதியில் திவ்யா அமைதியாக அமர்ந்தாள்.

“தாயே! எப்பவோ எனக்கு நீ அம்புகளைக் கொடுத்ததா நினைவுக்கு வருது. அவற்றை நான் சரியாப் பயன்படுத்தாததால எங்க அண்ணன் உசிரும், ஆதித்தன் உசிரும் போயிடுச்சு. அதுக்குப் பிறகு வாழப் பிடிக்காம நானும் போயிட்டேன். ஆனா இந்த தடவை அப்படி ஆகக் கூடாது அம்மா. பல ஜென்மங்களா நாங்க காத்திருக்கோம். மனசறிஞ்சு யாருக்கும், எந்தத் தீங்கும் செய்யல்ல. நானும் வெங்கியும் கல்யாணம் செய்துக்கிட்டு இந்த உலகத்துல வாழணும்னு எனக்கு ரொம்ப ஆசையா இருக்கு. எங்க அண்ணன் பாலாவும் அவருக்கேத்த பொண்ணோட வாழ்க்கையை ரசிக்கணும். இதெல்லாம் நீ மனசு வெச்சா நடக்கும். எனக்கும், பாலாவுக்கும், வெங்கிக்கும் மனசுல தைரியத்தையும், உறுதியையும் குடு அம்மா!” என்று வேண்டினாள்.

அங்கிருந்து நடக்க ஆரம்பித்தார்கள்.

கன்னிமார் துறையிலிருந்து தான் வெங்கியும் பாலாவும் அந்த பங்காளாவைப் பார்த்தார்கள் என்பதால் அங்கு சென்றால் தான் அவர்களுக்கு வழி தெரியும் எனத் தோன்றியது. ஆகவே அனைவரும் கன்னிமார் துறையை அடைந்தார்கள். குறிப்பிட்ட இடத்தை அடைந்ததும் வெங்கிக்கு வழி நினைவுக்கு வரவே நடந்தார்கள். சென்ற முறை நடந்த போது எதுவும் தெரியாது. ஆகையால் தயக்கம் இருந்தாலும் பயமின்றி நடந்தார்கள். ஆனால் இம்முறை நாம் எங்கே செல்கிறோம்? அங்கே என்ன நடக்கலாம்? எனத் தெரிந்திருந்ததால் நடையில் தயக்கம் இருந்தது. ஆனால் மனம் உறுதியாக இருந்தது.

நடக்க நடக்க அந்த பங்களா அவர்கள் கண் முன்னால் விரிந்தது. வெங்கியும், பாலாவும் பார்த்ததற்கு முற்றிலும் எதிர்மாறாக இருர்ந்தது. முட்புதர்களும் பலவிதமான காட்டுச் செடிகளும் அடர்ந்து மிகவும் பாழடைந்து கிடந்தது அது. நம்பவே முடியாமல் பார்த்தனர். தங்களது உணர்வுகளைப் பகிர்ந்து கொண்டனர்.

“எல்லாமே அந்த நித்யமல்லியோட மாயம் தம்பி. உங்களுக்கு நல்லா நினைவு இருக்கா? இந்த இடம் தானா?” என்றார் ஜோசியர். தலையசைத்து ஆமோதித்தனர் இருவரும். அந்தப் பகல் நேரத்திலேயே பங்களா இருண்டு காணப்பட்டது. முதலிலேயே தயாராக வந்ததால், விளக்கு, எண்ணெய், மெழுகுவர்த்தி, டார்ச்

லைட் என சகல ஏற்பாடுகளோடும் வந்திருந்தனர். ஜோசியர் முதலில் டார்ச் அடித்தபடி முன்னால் செல்ல, அவரைத் தொடர்ந்து கரியமாணிக்கமும், பின்னால் வெங்கி, பாலா திவ்யா கடைசியாக சிவகாமியம்மாள் என உள்ளே நுழைந்தனர். வெளியில் இருந்ததற்கும் உள்ளேயும் கொஞ்சம் கூட சம்பந்தமே இல்லை. சுத்தமாக காணப்பட்டது அந்த பங்களாவின் உட்புறம். அவர்கள் முன்னர் வந்த போது எடுத்த பூஜாடிகள் கீழே கிடந்தன. சட்டென நினைவு வர அதை ஒட்டிய சுவரைப் பார்த்தான் வெங்கி. நீண்ட கூர்மையான வாள் தொங்கிக்கொண்டிருந்தது. ஆனால் அது பளபளப்பே இல்லாமல் கருப்பாக இருந்தது.

“இந்த வாளா இருக்க முடியாது வெங்கி. ஏன்னா சாமி குடுத்த வாள் வெள்ளியால ஆனாதுன்னு சொன்னாங்க இல்ல? இது இப்படிக் கருத்துப் போயி இருக்கே?” என்றாள் திவ்யா.

அவளது குரல் மெலிதாக இருந்தாலும் பயங்கரமாக எதிரொலித்தது. அவளது குரல் ஒலித்ததும், ஏதோ ஒன்று அறுபடும் சத்தம் மிகவும் மெலிதாகக் கேட்டது. சிவகாமியம்மாள் பாய்ந்து திவ்யாவை இழுத்து தள்ளினாள். அவள் நின்றிருந்த இடத்தில் மிகச் சரியாக மேலே இருந்த சாண்டிலியர் விளக்கு, மிகவும் கனமானது அப்படியே விழுந்து நொறுங்கியது. நடுங்கிப் போயினர் அனைவரும்.

“இதுக்குத்தான் ஒரு தாய் கூட வரணும்னு வனப்பேச்சி நினைச்சிருக்கா போல! தாய்க்கு மட்டும் தான் தன் குழந்தையைக் காப்பாத்தணும் என்ற போது உள்ளுணர்வு நல்ல முறையில் செயல்படும்.” என்றார் ஜோசியர். உடல் நடுங்கியது திவ்யாவுக்கு. வெங்கிக்கோ பேச்சே வரவில்லை. ஒரு விநாடி நேரம் தாமதித்திருந்தால் கூட திவ்யா நிச்சயம் கூழாகி இருப்பாள்.

“இனிமே நாம ரொம்ப ஜாக்கிரதையா இருக்கணும். சின்ன சத்தம் கேட்டாக் கூட நாம நிக்குற இடத்துல இருந்து கொஞ்சம் தள்ளிப் போயிரணும். என்ன?” என்றான் வெங்கி. அனைவரும் மௌனமாகத் தலையாட்டினர். இந்த பங்களாவிலிருந்து உயிரோடு மீண்டு போவோம் என யாருக்கும் நம்பிக்கையே இல்லை.

ஓலையில் சொன்னபடியும், மலை நம்பி கோயிலில் கனவில் வந்த இறைவன் சொன்னபடியும் பூஜைக்கான களத்தை அமைத்தார்கள். விளக்கேற்றியதுமே அந்த இடமே பிரகாசமானதாக ஆகி விட்டது. மிகுந்த பய பக்தியோடு பாலாவின் தோள்கள் மேல் ஏறி அந்த

வாளை எடுத்தான் வெங்கி. அதைத் தொட்டதுமே அவன் கையில் அது வந்து விட்டது. ஆனால் மயக்கம் வர சமாளித்துக்கொண்டான் வெங்கி. வாளின் நுனி தானாக சுழல்வதாகத் தோன்ற அதை இலகுவாகப் பிடித்தான். அவனது கைகளில்,சுழன்று மாடிப்படியில் ஒரு இடத்தைக் காட்டியது அதன் நுனி. அதன் நுனியிலும் மெல்லிய அதிர்வு தோன்றியது. வாளின் நுனி காட்டும் இடத்தில் தான் குத்தீட்டி இருக்க வேண்டும் என நினைத்து அந்தப் படியைக் கவனித்தனர். மரத்தால் செய்யப்பட்ட படி. வித்தியாசமாக எதுவும் தெரியவில்லை.

படியின் மேல், பக்கவாட்டில் என எல்லா இடத்திலும் தேடிப்பார்த்தனர். பலன் இல்லை. எங்கேயும் குத்தீட்டி இருந்ததற்கான அடையாளம் கூட இல்லை. ஒரு வேளை நித்யமல்லி இருந்த அறையில் இருக்கலாமோ? ஏனெனில் வாளின் நுனி காட்டும் திசையில் தான் அந்த அறையும் இருக்கிறது என எண்ணி அதை நோக்கி நடந்தான் பாலா. அறையில் நுழைவு வாயிலை நெருங்கியதுமே பலமாகத் தூக்கியெறியப்பட்டான். நுழைவாயிலின் குறுக்கே நெருப்பால் கம்பிகள் போல அமைந்திருந்தன. திரும்பிப் பார்த்த போது ஜோசியரும், கரியமாணிக்கமும் பூஜையைத் தொடங்கியிருந்தனர். தீய சக்தி இருந்த அறையின் உள்ளே போக விடாமல் தடுத்தது வனப்பேச்சி தான் எனப் புரிந்து கொண்டனர்.

நேரமோ கடந்து கொண்டே இருந்தது. இன்னமும் குத்தீட்டியைக் கண்டு பிடிக்கமுடியவில்லை. அதைக் கண்டு பிடித்ததும் தான் மூன்று ஆயுதங்களுக்கும் பூஜை செய்து இரவுக்குள் நித்யமல்லியை வெங்கி வரவழைக்க வேண்டும். இன்னமும் குத்தீட்டிக் கண்ணில் படவே இல்லையே? எனக் கவலையோடு யோசித்தனர். சட்டென ஏதோ பொறி தட்ட, திவ்யா வாள் நுனி சுட்டிக்காட்டிய படியை கூர்ந்து கவனித்தாள். பக்கவாட்டில் நின்று பார்த்தாள். கீழே இருந்து ஐந்தாவது படியைத்தான் அவள் கவனித்தாள். பக்கவாட்டில் பார்க்கும் போது படி செவ்வகமாகக் காட்சியளித்தது. அதன் நடுவே ஏதோ வரி போலத் தென்பட உற்றுப் பார்த்தாள். சதுர வடிவம் தெரிந்தது. அந்தச் சதுரத்தின் நடுவே நுண்ணிய கைப்பிடி ஒன்று அமைக்கப்பட்டிருந்தது. மரத்தின் நிறத்திலேயே அது இருந்ததால் கூர்ந்து கவனித்தாலன்றித் தெரியாது. உள்ளுணர்வு உந்த அந்தக் கைப்பிடியைப் பிடித்து மெல்ல இழுத்தாள். ஒரு சிறிய அறை போல திறந்து கொண்டது. அதன் நடுவே மிகவும் மங்கிய ஈட்டி ஒன்று இருந்தது.

திவ்யா செய்வதை பார்த்துக்கொண்டே வந்த பாலாவும் வெங்கியும், ஈட்டியைக் கண்டதும் ஒரே நேரத்தில் பாய்ந்தார்கள். பாலா குத்தீட்டியை மெல்ல எடுத்தான். அதைத் தொடும் போதே அதிர்வுகள் தோன்றின அவன் உடலில்.

"தாயே! வனப்பேச்சி! நன்றியம்மா! நன்றி! தம்பிங்களா! அந்த மூணு ஆயுதத்தையும் கொண்டு வாங்க. கரியமாணிக்கம், நீங்க தான் அதுல வனப்பேச்சி கோயில்ல இருந்து நாம எடுத்துட்டு வந்த பிடி மண்ணைத் தடவி சுத்தம் செய்யணும். பாலா, திவ்யா, வெங்கி நீங்க மூணு பேரும் இப்படிக் கிழக்குப் பார்க்க உக்காந்து முதல்ல வனப்பேச்சியை தியானம் செய்யுங்க. பிறகு நான் சொன்னதும் வெங்கி நீ நித்யமல்லியை நினைக்கணும்." என்றார்.

மனதில் ஒரு விதமான பாரம் அழுத்த அவர் சொன்னபடியே செய்தனர் மூவரும். கரியமாணிக்கம் பிடிமண்ணை வாங்கி அந்த ஆயுதங்களை வணங்கிப் பின்னர் தேய்க்க ஆரம்பித்தார். அவர் தேய்க்கத் தேய்க்க கரகரவெனக் கண்களில் நீர் பெருகியது. பல காலம் முன்பாக ஆதித்தனது படையில் அவர் ஒரு சாதாரண வீரனாகப் பணியாற்றியது, அவனும் அவன் தங்கையும் விளையாடியது, தாய் உணவு ஊட்ட உண்டது எல்லாம் கண் முன்னே வந்து போயின. இறுதியாக சித்தரம்மா மூலமாக தன்னைக் கட்ட ஆதித்தன் முயற்சி செய்கிறான் எனத் தெரிந்ததும் ஆத்திரப்பட்ட நித்யமல்லி சாதாரண வீரனான தன்னை வசியம் செய்ய முயன்றது. சங்கிலி கருப்பனின் பக்தையான அவனது தங்கை அதற்குத் தடையாக இருக்க, அவளை சித்திரவதை செய்து கொன்றதும்மல்லாமல், தாய் தந்தையரையும் கொன்றது என எல்லாமே நினைவு வர அவரால் கண்களின் நீரை நிறுத்த முடியவில்லை.

சாகும் தருவாயில், எப்படியாவது நித்யமல்லியை அழிக்க உதவ வேண்டும் என தான் சங்கிலிகருப்பிடம் வேண்டிக்கொண்டதும் நினைவுக்கு வர சிலிர்த்தார் கரியமாணிக்கம். இம்முறை நான் ஏமாறக் கூடாது. விழிப்பாக இருந்து உதவ வேண்டும். எனத் தீர்மானித்துக்கொண்டார். அவர் அப்படி நினைத்த நொடி, வாள், குத்தீட்டி மற்றும் அம்புகள் அப்போது தான் புதிதாகச் செய்யப்பட்டவை போல பளபளவென ஆகின. ஆச்சரியத்தோடும், பக்தியோடும் அவற்றை ஜோசியரிடம் கொடுத்தார் கரியமாணிக்கம். சிவகாமியம்மாள் கோலம் வரைந்திருந்த இடத்தில் அவற்றை வைத்து பூஜை செய்தார். மறு புறம் வெங்கி கண்களை மூடி

அமர்ந்திருந்தான். அவனைப் பார்க்கப் பார்க்க திவ்யாவுக்கு கவலையும், பயமும் வந்தன. பாலாவுக்கும் அதே நிலை தான்.

எப்படியாவது வெங்கியை காப்பாற்றி விட வேண்டும். அந்த முயற்சியில் என் உயிர் போனாலும் பரவாயில்லை என நினைத்துக்கொண்டாள் திவ்யா. பாலாவும் அதையே தான் நினைத்தான். ஆனால் வெங்கி சலனமே இல்லாமல் கண்களை மூடி வனப்பேச்சி, சங்கிலி கருப்பசாமி, சொரிமுத்தையனார் என நினைத்து தியானித்துக்கொண்டிருந்தான். பயமும், பதட்டமும் கலந்து சூழ்நிலை நிலவியது அங்கு. ஜோசியர் வனப்பேச்சி கோயிலிலிருந்து கொண்டு வந்திருந்த பூக்களையும், பிரம்ம ராட்சசி அம்மனுக்குப் பூஜித்த பூக்களையும் தயாராக வைத்துக்கொண்டார். விளக்கின் மேலும் எண்ணெய் விட்டு ஐந்து முகங்களையும் ஏற்றினார். கண்களை மூடி வனப்பேச்சியையும், அகத்தியரையும் தியானித்தார்.

“இப்போ வெங்கி நித்யமல்லியைக் கூப்பிடப் போறாரு. மத்தவங்க நல்ல கவனமாக் கேட்டுக்கோங்க. வெங்கியைத் தவிர மத்தவங்க இந்தப் பூக்களுக்குப் பின்னால தான் உக்காரணும். இந்தப் பூக்களை மீறி நித்யமல்லி கண்ணுக்கு நாம தெரிய மாட்டோம். அவ கண்களுக்கு வெங்கி மட்டும் தான் தெரிவாரு. அது தான் நமக்குத் தேவை. அவ ஆசையோட வெங்கியைத் தேடி வரும் போது, நீங்க அவளை எப்படியாவது இந்த பூஜைக் களத்துக்கு மத்தியில கொண்டு வந்துடணும். அது அத்தனை சுலபம் இல்ல தான். ஆனா அதை செஞ்சே ஆகணும். நிலவு உச்சியைக் கடந்துட்டுதுன்னா இந்தப் பூக்களுக்கு சக்தி போயிரும். நித்யமல்லியோட சக்தி மிகவும் அதிகமா ஆயிரும். அதோட இந்த ஆயுதங்களும் அவ கைக்குப் போயிரும். அப்புறம் அவளை யாராலயும் அழிக்கவே முடியாது.” என்றார்.

பயத்தில் அழுகையும், கலவரமும் போட்டி போட்டுக்கொண்டு வந்தன. சிறு இழை கூடப் பிசகாமல் செய்ய வேண்டும். சற்றே தவறினால் கூட மிகுந்த அபாயம். உயிருக்கும் உத்தரவாதமில்லை. ஜோசியர் தொடர்ந்தார்.

“நித்யமல்லி வந்த உடனே மத்தவங்க தயாரா இருக்கணும். வெங்கி அவளை பூஜைக் களத்துக்கு கொண்டு வந்ததும், கரியமாணிக்கம் நீங்களும், சிவகாமியம்மாவும் இதோ இந்தப் பிடி மண்ணையும், பூக்களையும் அவ மேல போட்டுருங்க. அப்ப அவளுக்கு சக்தி

சில விநாடிகளுக்குக் குறையும். அந்த நேரத்தைத்தான் திவ்யா நீ பயன்படுத்திக்கணும். என்ன செய்யணும்னு உனக்குத் தெரியும். அவளைத் தொடர்ந்து பாலாவும் வெங்கியும் மலை நம்பி கனவுல சொன்னதை அப்படியே செஞ்சுட்டாங்கன்னா, நமக்கு வெற்றி தான்.''

பேசியவர் சற்றே நிறுத்தி விட்டு அனைவரையும் நன்றாக ஒரு முறை பார்த்தார். மூச்சை இழுத்து விட்டவர் மேலும் தொடர்ந்தார்.

``நாம எல்லாருமே ரொம்பவும் எச்சரிகையோட இருப்போம். இருந்தாலும் ஒரு வேளை பெருமாள் சொன்னா மாதிரி வெங்கி உயிர்த்தியாகம் செய்ய நேர்ந்தால் மத்தவங்க தயங்காம நித்யமல்லியை அழிச்சுரணும். கவனச் சிதறல் இருக்கவே கூடாது. குறிப்பா திவ்யாவும், பாலாவும் இதை நினைவு வெச்சுக்கிட்டா நல்லது.'' என்றார். பேசும் போதே அவர் குரல் கம்மியது.

``வெங்கியை வனப்பேச்சி காப்பாற்றுவாள். அதையும் மீறி நித்யமல்லி ஏதேனும் தீங்கு விளைவித்தால், முதலில் அவளை அழித்து விட வேண்டும். பிறகு நானும் இந்த உலகத்தில் வாழ மாட்டேன். இந்த முறையும் என்னால் வெங்கியோடு இணைய முடியாமல் போனாலும், நான் அவனுக்காகக் காத்திருப்பேன்.'' என்று எண்ணிக் கொண்டாள் திவ்யா. அவளது மனம் உறுதிப்பட்டது. ஜோசியர் சொன்னபடி அனைவரும் அவரவருக்கான இடங்களில் ஆயுதங்களோடு அமர்ந்து கொண்டனர். ஜோசியர் ஜாடை காட்ட, வெங்கி கண்களை மூடி நித்யமல்லியை அழைக்க ஆரம்பித்தான்.

சில விநாடிகளியயே மெல்லிய குளிர் காற்று வீசத் தொடங்கி அதுவே வேகமாக அடிக்கத் ஆரம்பித்தது. வானத்தில் முழு நிலவு மேலே மேலே வந்து கொண்டிருந்தது.

அத்தியாயம் 30

காட்டு பங்களாவுக்குள்ளும் சரி, வெளியிலும் சரி இறுக்கமான சூழ்நிலை நிலவியது. வெங்கி மனதில் நித்யமல்லியை நினைக்க நினைக்க காற்றின் வேகம் அதிகரித்தது. ஆனாலும் மற்றவர்களுக்கு பயத்திலும் பதட்டத்திலும் வியர்வை அரும்பியது. வெங்கி கண்களைத் திறக்கவே இல்லை. திவ்யாவின் இதயம் தாறுமாறாக அடித்துக்கொண்டது. ஜோசியரும் கரியமாணிக்கமும் பூஜையை நிறுத்தி வைத்திருந்தார்கள். பூஜை செய்யும் போது நித்யமல்லி வர மாட்டாள் என அவர்களுக்குத் தெரியும்.ஆனால் கண்களை மூடி ஐந்தெழுத்து மந்திரத்தை மனதுக்குள் உச்சரித்தபடி இருந்தனர். கவனமாக வனப்பேச்சி அம்மனின் கோயிலில் பூஜித்த பூக்களை தங்களைச் சுற்றிப் பரப்பினர். காற்றின் வேகம் விநாடிக்கு விநாடி கூடிக்கொண்டே வந்தது. ஒரு கட்டத்தில் பங்களாவின் சுவர்கள் இந்தப் பேய்க்காற்றைத் தாங்குமா? என சந்தேகம் வந்தது. “வனப்பேச்சியம்மா அப்படி எதுவும் நடக்காமல் காப்பாற்று” என வேண்டிக்கொண்டனர். நேரம் ஆக ஆக மற்றொரு கவலை அவர்களை சூழ்ந்து கொண்டது. முழு நிலவு வானத்தின் உச்சிக்கு வருவதற்கு முன் நித்யமல்லி வர வேண்டுமே? இல்லையென்றால் இது அத்தனையுமே பயனற்றுப் போகுமே?எனக் கலங்கினர். வெங்கியின் கவனம் கொஞ்சம் கூடச் சிதறவில்லை. சட்டென காற்று அப்படியே நின்று போனது. வெளியில் ஏதோ ஒரு மரம் முறிந்து விழும் சத்தம்.

“இது தான்....இது தான் அந்த நொடி. நித்யமல்லி வரப்போகிறாள். முதலில் நான் தான் செயலாற்ற வேண்டும். என்னையும் என் காதலையும் பிரித்த பாதகி அவள். ஆதித்தனோடு என்னை இணைய விடாமல் தடுத்ததும் இல்லாமல், என் அண்ணனாக இருந்த வேங்கையனையும், காதலன் ஆதித்தனையும் துடிக்கத் துடிக்கக் கொன்ற கொலைகாரி வரப்போகிறாள். சென்ற முறை நாங்கள் செய்த தவறுகள் என்னென்ன எனத் தெரிந்து விட்டது. பல காலம் காத்திருந்து விட்டேன். இம்முறையும் நான் தோற்க மாட்டேன். வெங்கியின் உயிரையும், பாலாவின் உயிரையும் காப்பாற்றியே தீருவேன். என் உயிர் போனாலும் பரவாயில்லை.” எனத் தீர்மானத்தோடு தயாராக நின்றிருந்தாள் திவ்யா.

அவர்கள் பார்த்துக்கொண்டிருக்கும் போதே திடீரென அந்தக் காட்சி அவர்கள் கண் முன்னால் விரிந்தது. வெங்கி அமர்ந்திருந்த இடத்தைச் சுற்றிலும் அழகான மண்டபம் போல மாறியது. தூண்களில் படர்ந்திருந்த மலர்க்கொடிகள் வாசத்தை அள்ளி வீசின. இப்போது வெங்கி மண்டபத்தின் மையத்தில் அமர்ந்திருந்தான். திவ்யா பாலாவைப் பார்த்தாள். பொறு எனக் கை காட்டினான். மலர்க்கொடிகள் மெல்லிய காற்றில் ஆடின. அப்போது அழகே உருவான ஒரு இளம்பெண். தங்க நிறத்தில் பழங்கால முறைப்படி உடையணிந்து, பூச்சூடி அன்னம் போல நடந்து வந்தாள். அவளுக்குப் பின்னால் மற்றொரு பெண் சற்றே குறைந்த வயதுள்ளவள் அந்தப் பெண்ணைத் தொடர்ந்தாள். முதலில் வந்தவள் நித்யமல்லி, பின்னால் வருபவள் பொன்வண்டு எனவும் புரிந்து கொண்டனர். நித்யமல்லி மட்டுமே தான் வருவாள் என எண்ணித்தானே திட்டங்கள் வகுத்தார்கள்? இப்போது பொன்வண்டும் கூடவே வருகிறாளே? அவளை எப்படி அழிக்க? அல்லது அப்புறப்படுத்த? இதைப் பற்றி நாம் யோசிக்கவே இல்லையே? என கலவரத்தில் ஆழ்ந்தார்கள். ஒருவரை ஒருவர் பார்த்துக்கொண்டார்கள். ஜோசியர் வானத்தை நோக்கிக் கை காட்டி எல்லாம் அவன் செயல் எனச் சொல்லாமல் சொன்னார். பாலாவுக்கும், திவ்யாவுக்கும் பயமும் பதட்டமும் அதிகரித்தன. அவர்களது இதயத் துடிப்பு வெளியிலேயே கேட்கும் போல.

வெங்கிக்கும் என்ன தோன்றியதோ தெரியவில்லை. அவன் கண்களைத் திறந்தான். எதிரில் நின்றிருந்த அழகின் உருவத்தைப் பார்த்ததும் அவன் மனம் தடுமாறியது. இவளைப் போல அழகான பெண்ணை இனிமேல் பார்க்கவே முடியாது என எண்ணி அவளைப் பார்த்தபடியே நின்றான்.

"என்ன? அப்படி பார்க்குற? இதுக்கு முன்னால நீ என்னைப் பார்த்ததே இல்லியா என்ன?" என்றாள் நித்யமல்லி.

"இத்தனை அழகா உன்னைப் பார்த்ததே இல்லியே? இன்னைக்கு நீ ரொம்ப ரொம்ப அழகா இருக்கியே? உன்னைப் பார்த்துக்கிட்டே இருந்தாப் போதும் போல இருக்கு!" என்றான் வெங்கி மெல்லிய குரலில். கேட்டுக்கொண்டிருந்தவர்களுக்குத் தூக்கி வாரிப் போட்டது. "ஐயையோ! இவன் என்ன செய்கிறான்? நித்யமல்லியை மயக்கி அவளை பூஜை களத்திற்குக் கூட்டி வருவதற்கு பதில் இவன் மயங்கி விட்டான் போலயே? என எண்ணியவர்களுக்கு

வியர்வை ஆறாகப் பெருகியது. ஜோசியர் கண்களில் கலக்கத்துடன் கரியமாணிக்கத்தை ஏறிட்டார். அவரும் கைகளை உதறினார். தான் தான் ஏதாவது செய்ய வேண்டும். எனத் தீர்மானித்தாள் திவ்யா. எப்படியாவது வெங்கியை அந்த பயங்கரியின் பிடியிலிருந்து மீட்டாக வேண்டும். இல்லையென்றால் பெரும் அனர்த்தங்கள் விளையும். வனப்பேச்சியம்மன் என்ன சொன்னாள்? உனது அன்பும், காதலும் தான் இவர்களைக் காப்பாற்றும் ஆயுதம் என்றாளே? அப்படியானால் என் காதல்! ஆம் அது தான் நித்யமல்லியின் மாயங்களை விடச் சக்தி வாய்ந்தது. கண்களை இறுக மூடி வனப்பேச்சியை தியானித்தாள். ஏதோ தோன்ற, குனிந்து காய்ந்த பூக்களில் ஒன்றை எடுத்தாள். தன் நெற்றியில் வைத்து வனப்பேச்சி, சங்கிலி கருப்பசாமி, சொரிமுத்தையனாரை நன்றாக தியானித்து அதை வெங்கியின் மேல் எறிந்தாள். அந்தப் பூ காற்றில் அம்பு போல விரைந்தது. நேராக வெங்கியின் நெஞ்சில் விழுந்தது. அப்படி விழும்போது சிறு நெருப்புப் பொறி தோன்றி அவனது நெஞ்சைச் சுட்டது. அந்தச் சூடு, பூவின் ஸ்பரிசம் இரண்டும் சேர வெங்கிக்கு சட்டென தன் நினைவு வந்தது.

வெங்கியின் மேல் பூ விழுந்த அதே விநாடி நித்யமல்லியும் பொன்வண்டும் எச்சரிக்கையாவது நன்றாகவே தெரிந்தது. “இவனை நம்பாதேன்னு சொன்னேன். கேட்டியா நீ? இப்போ யாரையோ கூடக் கூட்டிக்கிட்டு வந்திருக்கான். அது அவன் காதலியாகக் கூட இருக்கலாம். இன்னைக்குப் பௌர்ணமி மறந்துட்டியா நீ?” எனக் கத்தினாள் பொன்வண்டு. வெங்கியைத் தொடப்போன தன் கைகளை உதறிக்கொண்டாள் நித்யமல்லி.

“யாரைக் கூட்டிக்கிட்டு வந்திருக்கே?” என்றாள் கடுமையாக. இப்போது அவளது அழகு பல மடங்கு அதிகமாகியது. ஆனால் அந்த அழகு மனதுக்கு அமைதியோ, நிம்மதியோ தரும் அழகல்ல. பயத்தைத் தூண்டும் அழகு. பார்த்த மாத்திரத்திலேயே இதயத்தை நிற்கச் செய்யும் பயங்கர அழகு.

“பதில் சொல்லு வெங்கி! என்னை நீ கூப்பிட்டது, என் மேல உள்ள காதலால தானே?” என்றாள் நித்யமல்லி மீண்டும்.

சட்டென சுதாரித்தான் வெங்கி. பதில் சொல்ல அதிக நேரம் எடுத்துக்கொண்டால் அவளுக்கு சந்தேகம் வரும். அப்படி வந்தால் எல்லாம் வீண் தான். மூளையைக் கசக்கிக் கொண்டான்.

“நான் காதலால கூப்பிட்டேனா இல்லையான்றது முக்கியமல்ல மல்லி! நீ என் மேல காதலோட இருக்கியா? அதான் எனக்குத் தெரிய வேண்டியது” என்றான்.

நித்யமல்லியின் உதடுகள் சிரிப்பில் விரிந்தன.

“என்னை மல்லின்னு நீ இது வரை கூப்பிட்டதே இல்லையே? ஆச்சரியமாத்தான் இருக்கு. நானும் உன் மேல காதலோட தான் இருக்கேன் வெங்கி!” என்றாள் மெல்ல.

“நித்யமல்லி! நீ என்ன சொல்ற? இவனோட சேர்ந்ததும் இவனைக் கொன்னுடணும்னு சொன்னியே? இப்ப இப்படிப் பேசுற?” என்றாள் பொன்வண்டு.

பொன்வண்டின் பேச்சைக் கேட்டதும் ஆத்திரத்தில் நித்யமல்லியின் முகம் கருநீலமாக மாறி கொடூரமானது. அவளது கரங்கள் நீண்டன. அதில் நகங்கள் தொங்கிக்கொண்டிருக்க தன்னை நோக்கி நீண்ட கைகளை பயத்தோடு பார்த்தாள் பொன்வண்டு.

“நான் உனக்கு நல்லது தான் சொல்றேன் மல்லி! என்னையே அழிக்கப் பார்க்குறியே?” எனப் பேசியபடியே பயந்து பின் வாங்கினாள் பொன்வண்டு. “இவன் உன்னை ஏமாத்தப் பாக்குறான்! இவன் மனுஷன். அதை நீ மறந்துடாதே! என்ன தான் நீ மனுஷ உருவுல இருந்தாலும் நீ மனுசி இல்ல. எட்டு கிரகங்கள் சேர்ந்து உருவாக்கின சக்தி நீ! இவனோட காதல்ல நீ உன்னையே மறந்துட்ட! நீ எதுக்காக பூமிக்கு வந்தேன்றதையும் மறந்துட்ட. நான் மனுசியா இருந்தப்ப, என்னை நீ சித்திரவதை செஞ்சு கொன்ன! ஆனா நான் அதைக்கூட நினைக்காம, உனக்கு எல்லா வகையிலயும் உதவியா இருந்தேன். ஆனா இவன்? இவன் 500 ஆண்டுகளுக்கு முன்னால உன்னைக் கட்டுனான். அதை மறந்துட்டியா நீ? 500 வருசம், எப்படி தவிச்சோம் நாம? மறக்காதே நித்யமல்லி!” என்றாள்.

பொன்வண்டு பேசப் பேச நித்யமல்லியின் முகம் சாதாரணமானது. அவளது கோபம் தணிந்து விட்டது. பொன்வண்டு தைரியமாக அருகில் வந்தாள்.

“வெங்கி! உண்மையைச் சொல்லு, இங்க யாரைக் கூட்டிக்கிட்டு வந்திருக்க?” என்றாள் நித்யமல்லி.

“மல்லி! அங்க பாரு! சுவத்துல வாளைக் காணோம்!” கத்தினாள் பொன்வண்டு. எதிர்ப்புறம் இருந்த சுவரைப் பார்க்க அதில் வாள்

இல்லை. அவளது பார்வை படியின் அருகே போனது. அங்கும் குத்தீட்டி இல்லை என்பதை உணர்ந்து கொண்டாள் நித்யமல்லி. ஆத்திரம், குரோதம் எல்லாம் சேர வெங்கியைப் பார்த்தாள். அவளது பார்வையிலேயே வெங்கி தத்தளிக்க ஆரம்பித்தான். அவனால் நிற்கவே முடியவில்லை. அப்படியே மண்டியிட்டு அமர்ந்தான். அவனது மூக்கிலிருந்து மெல்லிய கோடாக ரத்தம் வழிய ஆரம்பித்தது. பார்த்துக்கொண்டிந்தவர்களுக்கு உயிரே போவது போல ஆனது. இனியும் தாமதித்தால் வெங்கியை மீண்டும் இழந்து விடுவோம் என எண்ணி வண்டிமறிச்சியம்மன் கொடுத்த அம்புகளை மின்னல் வேகத்தில் எடுத்தாள் திவ்யா. இப்போது மண்டபமோ, அதில் இருந்த பூங்கோடிகளோ எதுவுமே இல்லை. பாழடைந்த அந்த பங்களாவின் கூடத்தில் வெங்கி மண்டியிட்டு அமர்ந்திருந்தான். அவனது உதட்டோரமும் இப்போது ரத்தக்கசிவு. பாலாவும் குத்தீட்டியை எடுத்தபடி பாயத் தயாரானான். அவனை தன் கைகளால் அழுத்தினாள் திவ்யா. அவளது பலம் கண்டு பிரமித்துப் போனான் பாலா.

விநாடிக்கும் குறைவான நேரத்தில் கையில் அம்புகளோடு பாய்ந்து நித்யமல்லியை நெருங்கினாள் திவ்யா. அதைப் பார்த்து விட்ட பொன்வண்டு வீறிட்டுக் கத்தினாள். நித்யமல்லி திரும்ப அவளது கண்களில் திவ்யா தென்பட்டாள். அவளது முகம் இப்போது அழகெல்லாம் போய், பயங்கரமாக மட்டுமே காட்சியளித்தது. சிவப்பு, நீலம், ஊதா என பல வண்ணங்கள் அவளது கண்களில் பிரதிபலித்தன. கண்கள் மனிதக் கண்களைப் போல இல்லாமல் வட்டமாக ஒரே நிறத்தில் காட்சியளித்தன. நடுங்கிப் போனாள் திவ்யா. கை கால்கள் செயலிழந்தாற் போலத் தோன்றியது. ஓங்கிய கைகளில் பலமே இல்லை போலத் தோய்ந்தன.

"நீயா? நீயும் வந்திட்டியா? உன் காதலனைக் காப்பாத்த முடியாது உன்னால. அவன் துடிச்சு துடிச்சுச் சாகப்போறான். அதை நல்லா வேடிக்கை பாரு! இன்னமும் நிலா உச்சிக்கு வரதுக்கு பத்து நிமிசம் கூட இல்ல. உன்னால என்ன செய்ய முடியும்?" என்றாள் நித்யமல்லி. அவளது குரல் இடி போலக் கேட்டது.

ஜோசியரும், கரியமாணிக்கமும் பூஜையைத் தொடங்கி விட்டனர். பாலாவோ வெங்கியின் அருகே செல்லத் துடித்துக்கொண்டிருந்தான். ஆனால் இப்போது அவன் போனால் அவனது உயிரும் போய் விடும் என்றும், வனப்பேச்சி சொன்னதை நினைவு படுத்திக்கொண்டு

வெங்கி உயிர்த்தியாகம் செய்வதை நம்மால் தடுக்க முடியாது என்றும் சொல்லி அவனை தடுத்து விட்டனர். கண்களிலிருந்து கண்ணீர் கரகரவென வழிய குத்தீட்டியை பிடித்தபடி நின்றிருந்தான் பாலா. பூஜை செய்ய ஆரம்பித்ததும் நித்யமல்லி பதட்டமானாள். "என்னையா அழிக்கப் பாக்குறீங்க?" எனக் கத்திக்கொண்டு திவ்யாவின் மேல் பாய்ந்தாள். அதுவரையில் பயத்தில் உறைந்து போய் இருந்த திவ்யாவுக்கு உயிர் வந்தது போல ஆனது.

காதலன் துடித்து இறக்கப் போகிறான் என்றதும் எங்கிருந்தோ பலம் வந்து புகுந்து கொள்ள "உன்னை விட மாட்டேண்டி! இந்த நாளுக்காக பல நூறு ஆண்டுகளாக் காத்துக்கிட்டு இருக்கேன். இப்பவும் ஏமாற நான் பழைய செம்மலர் இல்ல." எனக் கத்தினாள் திவ்யா.

பொன்வண்டும் திவ்யாவை நோக்கிப் பாய, மறுபுறம் நித்யமல்லி பாய்ந்தாள். தன்னை நிதானப்படுத்திக்கொண்டாள் திவ்யா. "வெங்கியையும், மற்றவர்களையும் காப்பாற்ற என்னால் மட்டுமே முடியும். இப்போது நான் பதறினால் காரியம் கெட்டுப் போகும். தாயே வனப்பேச்சி எனக்கு பலத்தைக் கொடு என வேண்டிக் கொண்டாள். தனது இரு கரங்களிலும் இரு அம்புகளை எடுத்துக்கொண்டாள். வலப்புறம் நித்யமல்லியும், இடப்புறமிருந்து பொன்வண்டும் வந்து கொண்டிருந்தனர். இருவரது கண்களும் இவளையே வெறித்துப் பார்த்தபடி நெருங்கின. கைகள் நடுங்க இரு அம்புகளையும் ஒரே நேரத்தில் நித்யமல்லியின் வலக்கணையும், பொன்வண்டின் இடக்கண்ணையும் குத்தினாள் திவ்யா. ஓனெற பேரிறைச்சல் கேட்டது. தனது கண்களைப் பொத்திக்கொண்டு தள்ளாடியபடி திவ்யாவை மீண்டும் நெருங்கினர் இருவரும். இப்போது சற்றே தைரியம் பெற்றவளாக நின்றிருந்த திவ்யா, குறி பார்த்து மற்ற இரு கண்களையும் குத்த, தடுமாறினார்கள். இப்போது பாலா, ஜோசியர், கரியமாணிக்கம் மூவரும் பாய்ந்து வந்து அவளை பூஜைக் களத்தில் அமர்த்தினர். பொன்வண்டால் நகரவே முடியவில்லை.

"வெங்கி! வெங்கிக்கு என்ன ஆச்சுன்னு பாருங்க" என்று கத்தினாள் திவ்யா. அவளது கரம் நித்யமல்லியை இறுகப்பற்றியிருந்தது. ஓடினர் மூவரும். வெங்கியின் நிலை மோசமாகத்தான் இருந்தது. மூச்சு விடவே மிகவும் சிரமப்பட்டான். கண்களின் ஓரமும் ஒரு ரத்தத்துளி எட்டிப் பார்த்தது. ஓவெனக் கத்தினான் பாலா. "வெங்கி!

தைரியமா இருடா! உனக்கு எதுவும் ஆகாது.'' என்று நண்பனை அணைத்துக்கொண்டான். கரியமாணிக்கம் ஓடிப்போய், காய்ந்த பூக்களில் சிலவற்றை எடுத்து வந்து அவனது வாய், காது, மூக்கு மற்றும் கண்களில் வைத்தார். பூ வைத்ததும் ரத்தம் நின்று விட்டது. ஆனாலும் மிகவும் பலவீனமாக உணர்ந்தான் வெங்கி. அவனால் வாளை எடுத்து நித்யமல்லியை வெட்ட முடியுமா? என்பதே சந்தேகமாக இருந்தது. கோயிலிலிருந்து கொண்டு வந்திருந்த தீர்த்தத்தை அவன் வாயில் புகட்டினார் கரியமாணிக்கம். மெல்ல மெல்ல இயல்புக்கு வந்தான்.

“வெங்கி! சீக்கிரம் வா! இவளை என்னால சமாளிக்க முடியல்ல'' என திவ்யா கத்தவும் முழு தெம்பும் வந்தவனாக ஓடினான் வெங்கி. அவனைத் தொடர்ந்தான் பாலா. கரிய மாணிக்கமும், ஜோசியரும் பூஜையைத் தொடர ஓடினார்கள். நித்யமல்லி பயங்கரமாகத் திமிறிக் கொண்டிருந்தாள். அவளது வாயிலிருந்து விசித்திரமான பயங்கர சத்தங்கள் வந்தன. திவ்யா விநாடிக்கு விநாடி சோர்ந்து போய்க் கொண்டிருந்தாள். நிலவு வானத்தின் உச்சியை நெருங்கிக் கொண்டிருந்தது.

வெங்கி யோசிக்காமல் அவளது நெஞ்சில் வாளை இறக்க, அதே நேரம் பாலா அவளது கால்களை துண்டித்தான். நிதயமல்லிக்கு எங்கெல்லாம் காயம் பட்டதோ அதே இடங்களில் பொன்வண்டுக்கும் காயம் ஏற்படக் கூச்சலிட்டார்கள். தயங்காமல் அவளை மீண்டும் வெட்டினான் வெங்கி. பாலாவும் தொடர்ந்தான். அதே நேரம் ஜோசியர், கரியமாணிக்கம் மற்றும் சிவகாமியம்மாள் மூவரும் பூஜித்த மலர்களையும், பிடிமண்ணையும் அவள் மேல் தூவினர். அடுத்த விநாடி அனைவரும் தூக்கியெறியப்பட்டனர். ஐஸ் போல குளிர்ந்த காற்று புயல் போல வீசியது. யார் யார் எங்கே தூக்கியெறியப்பட்டார்கள், யாருக்கு என்ன ஆனது என தெரியவே இல்லை. கூடத்தில் கிழக்கு மூலையில் தூக்கியெறியப்பட்டான் வெங்கி. அவன் பார்த்துக்கொண்டிருக்கும் போதே புயற்காற்றின் நடுவே நித்யமல்லி கரகரவெனச் சுழன்றாள். அவள் கொலை செய்த அத்தனை உருவங்களும் கோர வடிவத்தில் தோன்றி மறைந்தன. அந்த ஐஸ் காற்றின் நடுவே பச்சை நிறமாக நெருப்பு எரிய அதில் கருகினாள் நித்யமல்லி. “விட மாட்டேன் வெங்கி!'' என்பதே அவளது கடைசி வார்த்தையாக இருந்தது. அவளது உடல் கருகியதும் சட்டென எல்லாம் நின்று போயின.

முதலில் எழுந்து நின்றவன் வெங்கி தான். அனைவரும் பத்திரமாக இருக்கின்றனரா? குறிப்பாக திவ்யா மற்றும் பாலாவுக்கு என்ன ஆனதோ? என்ற கவலை உந்தித்தள்ள தூக்கியெறியப்பட்ட இடத்திலிருந்து எழுந்து மெல்ல நடந்தான். முதலில் அவன் கண்ணில் பட்டது கரியமாணிக்கமும் ஜோசியரும். கூடத்திலிருந்து படிக்கட்டு செல்லும் வழியில் விழுந்து கிடந்தனர் இருவரும். மேலாகப் பார்த்தால் எந்த அடியும் இல்லை. ஆகையால் பார்வையை ஓட்டினான். தெற்கு மூலையில் பாலாவும், வடக்கு மூலையில் திவ்யாவும், சிவகாமியம்மாளும் சுருண்டு கிடந்தனர். பயம் நெஞ்சை அடைக்க மெல்ல நெருங்கினான்.

"திவ்யா! பாலா" என்று குரல் கொடுக்க மெல்லிய அசைவுகள் தோன்றின. மனம் நிம்மதியாக தானாகக் கண்களில் இருந்து கண்ணீர் வெளி வந்தது. சில நிமிடங்களில் திவ்யா, பாலா, ஜோசியர் கரியமாணிக்கம் என அனைவரும் எழுந்து விட்டனர். வெங்கியை எந்த சேதமும் இல்லாமல் பார்க்கப் பார்க்க அவங்களுக்கு மகிழ்ச்சியில் பேச்சே வரவில்லை. சுற்றுமுற்றும் பார்த்தனர். பொன்வண்டு அமர்ந்திருந்த இடத்திலாவது சாம்பல் மிஞ்சியிருந்தது. ஆனால் நித்யமல்லி இருந்த இடத்தில் அது கூட இல்லை.

"வெங்கி! உனக்கு ஒண்ணும் இல்லையே? நான் ரொம்ப பயந்து போயிட்டேன் தெரியுமா?" எனக் கேவினாள் திவ்யா. ஓடி வந்து நண்பனை அணைத்துக்கொண்டான் பாலா. "டேய்! என் உயிரே என் கையில இல்லடா! சரியான நேரத்துல திவ்யா உன்னைக் காப்பாத்துனா. இல்லைன்னா என்ன ஆகியிருக்கும்?" எனக் கண்ணீர் உகுத்தான் பாலா. ஜோசியரும், கரியமாணிக்கமும் கூட அவனைத் தட்டிக் கொடுத்தனர்.

"நான் நல்லா இருக்கேன். ஆனா நாம எச்சரிகையா இருக்குறது நல்லது! பாருங்க! நித்யமல்லி இருந்த இடத்துல எதுவுமே இல்ல. ஆனா பொன்வண்டோட சாம்பல் இருக்கு." என்றான். அனைவருக்கும் வெங்கி சொல்வது சரியென்றே பட்டது. அரைகுறையாக செய்து அதனால் மீண்டும் நித்யமல்லிக்கு உயிர் வந்து விட்டால் என்ன செய்ய? எனக் கவலை கொண்டனர். வெங்கியும் திவ்யாவும் பூஜைக் களத்தில் நித்யமல்லி அமர்ந்திருந்த இடத்தை உற்றுக் கவனித்தனர். சாம்பலோ, சிறு எலும்புத் துண்டோ இப்படி ஏதேனும் இருக்குமாவெனத் தேடினர். எதுவும் இல்லை.

ஆனால் ஊன்றிப் பார்த்ததில் உருளை வடிவத்தில் அதுவும் 7 உருளைகள் நடுவில் ஒரு பெரிய உருளையோடு இணைக்கப்பட்டு காணப்பட்டது.

“நித்யமல்லியோட மிஞ்சியது இது ஒண்ணு தான். எட்டு கிரகங்கள் சேர்ந்து அவளை உருவாக்குனதால இப்படி இருக்கு போல.” என்றார் ஜோசியர். அதை என்ன செய்வது? எனத் தெரியவில்லை. தொடவும் பயமாக இருந்தது. வெங்கி முன்னால் போய் மெல்ல அதைக் கையில் எடுத்தான். எதுவும் ஆகவில்லை. தைரியமாக மற்றவர்கள் அவன் அருகில் வந்தார்கள். அது மரத்தாலோ, உலோகத்தாலோ இல்லை பிளாஸ்டிக்காலோ செய்யப்பட்டாற் போல இல்லை. மிகவும் வித்தியாசமான பச்சையும், நீலமும் கலந்த ஒரு வகைக் கற்களால் செய்யப்பட்டது போல இருந்தது. மெல்லிய சூடு இருந்தது அதில். இதை இப்படியே விட்டுப் போகக் கூடாது எனத் தோன்றியது.

“ஜோசியரே! இதையும், பொன்வண்டோட சாம்பலையும் நேரா களக்காடு பெருமாள் கோயிலுக்குக் கொண்டு போயிருவோம். அங்க இருக்குற தீர்த்தத்துல இதை கரைக்க முயற்சி செய்வோம்.” என்றான் வெங்கி.

“அதுக்குக் களக்காடு மலை வரை போக வேண்டாம்ப்பா! நான் கையோட பெரிய கூஜாவுல தீர்த்தத்தை எடுத்து வெச்சுக்கிட்டேன். அதுலயே கரைச்சுப் பார்க்கலாம்.” என்றார் ஜோசியர். அவரது சமயோஜித புத்தியைப் பாராட்டினர் அனைவரும். சிவகாமி அம்மாள் கொண்டு வந்திருந்த சற்றே பெரிய பீளாஸ்டிக் டப்பில் அந்த தீர்த்தத்தை ஊற்றினார்கள். அதை பூஜையின் களத்தில் வைத்து முதலில் அந்த உருளைகளைப் போட்டான். நுரைத்து வந்தது. தொடர்ந்து பொன்வண்டின் சாம்பலையும் போட சிவப்பு நிறத்தில் மாறியது நீர். பார்த்துக்கொண்டிருக்கும் போதே உருளைகள் ஒவ்வொன்றாக கரைய ஆரம்பித்தன. ஒவ்வொரு உருளை கரையும் போதும் வேறு வேறு நிறங்கள் தோன்றி மறைந்தன. இறுதியில் பெரிதாக இருந்த உருளைக் கரைந்தது. நல்ல கரு நீல நிறத்தில் தண்ணீர் மாறி பின்னர் சில நிமிடங்களில் தெளிவான தண்ணீராக மாறியது. அந்தத் தண்ணீரை ஆற்றிலோ அல்லது கடலிலோ கலந்து விடலாம் என அபிப்பிராயப்பட்டனர் கரியமாணிக்கமும் ஜோசியரும். ஆனால் அதற்கு இஷ்டமில்லை வெங்கிக்கு. அதனை முன்னால் பூக்கள் இருந்த ஜாடியில் ஊற்றினான். அதன் மேல் பூஜைப் பூக்களையும்

போட ஒரு நொடிக்குள் அத்தனை நீரையும் இழுத்துக்கொண்டன பூக்கள். ஆனால் பூக்களுக்கு எதுவும் ஆகவில்லை. முன்னை விடப் போலிவாக விளங்கின. நித்யமல்லியை ஒரேயடியாக அழித்தாயிற்று என்ற நிம்மதி அப்போது தான் பிறந்தது அவர்களுக்கு. ஓவெனக் உற்சாகக் கூச்சல் எழுப்பியபடி பாலா, திவ்யா வெங்கி ஒருவரை ஒருவர் அணைத்துக்கொண்டனர். சிவகாமியம்மாள் முறைத்ததைக் கூட லட்சியம் செய்யவில்லை. ஆனந்தக் கூச்சலும் மகிழ்ச்சியுமாக மீண்டும் கன்னிமார் துறை வந்து சேர்ந்தனர். கார், அதை ஓட்டி வந்த டிரைவர் இவர்களைப் பார்த்ததும் மீண்டும் மாடர்ன் உலகத்து வந்து விட்டோம் எனக் கத்தினர் நண்பர்கள் மூவரும். ஜோசியரும், கரியமாணிக்கமும் ஃபோன் செய்து சாமிக்கண்ணு சித்தரிடம் நித்யமல்லியை அழித்தாயிற்று எனச் சொல்ல அவரும் மகிழ்ச்சியானார். சித்தரம்மாவும் கன்னிமார் துறையில் காத்திருந்தார். அவரிடம் ஆசி வாங்கிக்கொண்டுக் கிளம்பினர்.

திவ்யாவின் வீட்டில் வெங்கியின் அம்மா, அப்பா மற்றும் பாலா வீற்றிருந்தனர். வெங்கிக்கும், திவ்யாவுக்கு கல்யாணம் பேசி முடிக்கவே அவர்கள் வந்திருந்தனர். திவ்யாவின் அம்மாவுக்கு பரிபூரண சம்மதம். வெங்கியின் குடும்பம் பண்பான குடும்பமாக இருக்கவே மகிழ்ச்சியோடு தட்டு மாற்றிக்கொண்டார்கள். சிவகாமியம்மாளுக்கு பாலாவைப் பார்த்ததும் ஏதோ யோசனை பிறக்க ஃபோன் செய்து தன் தங்கையை வரவழைத்தாள். கூடவே நல்ல லட்சணமான குடும்பப்பாங்கான பெண் வந்தாள். அவளைப் பார்த்ததும் பாலாவின் முகத்தில் ஆயிரம் வாட்ஸ் பல்பு போட்டாற் போல வெளிச்சம்.

“இவ பேரு, கார்த்திகா! என் தங்கச்சி மக. பி காம் படிச்சிருக்கா. ரொம்ப நல்ல பொண்ணு. இவளை பாலாவுக்குப் பார்க்கலாமா?” என்றார் சிவகாமியம்மாள். மற்றவர்கள் பதில் சொல்லு முன்பே பாலா “நான் இப்பவே ரெடி” எனவும் சிரித்தனர் மற்றவர்கள். வரும் தை மாதத்தில் அதாவது ஃபிப்ரவரி 8ஆம் தேதி இரு திருமணங்களையும் ஒரே மேடையில் நடத்தி விடலாம் எனவும், செலவை பாதி, பாதியாக பிரித்துக்கொள்ளலாம் எனவும் முடிவு செய்து கொண்டனர் பெரியவர்கள். எல்லாம் பேசி முடித்து சிறியவர்களைத் தேடியபோது அவர்களைக் காணவேயில்லை. வாசலில் இருந்த மரத்தடியில் வெங்கி + திவ்யா, பாலா + கார்த்திகா ஜோடி தன்னை மறந்து பேசிச் சிரித்துக்கொண்டிருப்பதை மனம் நிறைய மகிழ்ச்சியோடு பார்த்து ரசித்தனர் பெரியவர்கள்.

முக்கியக் குறிப்பு:

காட்டு பங்களாவில் அந்தப் பூ ஜாடியில் இருந்த மலர்கள் மெலிதாக துற்நாற்றம் வீசத் தொடங்கின. ஒவ்வொரு துளியாக கருநீல மற்றும் பச்சை நிறத் தண்ணீர் சுரக்க ஆரம்பித்தது. வெளியில் மெல்லிய குளிர் காற்றும் வீச ஆரம்பித்தது.

www.ingramcontent.com/pod-product-compliance
Lightning Source LLC
LaVergne TN
LVHW060232051026
849517LV00005B/1590
* 9 7 8 9 3 9 1 4 8 0 0 5 9 *